கலைஞர்
நகைச்சுவை நய

முகவைக் கவிஞர்
தெய்வச்சிலை

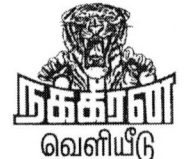

நக்கீரன்
வெளியீடு

பதிப்புரை

சம்ஸ்கிருதம் கலந்த மணிப்பிரவாள நடையில் பல்லுடைக்கும் தமிழாக இருந்த காலகட்டத்தில், சுத்தத் தமிழில் பேசியும், எழுதியும் கல்லுடைக்கும் தொழிலாளியையும் தமிழ்க்காதல் கொள்ள வைத்தவர்கள் இருவர்.

ஒருவர் பேரறிஞர் அண்ணா. இன்னொருவர் அவரது பாசமிகு இளவல் முத்தமிழ் வித்தகர் டாக்டர் கலைஞர்.

அறுபதாண்டு காலம் இவரது நாவும்-பேனாவும் தமிழை தழைக்கச் செய்த வித்தகம் வியந்து போற்றுதலுக்குரியது என்று இனி சொல்லித் தான் தமிழகம் அறிந்து கொள்ள வேண்டிய அவசியம் இல்லை! உலகத் தமிழர் ஒவ்வொருவரும் உணர்ந்திருக்கிற உண்மை அது.

கலைஞரின் சொல்லுக்கும் எழுத்துக்கும் பன்முகத் தன்மை உண்டு.

போர்க்களத்தில் சுழன்று வீசும் உணர்ச்சி வீச்சு; காதல் களத்தில் கனிரசமாய்ச் சொட்டும் கவிதை மணம்; அரசியல் களத்தில் எதிரிகளின் தப்பு வாதங்களைத் தர்க்கத்தோடு தகர்த்தெறியும் சாதுர்யம் என்று அவரது எழுத்தும் பேச்சும் எண்ண எண்ண வியக்க வைப்பவை!

அதில் மிக நுட்பமானதும்- வியப்பூட்டுவதும் அவரது 'டைமிங்'கான பதில்கள். வார்த்தைகளை வளைத்து பளீரென பதிலளிக்கும் அவரது கூர்த்த மதிநுட்பம் மாற்றாரையும் ரசிக்க வைப்பது. மனிதருக்கு எப்படித்தான் இவ்வளவு மதிநுட்பம் வாய்த்ததோ என புருவம் நிமிர்த்த வைப்பது!

அப்படி கலைஞர் அவர்கள் நகைச்சுவையும் நயமும் ஆழ்ந்த பொருளும் உள்ள ஆயிரக்கணக்கான பதில்களைப் பளீர் பளீரென்று அளித்து அசத்தி இருக்கிறார்.

அவற்றில் மிகமிகச் சுவையான 200-க்கும் பதில்களை 'கலைஞரின் நகைச்சுவை நயம்' என்ற தலைப்பில் தொகுத்து வழங்குவதில் நக்கீரன் பதிப்பகம் பெருமை கொள்கிறது.

இவற்றை அண்ணா அறிவாலயம், சட்டமன்ற நூலகம், பல ஆண்டுகால 'முரசொலி' இதழ்களைப் படித்து குறிப்பெடுத்துத் தொகுத்து தந்திருக்கிறார் கவிஞர் தெய்வச்சிலை! அவரது கடுமையான முயற்சிக்கு எமது நன்றி! இதில் குறிப்பிடத்தகுந்த விஷயம் கவிஞர் தெய்வச்சிலை அவர்கள் இன்றைக்கும் எம்.ஜி.ஆரை உயிரென நேசிப்பவர். அதேசமயம் கலைஞரின் தமிழை தாயளவு மதிப்பவர்.

-பதிப்பாசிரியர்

முன்னுரை

எனது கை மணக்கிறது

கலைஞர் தமிழ் மண்ணின் ஒளி சிந்தும் பூரண நிலா! விடுதலை ஆற்றுக்குத் தோள் கொடுக்கும் நெடிய இமயமலைச் சிகரம்! வீரம் விளைந்த தமிழ் இனத்தை வளைத்துக் காவல் நிற்கும் சீனப்பெருஞ்சுவர்! நீதிக்கு அன்னையின் அடிவயிறு, அநீதிக்குப் புதைகுழி! அழுது ஏங்கும் அன்புத் தமிழ் முகங்களின் கண்ணீர் துடைக்கும் அன்புக்கரம்! அழுந்திப் போராடும் நெஞ்சங்களுக்கோ இளைப்பாறிக் களைப்பாற வாய்த்த ஆலமரம், ஓராயிரம் பூங்குயில்கள் ஒன்றுசேர்ந்து இசைத்துப் பாடினாலும் அதையும் மிஞ்சும் வண்ணம் "உடன்பிறப்பே" என்றழைக்கும் உன்னதத் திருவாய்! இன்று முட்களில் நடந்து மக்களைக் கவனிக்கும் முதல்வர்!

உலகில் முதலில் தோன்றிய நம் பைந்தமிழ் மொழியை! நம் செந்தமிழ் மொழியை- நம் மாத்தமிழ்மொழியை- நம் முத்தமிழ் மொழியை- நம் வண்டமிழ் மொழியை- நம் தண்டமிழ் மொழியை- நம் கனித்தமிழ் மொழியை- நம் மணித்தமிழ் மொழியை- நம் கொஞ்சு தமிழ் மொழியை- நம் விஞ்சு தமிழ் மொழியை இன்று வளர்க்கும் தலைவர்கள் நாட்டில் நிரம்பப் பேருண்டு. ஆனால் காக்கும் தலைவர்கள் யாருண்டு எனத் தேடிப் பார்த்தால், ஒருவர் மட்டும் தெரிகின்றார். இன்று உயர்தனிச் செம்மொழியாக அதனை உயர்த்திய அவர்தான், 'கலைஞர்' அவர்கள்.

மண்ணுக்கும், மொழிக்கும், கலைக்கும், இலக்கியத்திற்கும், அரசியலுக்கும் மகுடம் சூட்டியவரும், அவற்றால் மகுடம் சூட்டப்பட்டவரும் என இந்தியத் துணைக் கண்டத்தில் ஒருவர் உண்டென்றால், அவர்தான் 'கலைஞர்' ஆவார்.

"சொலல்வல்லன் சோர்விலன் அஞ்சான், அவனை இகல்வெல்லல் யார்க்கும் அரிது" என்றார் வள்ளுவப் பெருமான். அந்த அற்புதவாக்கு முற்றிலும் ஒருவருக்கு மட்டுமே பொருந்துகிறதென்றால் அவர்தான் நம்முடைய கலைஞர்.

"தனது பேச்சுவன்மையால், பிறரை வசீகரிக்கும் முழுமையான திறன் எவரிடத்திலும் இல்லை" என்றார் பெர்னாட்ஷா. "பேச்சாளர்கள் நல்ல செயல்வீரர்கள் அல்ல" என்றார் ஷேக்ஸ்பியர். இவர்கள் இருவரின் கருத்துக்களையும் குப்பைமேட்டிற்கு அனுப்பிவைத்த திறன் தந்தை பெரியார், பேரறிஞர் அண்ணா, டாக்டர் கலைஞர் ஆகிய மூவருக்கு மட்டுமே உண்டு என்பதில்

இருவேறு கருத்துக்களுக்கு இடமே இல்லை.

முன்னவர் மடமையைக் கொளுத்தியவர். பின்னவர் அறிவுடைமையைப் பரப்பியவர். மூன்றாமவரோ மேற்கண்ட இருவரின் பணிகளை ஒல்லும் வகையில் உயர் பணிகளைச் செய்து வருபவர்.

சுயமாகச் சிந்திக்கச் சொல்லி பகுத்தறிவை நாடி பயனற்ற பழமைகளைச் சாடி இலட்சிய தீபத்தை ஏற்றியவர் தந்தை பெரியார். அதை உலகுயர உயர்த்திப் பிடித்தவர் பேரறிஞர் அண்ணா. அதை அணையாமல் காத்து நிற்பவர் கலைஞர்.

புதையுண்டு போக வேண்டிய சிறுமைகளையெல்லாம் புட்டுப் புட்டு வைத்தவர் பெரியார். புதையுண்டு போகவிருந்த பெருமைகளுக்கெல்லாம் புத்துயிர் தந்தவர் அண்ணா. வதையுண்டு, வகை கெட்டு வாடியவர்களுக்கெல்லாம் நல்ல வழிகாட்டியாய் திகழ்பவர் கலைஞர்.

நலிந்து, மெலிந்து, சோர்ந்து, குமைந்து போன பரிதாபத்துக்குரிய தமிழ்ச் சமுதாயம் இளைப்பாறிக் களைப்பாற இயக்கங்கள் எனும் அத்தாணி மண்டபங்களை அழகாகக் கட்டி வைத்த ஆற்றல்மிக்க சிற்பிகள்தான் அவர்கள்.

தந்தை மற்றும் தமையன் மறைவிற்குப் பின்னர், பிறந்த பூமிக்காகத் தன்னையே அர்ப்பணித்து நாளும் உழைத்து வருபவர் கலைஞர். அறுபது ஆண்டுகளுக்கு மேலாக தலைவர் கலைஞர் அவர்களது பேச்சில்- எழுத்தில் அனல் பறக்கும்- கனல் தகிக்கும் என்பதை நாடு நன்றாகவே கண்டுள்ளது.

அவரது உரைகள் சிற்றெறும்பின் உடம்பில், சிறுத்தையின் ரத்தத்தைச் சீறிப் பாய்ச்சும் வல்லமை கொண்டது.

அவை சரிந்து கிடந்த சருகுகளின் சாவையே தடுக்கும் வரம் கொண்டவை.

தொலைந்து போன வாழ்வைத் தோண்டிக் கொடுக்கும் திறன் வாய்ந்தவை.

அவை அரசியலின் அழுக்கை அப்புறப்படுத்தச் சுடு எழுத்துக்களைச் சுமந்து வரும் தோணியாக உருவெடுத்தவை.

அவை பாட்டு மழை பொழிந்த மேடையிலெல்லாம் பேச்சு மழை பொழிய வைத்தவை.

முடியாட்சியில் வாளுக்கு வலிமை, குடியாட்சியில் பேனாவுக்கு மட்டுமே உண்டென்பதை உணர்த்தியதும் அவைதான்.

ஆண் எழுத்துக்களை மட்டுமே உச்சரித்து அச்சடித்துக் கொண்டதால், உடன்பிறப்புகளுக்கான மடல்களின் காகிதத்தைக்கூட கர்வம் கொள்ளச் செய்தவை அவை!

கதகதப்பான கட்டுரைகள், கர்ப்பத்தில் கந்தகம் வைத்து, நரம்புகளை 'முறுக்கி' விடும் முழக்கங்கள், பொய்யின் வேரறுக்கும் அனல் கக்கும் பேருரைகளின் அணிவகுப்பு- இவைதான் கலைஞரின் மறுபதிப்பாகும்.

எனினும், அவர்தம் பேச்சில், "சிரிக்கும் சக்தி படைத்தது மனித இனம் மட்டுமே" என்ற வாக்கிற்கேற்ப, நகைச்சுவையுணர்வும் காலந்தோறும் மிளிர்ந்து கொப்புளித்து நிற்பதையும் நாம் காணலாம். அவரது நகைச்சுவைத் துணுக்குகள் எல்லாம் கணநேரத்தில் வெளிப்பட்டு, பரவசத்தில் ஆழ்த்தும் தன்மை கொண்டதெனினும், ஆயிரமாயிரம் வீரத்தழும்புகளையும், வெற்றிகளையும் சமநோக்கில் ஒருசேர பாவித்து, தனது நிலைப்பாட்டிலிருந்து சிறிதும் வழுவாமலும், இதயத்தை இறுக்கமாக்காது, இலகுவாக்கி, ஈர உணர்வுகளோடு, இயல்பாக அதனைச் சொல்வதென்பது கலைஞர் அவர்கட்கு மட்டுமே உரித்தான மேன்மைச் சிறப்பாகும். அதனால்தான், உலகெங்கும் வாழும் தமிழ் நெஞ்சங்களிலெல்லாம் நீக்கமற நிறைந்துள்ள கலைஞரின் சிறப்பிற்கு முத்தமிழ் மட்டுமின்றி, நான்காம் தமிழாக 'நகைச்சுவைத் தமிழும்' இன்று புதிய பரிணாமம் பெற்று விட்டது என்றே சொல்லலாம்.

'திருப்புகழின்' தேனான பாடல்கள் சிலவற்றைக் கண்டெடுத்துத் தொகுத்து கையடக்க நூலாக வெளிவந்துள்ளதைப் பார்த்துள் ளோம்...

'திருவருட்பாவின்' தித்திக்கும் முக்கிய பாடல்களும் அவ்வாறே சிறுநூலாக வெளிவந்திருப்பதைக் கண்டிருக்கிறோம்; சுவைத்திருக்கிறோம்.

அந்த வகை நூல்தான் இந்த நூல். பல்வேறு மேடைகளில், மாநாடுகளில், கவியரங்கங்களில், அன்றாட செயல்பாடுகளில் என மாண்புமிகு முதல்வர் முத்தமிழ் அறிஞர்- முனைவர்- டாக்டர் கலைஞர் அவர்களின் இயல்பான- ஆனால், கணப்பொழுதில் வெடித்தெழும்பிய நகைச்சுவைத் துணுக்குகளை மாலையாகத் தொகுத்துள்ளேன்.

இந்த மாலைத் தொகுப்பைப் பொறுத்தமட்டிலும் நான் ஒரு பூக்கடைப் பணியாளன்தான்.

தகுதிமிக்க, தன்னலமற்ற தலைவனின் பெயரையும், பெருமைகளையும் உச்சரித்துக் கொண்டே பூத்த நகைச்சுவைப் பூக்களையெல்லாம் நான் இந்த நூலில் கட்டியுள்ளேன். முதலில் என் கை மணத்தது; பின் நானும் நறுமணம் பெற்றேன்.

இந்தத் தொகுப்பு- சிதறிக் கிடந்த- ஆனால் வாடாமல்

வதைபடாமல் இருந்த இருநூறுக்கும் மேலான உதிரிப்பூக்களால் தொடுக்கப்பட்டதென்பதால், பலதரப்பட்ட அற்புதமான வாசனையினை உணரலாம்; நுகரலாம்; பேரின்பம் அடையலாம்.

இது அவரது வாழ்க்கை வரலாறு அல்லவென்றாலும், அவரது கனிவுள்ளத்தை- இளகிய மனத்தை தொண்டர்க்குத் துடிதுடிக்கும் ஒரு தொண்டுள்ளத்தைப் பார்க்க முயலுகிற ஒரு ஓரக்கண் சிமிட்டல்தான்.

தன் முதல் சம்பளப் பணத்தில் தாய்க்கும், தந்தைக்கும் புதுத்துணிகளை வாங்கி, அவர்களுக்கு அணிவித்த நிறைவான மகிழ்ச்சியே இந்தத் தொகுப்பை நான் தொகுத்து முடித்ததும் என்னுள் ஏற்பட்டது.

இந்தச் சிறப்பான பணிக்கு வழிகாட்டி உதவிய மூத்த பத்திரிகையாளர் அய்யா சின்னக்குத்தூசி அவர்களுக்கும், 'ரைசிங்சன்' வார இதழின் பொறுப்பாளர் அன்புச் சகோதரர் ஜெகதீசன் அவர்கட்கும், புதையல், முரசொலி, சட்டப்பேரவை நடவடிக்கைக் குறிப்புகள் என இந்த நூலுக்குத் துணை நின்ற ஆவணங்களை அன்புடன் அளித்து கனிவு காட்டிய அறிவாலய நூலகப் பொறுப்பாளர் அண்ணன் சுந்தர்ராசன் அவர்கட்கும் நெஞ்சார்ந்த நன்றியினைச் சமர்ப்பிக்கக் கடமைப்பட்டுள்ளேன்.

எல்லாவற்றிற்கும் மேலாக, என்மீது பெரும் நம்பிக்கை கொண்டு, இந்த அற்புதமான புனிதப் பணியில் எனக்கு வாய்ப்பளித்து, கலைஞர் அவர்களின் 'நகைச்சுவைப் புராணத்தை இயன்றவரை தொகுத்து நூலாக ஆக்கிட, பணித்துப் பின் கட்டிய மாலையை அவ்வப்பொழுது சரிபார்த்து, என்னை உச்சிமுகர்ந்து மெச்சிப் பாராட்டியதோடு, எனக்கு நாளும் ஊக்கம் அளித்து வரும் புகழின் புகழான நெஞ்சுரம் கொண்ட பெருந்தகையான 'பொடா நாயகன்' அண்ணன் நக்கீரன்கோபால் அவர்கட்கு எனது நன்றியினைச் சமர்ப்பிக்கின்றேன். தவிர, இடைவிடாது ஆக்கமும் ஊக்கமும் அளித்துவரும் 'ஓம் சரவணபவ', 'பாலஜோதிடம்', 'சினிக்கூத்து', 'இனிய உதயம்', 'பொது அறிவு உலகம்' ஆகிய வெளியீடுகளின் பொறுப்பாசிரியர் சகோதரர் மா.முருகன் அவர்கட்கும் எனது நன்றியினைச் சமர்ப்பிக்கக் கடமைப் பட்டுள்ளேன்.

–முகவைக் கவிஞர் தெய்வச்சிலை, எம்.ஏ.,

கலைஞர்...!

அஞ்சுகத் தாயின்
அருமை மைந்தனுக்கு
ஆயிரமாயிரம்
பட்டங்கள்...
ஆயினும்...
கலைஞர்... என்ற இந்தப்
பெயரில்தான்
எத்தனை
இனிமை, இளமை,
வளமை, புதுமை,
பெருமை, பொறுமை.

இது...
தமிழ்மண்ணின்
பெருமையை
தரணியெங்கும் பரவச்
செய்த
தன்னிகரற்ற
தன்னலமற்ற
தலைவனின் பெயர்...
கலைஞர்!

இது...
பகுத்தறிவுத் தந்தை
பெரியார் பெருமை
கொண்ட
பெரும்படையாம்
இனமான அணியில்,
தென்றலாய்ப் புகுந்து,

அதிகாரப் பேய்களை
அடித்து விரட்டிட
புயலாய் மாறிய
புகழின் புகழான
பேரறிஞர் அண்ணா கண்டெடுத்த
நண்பர்களற்ற ஏழைகளின் நண்பர் பெயர் கலைஞர்!
(Friend of the unfriended poor)
இது...
துப்பாக்கித் துரைத்தனத்திற்குத்
துளியும் அஞ்சாது
சர்க்காரியா அறிக்கை
சர்க்கரை பேர அறிக்கைகளுக்குச்
சாவுமணி அடித்து,
எமர்சென்சி காலமாகினும்
எவர் கரன்சி காலமாகினும்
தியாக உடன்பிறப்புகளைக் காத்து நிற்கும்
திருவாரூரின் ஏ.கே.47-ன் பெயர்... கலைஞர்!

இது...
கொடி தாங்கிய உடன்பிறப்புக்களை
மடியில் தாங்கி
மகுடம் சூட்டி அழகு பார்க்கும்
மமதையில்லா மன்னவரின் பெயர்... கலைஞர்!

இது...
புல்லுக்கும் அஞ்சிப்
புரையோடிப் போகவிருந்த
கழகத் தம்பிகளைத் தன்
சொல்லுக்குள் நிறுத்தி
சொக்க வைத்த சுந்தரமயமான பெயர்...
கலைஞர்!
இது...

பல்லக்குச் சுமந்தவனைப் பாதியில்
தொல்லைக்கு ஆளாக்கிவிட்டு
பறந்தோட நினைக்காத நல்ல
பண்பாளரின் பெயர்...
கலைஞர்!

இது...
சோதனைத் தீ
சுற்றி எரிந்த போதிலும்
சுடர்விட்டு எழுந்த
சொக்கத் தங்கத்தின் பெயர்...
வேதனைத் தீ
வேண்டுமட்டும் எரித்தபோதும்
சாதனை அணிகளின்
சங்கமத்தின் பெயர்... கலைஞர்!

இது...
வலிதாங்கி
வடுதாங்கி
முள்முடி தாங்கி
முனகி நின்ற பலருக்கு
சுமைதாங்கியாய்
இடிதாங்கியாய் உதித்த
இன்பத் தமிழகத்தின்
இணையற்ற நாயகன் பெயர்...
கலைஞர்!

இது...
குட்டரோகங் கண்டு, எவரும்
குட்டாமலே
குனிந்து வளைந்து
முறிந்து போன

பட்டமரங்களுக்குப்
பட்டாபிஷேகம் செய்து வைக்கும்
பகுத்தறிவுச் சூரியனின் பெயர்... கலைஞர்!

இது...
தங்களது
மூளையை மாத்திரம்
நம்பிச் செல்பவர்களுக்கு
அவர் ஒரு
கடினமான கணக்கு...
அவரது
இதயத்தை மட்டும்
நம்பிச் செல்பவர்களுக்கு
அவர் ஒரு
புதுக்கவிதை...!
கணக்காகவும்
கவிதையாகவும்
காலம் நமக்களித்த
கருணைக் கொடையின் பெயர்தான்... கலைஞர்!

இது...
மன்னிப்பு என்பதே
மழுங்கி மங்கிப் போன
மானுட உலகில்,
வசை பாடுவதையே
வாடிக்கையாய்க் கொண்ட
வாய்களுக்கும்
வாஞ்சையோடு உணவளித்து
மன்னிப்பதில்
மனித தேவனாய் நிற்கும்
மகத்துவத்தின் பெயர்... கலைஞர்!
இது...

அணைத்த கரங்கள் பிரிவதும்,
விலகிய கரங்கள் கோர்ப்பதும்,
அரசியலில் உண்டே தவிர
நட்புக்குக் கிடையாதென்பதற்கு
நல்லதோர் உதாரணமானதுடன்;
பதவியும், புகழும்
தேடி வந்தாலும்
விலகிச் சென்றாலும்;
நிற்கும் போது இருக்கும் பலம்
அமரும் போதும் இருக்குமென்பதை
அழுத்தமாகக் காட்டிவரும்
அர்த்தமுள்ள அரசியல் குருவின் பெயர்... கலைஞர்!

நாடுதோறும்
நாவன்மை சிறக்க,
சட்டமன்றத்தில்
சண்டாளர்களைத் தோலுரித்து,
சந்தன வரிகளுக்குக்
கந்தகம் பூசவும்,
கந்தக வரிகளுக்குச்
சந்தனம் பூசவும்,
சொற்சிலம்பம் ஆடிவரும்
சிந்தை அள்ளும் திறன் படைத்த
விந்தை மனிதருக்குப் பெயர்... கலைஞர்!

இது...
ஆட்சிக் கட்டிலில் -முதல்
அமைச்சர் பதவியினைத் தனது
தகுதியால் மட்டுமே இயக்கி, எவர்
தயவாலும் இயங்க நினைக்காத
தன்மானத் தமிழனுக்குப் பெயர்... கலைஞர்!
(எனப் பல... பல... பல...வென பட்டியல் நீண்டு

கொண்டுதான் இருக்கு)

இறுதியில்
கங்கையைக் கடக்க உதவிய
குகன் ஐவரானான்;
கடலைத் தாண்ட உதவிய
அனுமன் அறுவரானான்.
கர்மவினைத் தீர்க்க வந்த
விபீசணன் எழுவரானான்- இவர்கள்
காவியத்தில் நட்பு கொண்ட
காலம் நாளிகைகளும் நாட்களுமேதான்
என்றாலும்
தம்பியர்களாகி விட்டனர்... (அப்படியென்றால்)
பிறந்த மண்ணுக்கும், மொழிக்கும்
பெருமை சேர்க்க
அறுபது ஆண்டுகளுக்கு மேலாய்
அயராது உழைத்து
கலைஞருக்கு என்ன பெயர் சொல்வது?
தம்பியருள் தலையான தம்பியா இல்லை
தலை கொடுத்தான் தம்பியா? உஹூம்... உஹூம்
வேறு எப்படி?...
உலகில் இவர் போன்றதொரு
உடன்பிறப்புகளுக்காக
உயிரையே அர்ப்பணித்துள்ள
உன்னதத் தம்பி இருந்தால்,
அவருக்குப் பெயர்
கலைஞரென்றே சொல்லலாம்!
தம்பியருள் தலையான தம்பியென்றால்
தமிழில் "கலைஞர்" என்றேஅர்த்தமாகும்!

முகவை கவிஞர் தெய்வச்சிலை, எம்.ஏ.,

ஆணா, பெண்ணா?

2007 புத்தாண்டு பிறந்த நாளில், சி.ஐ.டி. காலனியில் உள்ள கலைஞரின் வீட்டில் பூங்கொத்துகளுடன் காத்திருந்தனர் பல துறை வி.ஐ.பி.க்கள். காலை 10 மணி வாக்கில் வந்தார் இயக்குநர் பாக்யராஜ். பல குறும்பு படங்களை இயக்கி வெற்றி பெறச் செய்த அவர், 'வாட்' வரி தொடர்பான குறும்படம் ஒன்றை இயக்கியுள்ளார். அரசாங்கத்தின் பிரச்சாரப் படமான அதனை, புத்தாண்டு தினத்தில் முதல்வரிடம் போட்டுக் காண்பிக்க வேண்டும் என்ற ஆவலுடன் வந்திருந்தார் இயக்குநர்.

கலைஞரின் வீட்டில் உள்ள டி.வி.யிலேயே படம் பார்க்க ஏற்பாடானது. குறும்பட குறுந்தகட்டை தன் பேரனும் கனிமொழியின் மகனுமான ஆதித்யனிடம் கொடுத்து 'டெக்'கில் போடச் சொன்னார் முதல்வர்.

சிறுவன் அதனைப் போட்டுவிட்டு, ரிமோட்டை இயக்கியபோது டி.வி.யில் படம் தெரியவில்லை. "தாத்தா... டி.வி. 'ஆன்' ஆகலை" என்று ஆதித்யன் சொல்ல, "ஆன் ஆகலையா... அப்படின்னா டி.வி. 'பெண்' ஆயிடுச்சா?" என்று கலைஞர் கேட்க, பாக்யராஜ் உள்பட அனைவரது சிரிப்பொலியாலும் அந்த இடம் கலகலப்பானது.

அந்தக் காலத்தில் இப்படிப் படித்திருந்தால்...

15-12-2006 அன்று சென்னை, கலைவாணர் அரங்கில், கவிப்பேரரசு வைரமுத்துவின் 'கருவாச்சி காவியம்' நூல் வெளியீட்டு விழா, முதல்வர் கலைஞர் அவர்கள் தலைமையில் நடைபெற்றது. விழாவில் இறுதியுரையாற்றிய தலைவர்,

"இந்தக் காவியம், ஆனந்த விகடனில் தொடர்கதையாக வெளிவந்தபோதே, வாரந்தவறாமல் படித்து வந்தவன் நான். எனவே, இதன் முழுக்கதையையும் நான் நன்கு அறிந்தவன். இது புத்தகமாகி என் தலைமையில் அதன் வெளியீட்டு விழா நடைபெறுகின்ற காரணத்தால், சில குறிப்புகளை எடுக்கும் முகத்தான், அதனை இருநாட்கள் தொடர்ந்து படித்து வந்தேன். அப்போது என் துணைவியார், 'இந்தப் புத்தகத்தை இப்படி விழுந்து விழுந்து படிக்கிறீர்களே, இதனை அந்தக் காலத்தில் செய்திருந்தால், ஒரு பி.ஏ. பட்டமாவது கிடைத்திருக்குமே' என்றார் எனக் குறிப்பிட்டதும், கலைவாணர் அரங்கின் உள்ளும் புறமும் அமர்ந்திருந்த பல்லாயிரம் மக்களின் சிரிப்பொலியாலும், கரவொலியாலும் அரங்கின் மதிற்சுவரில் ஒரு கீறல் விழுந்து விட்டதாம்.

இது அடங்குவதற்குள், கலைஞர் மீண்டும் தொடர்ந்தார். "ஒருவேளை நான் படித்து பி.ஏ. பட்டம் வாங்கியிருந்தால், இந்த அரசில் ஒரு குமாஸ்தாவாகத்தான் இருந்திருப்பேன்" என்றதும், அங்கே கூடியிருந்த மக்களின் கரவொலி சட்டமன்ற உறுப்பினர்களின் புதிய விடுதியையும் தாக்கியுள்ளதாம்.

பெரியாரும்- பெரியாறும்

டாக்டர் கலைஞர் அவர்கட்கு மதுரைப் பல்கலைக்கழகம், 'முனைவர்' பட்டம் வழங்கிச் சிறப்பித்த அன்று, (16-12-2006) மதுரையில் நிருபர்கள் அவரைப் பேட்டி கண்டனர். அப்போது பெரியாறு அணை குறித்து நிருபர் ஒருவர் கேட்டபோது,

கலைஞர் அவர்கள், "பெரியாரைப் பற்றிப் பேசிக் கொண்டிருக்கும் போது, ''பெரியாறு'' பற்றி கேட்கிறீர்கள். ''முல்லைப் பெரியாறு'' என்று கேளுங்கள் என்றார். (நிருபர்கள் கூட்டத்தில் சிரிப்பொலி).

மீண்டும் ஒருவர் பேட்டியின் இறுதியில், சசிகலா கணவர் நடராசன் வழக்கு ஒன்றிற்காக, உங்களை ரகசியமாகச் சந்தித்ததாகக் கூறப்படுகிறதே எனக் கேட்டபோது,

''நீண்ட நேரம் பேட்டி கொடுத்தால், இப்படித்தான் கேள்வி கேட்பீர்களோ'' என்று பலத்த சிரிப்புடன் பதில் அளித்தார். நிருபர்களும் சிரிப்பில் கலந்தனர்.

அடுத்த கட்ட நடவடிக்கை

1997-ம் வருடம் சந்தன வீரப்பனால் 9 வனத்துறை ஊழியர்கள் கடத்தப்பட்டு, அதன் தொடர்ச்சியாக அவர்களை மீட்க நக்கீரன் ஆசிரியர் அரசு தூதராக நியமிக்கப்பட்டு வீரப்பனுடன் பேச்சுவார்த்தை நடத்திக் கொண்டு இருக்கும்போது 21-7-1997 அன்று தமிழக முதல்வர் கலைஞரும், கர்நாடக முதல்வர் ஜே.ஹெச்.பட்டேலும் சென்னையில் பத்திரிகையாளர்களைச் சந்தித்து, நக்கீரன் ஆசிரியரிடமிருந்து வந்த மீட்பு முயற்சி பற்றிய தகவல்களைக் கூறிக் கொண்டிருந்தனர்.

அதில் நிருபர்கள், பிரச்சனையை வலுவாக்கும் விதமாக கேள்விகள் கேட்க ஆரம்பித்தவுடன், பேட்டியை முடிவுக்குக் கொண்டுவர நினைத்த கலைஞர் எந்தவித கோபமும் இன்றி சமயம் பார்த்துக் கொண்டிருந்த நேரம்... ஒரு நிருபர், உங்களுடைய அடுத்த கட்ட நடவடிக்கை என்ன? என்று கேட்க, உடனடியாக கலைஞர் "அடுத்த கட்ட நடவடிக்கை எல்லோரும் சாப்பிட செல்லவேண்டியதுதான்" என்று கூறினார்.

(மதிய உணவை மறந்து, நிருபர்கள் சிரித்து கலகலப்பாகினர்).

அந்த ஆண்டவன் வந்தால் இந்த ஆண்டவனும்...

ஒருசமயம், இந்து முன்னணித் தலைவர் இராம.கோபாலன் அவர்கள், சென்னையில் நடக்கவிருந்த விநாயகர் ஊர்வலத்தைத் துவக்கி வைக்க கலைஞர் அவர்களை நேரில் சென்று அழைத்திருந்தார். தலைவர் அவர்களின் நிலைப்பாட்டை நன்கு உணர்ந்திருந்தும், இராம.கோபாலனின் அழைப்பு ஒருவகையில் விஷமத்தனம் என்பது அங்கே உடனிருந்த அனைவருக்கும் பட்டது.

எனினும், கலைஞர் அவர்கள் தனக்கே உரித்தான பாணியில், "உங்கள் ஆண்டவன் நேரில் இந்த ஊர்வலத்தில் கலந்து கொண்டால், இந்த ''ஆண்ட''வனும் நிச்சயம் கலந்து கொள்வார்'' என்றார் நகைத்தபடி.

(சிரிப்பே அறிந்திராத இராம.கோபாலனும், அன்று மற்றவர்களோடு, கலைஞரின் 'நகைச்சுவையை' ரசித்து மகிழ்ந்தாராம்).

தென்னங் கன்றுதானே!

ஒப்பற்ற தலைவர் கலைஞரைப் பெற்ற, அஞ்சுகத் தாயின் நினைவிடத்தைத் தலைவர் அவர்களின் இளமைக்கால நண்பரும், திருவாரூர் நகராட்சியின் பெருந்தலைவருமான, திருமிகு.தென்னன் அவர்களின் புதல்வர்தான் தற்போது பராமரித்து வருகிறார். சமீபத்தில் கலைஞர், அன்னைக்கு அஞ்சலி செலுத்த அங்கே சென்றபோது, அந்த நினைவிடம் பூஞ்சோலையாகக் காட்சியளித்தது. கலைஞர், அந்தக் குமாரர் மீது பார்வையைச் செலுத்திய போது, அதைப் புரிந்து கொண்ட அவர், நினைவிடத்தில் மலர்ந்து காட்சியளித்துள்ள மலர்கள் ஒவ்வொன்றின் பெயரையும் சொல்லிக் கொண்டே வந்தார். பின்னர், வளரும் நிலையில் உள்ள மரங்களைப் பெயரிட்டு,

"இது பலாக்கன்று, இது மாங்கன்று, இது வேப்பங்கன்று, இது தென்னங்கன்று" எனச் சொல்லி முடிப்பதற்குள், கலைஞர் இடைமறித்து, "ஓ! இது நீ தானா" எனக் கேட்க, அவரோ, தன்னை மரத்தோடு தலைவர் ஒப்பிடுகிறாரே என திருதிருவென விழிபிதுங்கி நின்றார்.

உடனே கலைஞர், "உன் அப்பா தென்னன்தானே. பின் நீ தென்னங்கன்று இல்லாமல் வேறு என்னவாம்" என நகைத்தவாறே தெரிவித்தார். அப்போது, தென்னன் புதல்வரோடு, தலைவரோடு வந்தவர்களும் மனம் விட்டு சிரித்தபோது, அங்குள்ள பூஞ்செடி, கொடி, மலர்கள், மரக்கன்றுகளும் அசைந்தாடி தங்கள் மகிழ்ச்சியைத் தெரிவித்ததைக் கலைஞர் கவனித்துக் களிப்புற்றாரென்ற செய்தி ஒருபுறம் இருந்தாலும், தன் ஆசை மகனின் கணநேர நகைச்சுவை நயத்தை உச்சிமோந்து பாராட்ட நேரில் வெளிவர வாய்ப்பில்லையெனினும், ஆயிரமாயிரம் விழுப்புண்களையும், வெற்றிகளையும் கண்ட தனது செல்வமகன், தனது நிலையிலிருந்து சிறிதும் வழுவாமல், இதயத்தை இறுக்கிக் கொள்ளாமல், இலகுவாக்கி, ஈர உணர்வுகளோடு நகைப்பூட்டும் திறனை, துயில் கொண்டவாறே அன்னையார் ஆசீர்வதித்தாராம்.

BROAD தான்- FRAUD அல்ல...!

த.மா.கா.வும், தி.மு.க.வும் தேர்தல் உடன்பாடு செய்து கொண்ட நேரம். கலைஞர் பத்திரிகையாளர்களைச் சந்தித்தபோது:-

ஒரு நிருபர்: இரு கட்சிகளுக்கிடையிலான தேர்தல் உடன்பாடு எப்படி அமைந்தது?

கலைஞர்: "பிராடு" தான்... "பிராடல்ல..."

நிருபர்கள் அனைவரும் குழப்பமுற்று, எழுதுவதை நிறுத்திக் கொண்டு, கலைஞரை நிமிர்ந்து நோக்கினார்கள். அதனைப் புரிந்து கொண்டு, உடனடியாகவே கலைஞர்,

"நான் முதலில் குறிப்பிட்டது BROAD, பின்னர் குறிப்பிட்டது FRAUD, இரண்டிற்கும் தமிழ் உச்சரிப்பு "பிராடு தானே" என்றார்.

(தமிழில் மட்டுமல்ல, ஆங்கிலத்திலும், நான் பாண்டியத்துவம் கொண்டுள்ளேன் என்பதைச் சொல்லாமல் சொல்லிக் காட்டிய கலைஞர் அவர்களின் சொல்நயத்தைப் புரிந்து கொண்டு, நிருபர்கள் சிரிப்பில் கலகலப்பானார்கள்).

நல்ல "பிளான்" தான்

நடிகர் விஜயகாந்த்தின் திருமண மண்டபம் கோயம்பேடு, நூறடி சாலையில் அமைந்துள்ளது. போக்குவரத்து நெரிசலைக் குறைக்கும் முகத்தான், அங்குள்ள நாற்சந்திப்பில் தேசிய நெடுஞ்சாலையில், ஒரு மேம்பாலம் கட்டுவதென மைய அரசு முடிவு கண்டு அறிவிப்பையும் வெளியிட்டது. இதனால், நடிகரின் திருமண மண்டபத்தின் ஒருபகுதி இடிக்கப்பட வேண்டிய சூழல் உருவானது. அதற்கென, அரசு இழப்பீட்டுத் தொகை வழங்கப்படும் என மத்திய அமைச்சர் திருமிகு.டி.ஆர்.பாலு அவர்களால் தெரிவிக்கப்பட்டது. ஆனாலும், கட்டிடத்தை இடிப்பதற்கு, விஜயகாந்த் தொடர்ந்து ஆட்சேபணைகளை எழுப்பியும், இது பழிவாங்கும் போக்கு என மத்திய அமைச்சருக்கெதிராக அறிக்கைகளும் வெளியிட்டும் வந்தார். இந்நிலையில் ஓய்வுபெற்ற ஒரு நெடுஞ்சாலைத்துறை பொறியாளரின் உதவியோடு, பாலத்திற்கான ஒரு மாற்றுவரைபடத்தோடு, கலைஞர் அவர்களை மைய அரசிடம் பரிந்துரைக்க ஏதுவாக, நேரில் சந்திக்க அவர் சென்றார்.

கலைஞர் அவர்களை அவர் தம் இல்லத்தில் சந்தித்து பாலத்திற்கான புதிய வரைபடத்தை காண்பிக்க அவர் முயன்றபோதே, கலைஞர் அவர்கள், "ஏதோ ஒரு பிளானோடு தான் இந்தப் பிளானை எடுத்து வந்திருக்கிறீர்கள் போலும்'' என நகைத்தபடி சொன்னதும், தலைவரை நன்றாகவே புரிந்து வைத் திருந்த விஜயகாந்த்தும், சிரிப்பில் மூழ்கினாராம்.

கவிதை எனக்குத் தெரியாது!

ஒரு கவியரங்கத்தில் கலைஞர் அவர்களின் முன்னுரை:

எனக்குக் கவிதை தெரியாது. கவிதையில் 'க' போனால் 'விதை'யாகும். ஆம் எத்தனையோ எண்ணங்கள் கவிதை நூல் மூலம் விதைக்கப்படுகின்றன.

இந்தக் 'கவிதை'யில், 'வி' போனால் 'கதை'யாகும். ஆம், எத்தனையோ கதைகள் இந்தக் கவிதை நூலில் உருவாக்கப்படுகின்றன.

இந்தக் கவிதையில், 'தை' போனால் 'கவி'யாகும். ஆம், கவிதானே கவிதையை எழுத முடியும்.

எனினும், எனக்குக் கவிதை தெரியாது.

-(இப்படித் துவக்கவுரையிலேயே, பார்வையாளர்களை மட்டுமல்ல, மேடையில் அமர்ந்த புலவர் பெருமக்களையும் கலைஞர் அசத்தி அமர்ந்தார்).

இப்பவாவது ஒப்புக் கொண்டாரே... நன்றி...!

கலைஞர் அவர்கள் 5-வது முறையாக முதல்வர் பொறுப்பில் அமர்ந்த பின்னர் சமர்ப்பிக்கப்பட்ட நிதிநிலை அறிக்கையின் மீதான விவாதம். 1-8-06 அன்று சட்டப்பேரவையில் நடந்தபோது:-

ஜெயலலிதா: முதலமைச்சர் அங்கிருந்து நான் எழுதிக் கொண்டு வந்திருப்பதாக கூறிக் கொண்டிருக்கிறார். இப்படிச் சொல்வீர்கள் என்பது தெரியும். அதனால்தான் என் கைப்படவே எழுதிக் குறிப்புகளைக் கையோடு கொண்டு வந்திருக்கிறேன். இந்த உரை யாரோ எழுதிக் கொடுத்ததல்ல.

(உடனே) கலைஞர்: அம்மையார் அவர்கள் பேசும்போது, இந்த முறை யாரோ எழுதிக் கொடுத்ததல்ல என்று சொல்லி யிருக்கிறார்கள். இதுவரை யாரோ எழுதிக் கொடுத்துப் படித்ததை ஒப்புக் கொண்டதற்கு நன்றி...

(என முடிப்பதற்குள் சபை ஆரவாரத்தில் திளைத்து சிரிப்புக் கடலில் குளித்தனராம்).

பொன்னையன் எங்கே?

சட்டப்பேரவையில், நிலமற்ற ஏழை, எளியோர்களுக்குத் தலா இரண்டு ஏக்கர் நிலம் வழங்குவது தொடர்பான நிதிநிலை அறிக்கையின் மீதான விவாதம் நடந்து கொண்டிருந்த சமயம்.

பன்னீர்செல்வம்: தி.மு.க. தேர்தல் அறிக்கையில் சொன்னது போல, 55 இலட்சம் ஏக்கர் நிலமிருந்தால் 2 ஏக்கர் நிலம் கொடுக்க முடியும். எங்கே இருக்கிறது அந்த 55 இலட்சம் ஏக்கர் நிலம்?

கலைஞர்: எங்கே இருக்கிறது அந்த 55 இலட்சம் ஏக்கர் நிலம் என எதிர்க்கட்சித் துணைத்தலைவர் கேட்கிறார்? அப்படி இருப்பதாக நிதிநிலை அறிக்கையில் படித்த பொன்னையன் இப்போது எங்கே இருக்கிறார்?

(சபை சிரிப்பில் மூழ்கியது ஒருபுறம், இந்தச் செய்தியைப் படித்த பொன்னையனும் சிரித்தபடியே கலைஞரை வாழ்த்திக் கொண்டிருந்தாராம்).

ஷேத்திரங்கள் வாழ்த்திய செய்தி

பெருந்தலைவர் காமராஜ் அவர்களின் பிறந்த நாளை முன்னிட்டு மதிய உணவில் இரண்டு முட்டைகள் வழங்கும் விழா சென்னை சேப்பாக்கத்தில் ஜூலை 2006 அன்று, கலைஞர் தலைமையில் நடந்தது. விழாவில் மத்திய நிதியமைச்சர் சிதம்பரம் அவர்களும் கலந்து கொண்டு சிறப்பித்தார்.

விழா நிறைவில் கலைஞர், "நிதியமைச்சர் ஒரு வேண்டுகோளை வைத்தார். மதுரைப் பல்கலைக் கழகத்தை கல்விக் கழகமாக கல்வியை ஆய்வு செய்கிற இடமாக ஆக்க வேண்டும் என்றார்கள். இங்கே கட்சிக் கூட்டுமல்ல. ஷேத்திரக் கூட்டும் இருக்கிறது. மதுரையும் ஒரு ஷேத்திரம், சிதம்பரமும் ஒரு ஷேத்திரம்- மதுரை ஷேத்திரத்தைக் கல்வி ஷேத்திரமாக உருவாக வேண்டுமென்று சிதம்பரம் ஷேத்திரம் கேட்டிருக்கிறது. இதை இந்த திருவாரூர் ஷேத்திரமும் ஒப்புக் கொள்கிறது".

(பார்வையாளர்கள் மட்டுமல்ல, பள்ளிச்சிறார்களும், ஷேத்திரக் கதையைக் கேட்டு சிரித்து மகிழ்ந்தனர்).

நினைவாற்றல் இல்லாமல் இருப்பதும் ஒரு வகையில் இலாபமே...

திரையுலகச் சூரியன் முதல்வர் கலைஞர் அவர்கட்கு, கலையுலகத்தின் சார்பாக, பிரம்மாண்டமான பாராட்டு விழா 24.9.06 அன்று நேரு உள்விளையாட்டு அரங்கில் நடைபெற்றது. பலரின் பாராட்டுகளைப் பெற்ற பின்னர், இறுதியில் ஏற்புரை நிகழ்த்திய டாக்டர் அவர்கள்...

"நம்முடைய சூப்பர் ஸ்டார் ரஜினிகாந்த் அவர்கள் பேசும்போது, ஞாபக சக்தியைப் பற்றிச் சொன்னார்கள். அதுபற்றி யாரோ, இங்கு புகழ்ந்து பேசிக் கொண்டிருக்கும்போது ரஜினி அவர்களிடத்திலே சொன்னேன். ஞாபக சக்தி எனக்குக் குறைவாக ஆன காரணத்தால்தான், இந்த விழாவே நடை பெறுகிறது என்று சொன்னேன். சுலபத்தில் யாரும் அதைப் புரிந்து கொள்ள முடியாது. அப்படி மர்மமான வசனம் அது. எனக்கு ஞாபகசக்தி குறைவான காரணத்தால்தான், இந்த விழாவே நடைபெறுகிறது என்று சொன்னால், கொஞ்சம் ஐந்தாறு மாதங் களுக்கு முன்பு, உங்கள் ஞாபக சக்தியை பின்னோக்கி திருப்பினால்தான், அது உங்களுக்குப் புரியும்.

(கலைஞர் பேசி முடிப்பதற்குள், நேரு உள் விளையாட்டரங்கினுள் எழுந்த கரவொலி, தலைநகரத்தையே கொஞ்ச நேரம் உலுக்கி விட்டதாம்).

ஏற்புரையா...
இல்லை... இல்லை...!

முதல்வர் டாக்டர் கலைஞர் அவர்கள் எழுதிய "சிந்தனையும் செயலும்", "காலப் பேழையும் கவிதைச் சாவியும்" என்ற நூல்களின் வெளியீட்டு விழா 3-6-06 அன்று அறிவாலயத்தில் "வெகு சிறப்பாக சர்வ கட்சித் தலைவர்கள், சான்றோர்கள் ஆகியோர் முன்னிலையில் நடைபெற்றது. இறுதியில் பேசிய கலைஞர்,

"இந்த விழாவில் ஏற்புரை என்று குறிப்பிட்டு, அதோடு இணைத்து என் பெயரையும் அழைப்பிதழில் போட்டுள்ளனர். நேரத்தைப் பார்க்கும் போது, "ஏற்புரை ஆற்றுவதா? இல்லை ஏய்ப்புரை ஆற்றுவதா?" என முடிப்பதற்குள் சோர்வடைந்திருந்த பெருங்கூட்டம் ஆரவாரத்தோடு சிரித்து மகிழ்ந்தது.

செங்கோட்டைக்கு ஏன் கோபம்?

கழக அரசின் நூறு நாள் சாதனைகளைப் பாராட்டி சர்வகட்சித் தலைவர்களும், சட்டப்பேரவையில் பேசினார்கள். சுதர்சனம் பேசுகையில்,

"கலைஞர் அரசு, இந்த நூறு நாட்களில் இமாலயச் சாதனைகளைச் செய்திருக்கிறது..." இவ்வாறு பேசிக் கொண்டிருக்கும் போது, அ.தி.மு.க. உறுப்பினர் செங்கோட்டையன் எழுந்து, சுதர்சனத்தைப் பார்த்து ஏதோ கூற, அதைத் தொடர்ந்து அ.தி.மு.க. உறுப்பினர்கள் கூச்சல் போட்டனர்.

உடனே முதல்வர் கலைஞர் எழுந்து, "செயிண்ட் ஜார்ஜ் கோட்டையின் சாதனைகளை இங்கே சுதர்சனம் சொன்னால், செங்கோட்டைக்கு ஏன் கோபம் வருகிறது?" என்றதும் சபை குபீர் சிரிப்பில் திக்குமுக்காடியது.

"சின்னப்" பிரச்சினை இல்லவே இல்லை

உள்ளாட்சி மன்றங்களுக்கான தேர்தல் தொடர்பாக, கூட்டணிக் கட்சித் தலைவர்களிடையேயான பங்கீடு பற்றி பேச்சுவார்த்தைகள் அறிவாலயத்தில் நடந்தபின், நிருபர்கள் கலைஞரைப் பேட்டி கண்டனர்.

ஒருவர்: இந்தத் தேர்தலில், முக்கிய பிரச்சினையாக எது இருக்குமென்று நீங்கள் கருதுகிறீர்கள்?

கலைஞர் (சிரித்துக் கொண்டே): வெற்றி தோல்விதான் (சிரிப்பு).

மற்றவர்: உங்கள் கட்சிகளுக்கிடையே இடப்பங்கீட்டில் 'சின்ன'ப் பிரச்சினைகள் இருப்பதாகச் சொல்லப்படுகிறதே?

கலைஞர்: 'சின்ன'ப் பிரச்சினையும் இல்லை. 'சின்னங்களி'லும் பிரச்சினை இல்லை.

(மிகவும் பரபரப்பான சூழ்நிலைகளிலும், கலைஞரின் இயல்பான நகைச்சுவையுணர்வைக் கண்டு நிருபர்கள் வியந்து வாயடைப்பு செய்யாமல் சிரித்து மகிழ்ந்தனர்).

புதுக்கோட்டையல்ல... பழைய கோட்டைதான்

கடந்த செப்டம்பர் திங்களில், முன்னாள் புதுகை மாவட்டச் செயலாளரும், முன்னாள் நாடாளுமன்ற உறுப்பினருமான ராஜா பரமசிவம் தலைமையில் 2000-க்கும் மேற்பட்ட அ.தி.மு.க. உறுப்பினர்கள், கலைஞர் முன்னிலையில் தி.மு.க.வில் இணைந்த விழாவில், அவர்களை வரவேற்றுப் பேசிய முதல்வர்:-

"நீங்கள் எல்லாம் புதுக்கோட்டையிலிருந்து வந்திருப்பதாகச் சொல்கிறீர்கள். புதுக்கோட்டையிலிருந்து பழைய கோட்டைக்குத்தான் வந்திருக்கிறீர்கள். இதுதான் உங்களுடைய பழைய கோட்டை, நீங்கள் பழகிய கோட்டை... இனியும் தொடர்ந்து பழக இருக்கிற கோட்டை" என்று சொல்லி முடிப்பதற்குள் அறிவாலயம் ஆரவாரத்தில் மிதக்க, அண்ணா சாலையில் ஓடிக் கொண்டிருந்த வாகனங்கள் ஒருகணம் அப்படியே மெய்ம்மறந்து ரசித்து நின்றனவாம்.

ஆட்சியில் இல்லாதிருப்பதே நல்லது...

சென்னையில் பத்திரிகையாளர்கள் சந்திப்பு 7.9.06 அன்று நடைபெற்ற சமயம்.

நிருபர்: ஆட்சியில் இருந்தாலும் இல்லாவிட்டாலும் மக்களுக்கு நன்மை செய்து கொண்டே இருப்பேன் என்று ஜெயலலிதா சொல்லி இருக்கிறாரே...!

கலைஞர்: அவர் ஆட்சியில் இல்லாமல் இருப்பதே மக்களுக்குச் செய்கிற பெரிய நன்மைதானே. அதைத் தான் அவ்வாறு சொல்லியிருக்கிறார் போலும்.

(நிருபர்கள் இதைக் கேட்டுச் சிரிக்காமல் என்ன செய்வார்கள்)

"இமேஜ்" பண்ணிக் கொள்ளுங்கள்

தமிழ்ப் பாடல்களுக்கான இணையதளத் துவக்கவிழா, கலைஞர் தலைமையில் 1.9.06 அன்று சென்னையில் நடைபெற்றது. விழாவில் கலைஞர்:-

"மேடைக்கு வந்ததும் தம்பி வைரமுத்து, கூட்டம் குறைவாக இருப்பதைக் கொஞ்சம் பெருமூச்சோடு என்னிடம் தெரிவித்தார். இந்த அரங்கத்தின் பெயர் என்ன என்று அவரைக் கேட்டேன். அவர் "இமேஜ்" என்றார். எனவே, இங்கு கூட்டமும் நிரம்பியிருப்பதாக கொஞ்சம் "இமேஜ்" (கற்பனை) செய்து கொள்ளுங்கள் என்று அவரிடம் குறிப்பிட்டேன்" எனக் குறிப்பிட்டதும் பலத்த, கைதட்டலையும் சிரிப்பையும் அந்த விழா அரங்கம் அன்றைக்குத் தான் முதன்முதலில் சந்தித்ததாம்.

ஏ.சி.யைக் கண்டு டி.ஜி.பி. நடுக்கமா?

சென்னையில், காவல்துறை அலுவலர்களின் கூட்டுக் கூட்டமொன்றை முதல்வர் கலைஞர் அவர்கள் கூட்டியிருந்தார்கள். அக்கூட்டத்தில் கலந்து கொண்டு டி.ஜி.பி. ராஜ்மோகன் பேசியபோது அவரிடம் நடுக்கம் காணப்பட்டது. பிற அலுவலர்கள் தனது நடுக்கத்தைக் கண்டுவிட்டனர் என்பதைப் புரிந்து கொண்ட ராஜ்மோகன்

"முதல்வர் இருக்கிறார் என்பதற்காக, எனக்கு நடுக்கம் வரவில்லை. ஏ.சி.யினால் தான் எனக்கிந்த நடுக்கம்'' என அவர் சொல்லி முடிப்பதற்குள்...

முதல்வர் கலைஞர் "நீங்களோ டி.ஜி.பி. ஏ.சி.யைக் கண்டு நடுங்கலாமா'' என்றதும் காக்கிச் சட்டைகளுக்கும் கவித்துவம் உண்டென்பதை நிரூபணம் செய்யும் வகையில், அனைத்து உயர் அலுவலர்களும் முதல்வரோடு சிரிப்பில் கலகலப்பானார்கள்.

அதிகாரியின் குறளில் ஒரு திருத்தம்

சென்னைப் பெருங்குடியில், தமிழ்நாடு தகவல் தொழில்நுட்ப நிறுவன விழா 11.9.90-ல் கலைஞர் தலைமையில் நடைபெற்றது.

டானிடென் தொடக்க விழாவில், தகவல் தொழில்நுட்பத் துறையில் ஏற்பட்டுள்ள புரட்சியை விவரித்த அரசுச் செயலாளர் சீனிவாசன் அவர்கள்:-

"சாப்ட்வேறென்ப ஏனைய சாப்ட்வேறென்ப இவையிரண்டும்
கண்ணென்ப வாழும் உயிர்க்கு"

என்றார்.

விழாவில் நிறைவுரையாற்றிய கலைஞர் அவர்கள், "நமது செயலாளர்,

'எண்ணென்ப ஏனை எழுத்தென்ப இவ்விரண்டும்
கண்ணென்ப வாழும் உயிர்க்கு'

என்ற குறளில் சில வார்த்தைகளைத் திணித்துப் புதுக்குறள் உருவாக்கியுள்ளார். அதற்குச் சிரமப்படாமல்,

"எண்ணென்ப ஏனை எழுத்தென்ப இவ்விரண்டும்
கணினியென்ப வாழும் உயிர்க்கு"

என்றாலே போதும், அந்த அளவிற்குக் கணினி... உலகத்தின் தேவையாகிவிட்டது" எனச் சொல்லி முடிப்பதற்குள் விழாவில் கலந்து கொண்ட கணினிப் பொறியாளர்கள் நீண்ட நாட்களுக்குப் பின்னர் அன்றுதான் சிரித்து மகிழ்ந்தார்களாம்.

வீக்கர் செக்ஷன் ''லோனா -இல்லை''

1989-ம் ஆண்டு கலைஞர் முதலமைச்சராக மீண்டும் அரியணையில் அமர்ந்த நேரத்தில் கூட்டுறவுத்துறை மான்யக் கோரிக்கையின் மீதான விவாதம் சட்டப்பேரவையில் மறுநாள் வரவிருந்தபோது, சென்னை மத்திய கூட்டுறவு வங்கியில், பலகோடி ரூபாய் முறையற்ற அளவில் கடன்கள் பட்டுவாடா செய்யப்பட்டுள்ளதாக செய்தி ஒன்று தினசரிப் பத்திரிகை ஒன்றில் வெளிவந்திருந்தது.

இதுபற்றி தனிப்பட்ட முறையில் விசாரித்து, தனக்குத் தகவல்தர அன்றைய கூட்டுறவு அமைச்சரிடம் சொல்லி யிருந்தார். அவரும், துறையில் அவருக்கு மிக நெருக்கமான ஒரு உயர் அலுவலரிடம் தெரிவித்து, உரிய தகவல்களைத் திரட்டித் தரப் பணித்திருந்தார்.

அவரும் தகவல்களைத் திரட்டி, அமைச்சரிடம் செல்ல, அவரோ, கையோடு முதலமைச்சரைக் காண அவரையும் கூட்டிச் சென்றார். அந்த அதிகாரியும் பல கோடி வழங்கீடு பற்றி எடுத்துரைக்கும் போது, கலைஞர் அவர்கள், "எனக்கு வந்த தகவல்படி, ஒரு நடிகைக்கு பல லட்சம் எந்த அடிப்படையில் வழங்கப்பட்டிருக்கிறது'' எனக் கேட்க,

அவரோ, "வீக்கர் செக்ஷன் லோன் (Weaker Section Loan) என்ற Category-யில்... என முடிப்பதற்குள்

கலைஞர்: இல்லை, இல்லை, வீக்கர் செக்ஷன், "லோன் அல்ல... அது "வீக்கர் செக்ஸ்'' லோனாகத் தான் இருக்க வேண்டும் என்றதுடன் சிரிக்கவே தெரியாத தலைமைச் செயலர் உட்பட தமிழக அரசின் அனைத்து உயர் அலுவலர்களும் தங்கள் டென்ஷனை மறந்து சிரிப்பில் திளைத்தார்களாம்.

'ச்' வைத்தால், சென்சார் விடுமா?

விஜயகாந்த், தனது "தமிழ் செல்வன்" படத்தைக் காண்பிக்க, முதல்வர் கலைஞர் அவர்களைச் சிறப்புக் காட்சி ஒன்றிற்கு ஏற்பாடு செய்து அழைத்திருந்தார்.

கலைஞர் அவர்களுடன் அமைச்சர் தமிழ்க்குடிமகன் விஜயகாந்த் ஆகியோரும் ஒரே காரில் பயணம் செய்தார்கள்.

அப்போது தமிழ்க்குடிமகன் அவர்கள், விஜயகாந்திடம், "தமிழ் செல்வன்" என்ற படத்தில் 'ச்' இல்லாமல் வெறுமனே 'தமிழ் செல்வன்' என்று இருக்கிறதே. இது இலக்கணப் பிழை இல்லையா? இடையில் 'ச்' வைக்க வேண்டாமா" எனக் கேட்டார்.

சற்றும் தாமதமில்லாமல் தலைவர், 'ச்' வைத்தால், 'ச்' இருந்தால் சென்சாரில் கட் பண்ணி விடுவார்களே ஐயா– இது தெரியாதா உங்களுக்கு' என்றார்.

(கார் கலகலத்தது)

படி...! படி...!

வழக்கம் போல, கலைஞர் அவர்கள் காலையில் அறிவாலயம் சென்று, கழகப் பணிகளை ஆற்றிவிட்டு, மதிய உணவிற்காக இல்லம் திரும்பினார்.

காரை விட்டு இறங்கி அங்கே காத்திருந்த கழக முன்னணியினருடன் பேசிக் கொண்டே வாயிற்படியின் அருகில் சென்றார். பேசிக்கொண்டே போவதால், கலைஞரின் கால்கள் படிகளில் இடித்துக் கொள்ளக் கூடுமேயென அஞ்சிய நிலையில், கலைஞரின் உதவியாளர் "ஐயா படி... படி..." எனப் பதறியவாறு சொன்னார்.

அதற்கு உடனே தலைவர் அவர்கள் "என் அப்பா அம்மா சொல்லியும் படிக்கவில்லை. அறிஞர் அண்ணா சொல்லியும் நான் படிக்கவில்லை. நீ சொல்லியா இனி படிக்கப் போகிறேன்" எனச் சொல்லி சிரித்துக் கொண்டே வீட்டுக்குள் சென்றார்.

(வந்தவர்கள் தங்கள் கோரிக்கைகளை மறந்து சிரிப்பில் மூழ்கினார்கள்)

அமைச்சர் என்ன கிழித்து விட்டார்?

தலைநகரில் இருக்கும் போதெல்லாம், கலைஞர் அவர்கள், கழகப் பணிகளை ஆற்றிட அறிவாலயம் வருவதென்பது அன்றாட நிகழ்ச்சியாகும். ஒருமுறை பணிகளை முடித்துக் கொண்டு மதிய உணவுக்கு இல்லம் புறப்பட்ட வேளையில் உடனிருந்த ஆற்காட்டார், டி.ஆர்.பாலு, கவிப் பேரரசு வைரமுத்து ஆகியோர்களையும் இல்லத்திற்கு அழைத்தார்.

காரில் முன்புற இருக்கையில் கலைஞர் அமர்ந்ததும், பின்புற இருக்கையில் மூவரும் அமர முற்பட்டனர். முதலில் ஆற்காட்டார் அமர்ந்து விட, நடுவில் கவிஞர் அமர்ந்து கொண்டார். மூன்றாவதாக பாலு அவர்கள் அமர்ந்து கொண்டார். வண்டி புறப்பட்டது. கவிஞர் அவர்கள் தன்னை இருக்கையில் சரிப்படுத்த முயற்சிக்கும் போது, தனது நீண்ட சட்டையின் கீழ்ப்பகுதியில் அமைச்சர் பாலு அமர்ந்திருப்பதைக் கண்டு அவரிடம் தெரிவிக்காமலே, சட்டையைச் சரிசெய்ய, சட்டையைப் பிடித்து இழுக்கும் போது சட்டை கிழிந்துவிட்டது. இப்போது கார் தலைவரின் இல்லம் வந்தது. அனைவரும் இறங்கி

வீட்டினுள் நுழைந்தனர்.

அங்கே இவர்களை வரவேற்கக் காத்திருந்த கலைஞரின் துணைவியார் "என்ன கவிஞரே! சட்டை கிழிந்திருக்கிறதே பார்க்கவில்லையா'' எனக் கேட்டார், கவிஞரும் நடந்தவற்றை விவரித்தார்.

பொறுமையாகக் கேட்ட கலைஞர் அவர்கள், "சட்டை கிழிந்ததற்குப் பாலுதான் காரணம் என்றால் எனக்கு சந்தோஷமே'' என்றார்.

எல்லோரும் திகைத்து நிற்க கலைஞர் "பின்னே! இனிமேல் எதிர்க்கட்சியினர் யாரும் மத்திய அமைச்சர் டி.ஆர்.பாலு என்ன கிழித்து விட்டார்? எனக் கேட்கவே முடியாதல்லவா?'' என்றார்.

(அந்தக் கடும் பசி வேளையிலும், தலைவர் அவர்களின் நகைச்சுவை வயிறையும் நிரப்பி, செவியையும் நிரப்பிவிட்ட நிலையில் அனைவரும் மகிழ்ந்தனர், துணைவியார் உட்பட).

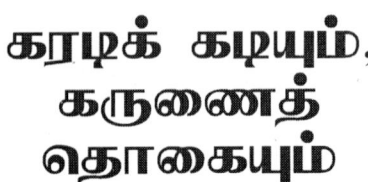

கரடிக் கடியும், கருணைத் தொகையும்

1990 சனவரித் திங்கள் சட்டப் பேரவையில்

முத்தையன் (தி.மு.க.): "என் தொகுதியில் காட்டுப்பகுதி நிறையவுள்ளன. அங்கே காட்டுக் கரடிகளால், மலைவாசி மக்கள் வெகுவாகப் பாதிக்கப்படுகிறார்கள். அவர்களைத் திடீர் திடீரெனக் கரடிகள் கடித்துத் துன்புறுத்துகின்றன. எனவே, அவர்களுக்குக் கருணைத்தொகை வழங்க வேண்டுமெனக் கேட்டுக் கொள்கிறேன் அரசு, வழங்குமா?"

முதல்வர் கலைஞர்: கரடிகளினால் அங்குள்ளவர்கள் பாதிக்கப்பட்டார்கள் என்றால், அவர் கோரும் உதவி நிச்சயம் அளிக்கப்படும். ஆனால், பாதிக்கப்பட்டதாக எவரேனும் 'கரடி' விட்டால் எந்த உதவியும் கிடைக்காது. பின்னர் மாண்புமிகு உறுப்பினரை, அந்தப் பகுதி கரடி கடிக்கிறதோ இல்லையோ நான் கடித்து விடுவேன்''.

(அவையில் எழுந்த சிரிப்பு பற்றி கேட்கவா வேண்டும்).

தள்ளாதவன்...

சென்னையில் சமீபத்தில் நடைபெற்ற ஒரு விழாவில் கலைஞர் பேசியது:

"ரெங்கராசன் பேசும்போது சொன்னார், தள்ளாத வயதில் நான் இங்கு வந்திருக் கிறேன் என்றார். நல்லவேளை என்னுடைய வீட்டிலிருந்து யாரும் வரவில்லை. வந்திருந் தால், இதைக் கேட்டு எந்த அளவிற்கு ஆத்திரப்பட்டிருப்பார்களோ? தள்ளாத வயது என்று சொன்னதிலே ஒரு பொருள் இருக்கிறது. அதாவது திடீரென்று அவர் ஒருநாள் என்னிடம் வந்து, இப்படியொரு விழா இருக்கிறது. நீங்கள் கலந்து கொள்ள வேண்டுமென்ற போது, அவருடைய வேண்டுதலைத் தள்ளாமல் நான் ஏற்றுக் கொண்டதைத்தான் அவர் "தள்ளாத" வயது எனக்கு எனக் குறிப்பிட்டாரோ...

என முடிப்பதற்குள் விழா மண்டபம் சிரிப்பலையில் விழாமல் இருந்ததே ஒரு அதிசயந்தானாம்.

முடி போய் மூன்று வருடங்களாச்சு...!

கலைஞர் முதலமைச்சராக இல்லாத நேரத்தில், இலங்கை தமிழர் தலைவர் திரு.அமிர்தலிங்கமும் அவரது துணைவியாரும், இலங்கையிலிருந்து சென்னைக்கு வருகை புரிந்த நேரம்.

அவர்களை வரவேற்க கலைஞர் அவர்கள், சென்னை விமான நிலையத்திற்குச் சென்றார். திருமதி. அமிர்தலிங்கம் அங்கே கலைஞரைப் பார்த்தவுடன், அவரது தலை முழுவதுமாக வழுக்கை விழுந்திருந்ததைக் கண்டவுடன், கொஞ்சம் திகைப்புற்றவராக "என்ன இது உங்கள் தலையில் முடியே இல்லையே" என்னவாயிற்று? எனக் கேட்டார்.

கலைஞரோ, புன்சிரிப்புடன் உங்களுக்குத் தெரியாதா என்ன? எனது தலையிலிருந்த 'முடி', (கிரீடம்) இரண்டு ஆண்டுகளுக்கு முன்னையே போய்விட்டதே" என்றார் தனக்கே உரித்தான பாணியில்.

பெண் போலீசுக்கு மேக்கப்!

சட்டப்பேரவையில் காவல்துறை மான்யக் கோரிக்கை மீதான விவாதம் நடைபெற்ற சமயம்

எதிர்க்கட்சித் தலைவர் சோ.பா. அவர்கள், "பெண் போலீசார் தற்போது அணிந்திருக்கும் உடை அவர்களுக்கு இறுக்கமாக இருக்கிற சூழ்நிலை காணப்படுகிறது. பெண் டாக்டர்கள், பெண் வக்கீல்கள் சேலை கட்டி அவர்கள் தொழிலுக்குரிய கோட் அணிகிறார்கள். அதே போல், பெண் போலீசாருக்கும் சேலை கட்டி காக்கி கோட் அணிந்து, கொண்டையில் பூ வைத்துக் கொள்ளவும் அனுமதிக்க வேண்டும்'' என்றார்.

முதல்வர் கலைஞர் "எதிர்கட்சித் தலைவர் சொல்கிற அளவுக்கு பெண் போலீசார் இனிமேல் ஜோடித்தே அனுப்பப்படுவார்கள்'' என்றார்.

(பேரவையில் சிரிப்பு ஓய்வதற்கு வெகு நேரமாயிற்றாம்).

கருப்பு நாளல்ல...
கற்பு நாள்

சமுதாயநலத் திட்டங்கள் பலவற்றிற்கானத் தீர்மானங்கள் சட்டப்பேரவையில் 1-6-06ல் நிறைவேற்றப்பட்டதையொட்டி சர்வ கட்சித் தலைவர்களும் பாராட்டிப் பேசியபின், நன்றி தெரிவித்து தலைவர் கலைஞர் பேசும்போது,

"இன்று மகிழ்ச்சிகரமான நாள் என்று நான் சொன்னதற்குக் காரணம் இந்த நாள் நம்முடைய சட்டப்பேரவையின் வரலாற்று சிறப்புமிக்க நாட்களில் ஒன்றாகும். இதுபற்றி, நேற்றைய தினம் குறிப்பிட்ட ஒருவர், 'இது கருப்பு நாள்' என்று சொன்னதாக ஞானசேகரன் மிகவும் வருத்தப்பட்டுப் பேசினார். அவர் சொல்லியதைப் போல, இது கருப்பு நாள் அல்ல... உண்மையிலே அது "கற்பு" நாளாகும்" எனக் குறிப்பிட்டவுடன் பேரவை பெரும் ஆரவாரத்தில் திளைத்தன.

மீனாட்சியும், காமாட்சியும்

1973- மார்ச் திங்கள் சட்டப்பேரவையில் அறநிலையத்துறை மானியக் கோரிக்கை மீதான விவாதம் நடைபெற்ற போது:

ஆர்.ஆர்.முனுசாமி: மதுரை மீனாட்சி அம்மனுக்குப் புதிதாக வைரக் கிரீடம் செய்யப்பட்டுள்ளதா? ஆம் எனில், அதன் விபரம் என்ன?

அ.நி.அமைச்சர்: ஆம், 14 லட்சம் ரூபாயில் வைரக் கிரீடம் ஒன்றும், 2 லட்சம் மதிப்பில் தங்கக் கலசம் ஒன்றும் பொதுமக்கள் நன்கொடையாலும் திருக்கோயில் வருவாயிலிருந்தும் செய்து அணிவிக்கப்பட்டுள்ளன.

ஆற்காட்டார்: அந்தக் கோயிலுக்குச் செல்பவர்கள் அதைப் பார்த்துவிட்டு, அதைப் போலவே நமக்கும் கிடைக்கவில்லையே என்ற ஆதங்கத்தில் வீட்டுக்கு வந்தவுடன் சண்டை போடுகிறார்கள். எனவே, ஆண்டவனுக்கு இதுபோன்ற அணிகலன்கள் தேவையா?

கலைஞர்: உறுப்பினர் தனது துணைவியாரை மதுரை மீனாட்சி அம்மன் கோயிலுக்கு அனுப்பாமல் இருப்பது நல்லது. (சபையில் சிரிப்பொலி)

காமாட்சி என்ற உறுப்பினர்: மதுரை மீனாட்சி அம்மனுக்கு இருக்கும் நகைகளின் மதிப்பு எத்தனை கோடி இருக்கும்?

கலைஞர்: மீனாட்சிக்கு இருக்கும் சொத்தின் மதிப்பைச் சொன்னால், காமாட்சிக்குப் பொறாமை வந்துவிடுமே!

(ஆரவாரத்தால் பேரவை அதிர்ந்தது).

ஆட்டம் கண்டேன்

ஐந்தாம் முறையாக முதல்வர் பதவியேற்று, புதுடெல்லி சென்று மூன்றுநாள் பயணம் மேற்கொண்ட பின்னர் சென்னை திரும்பியபோது, 7.6.06 அன்று, விமான நிலையத்தில் குழுமியிருந்த செய்தியாளர்கள் மத்தியில் கலைஞர் அளித்த பேட்டி...

ஒருவர்: டெல்லிப் பயணம் இம்முறை எப்படி இருந்தது?

கலைஞர்: நன்றாக இருந்தது. மகிழ்ச்சிகரமாகவும் இருந்தது. வரும்போது தான் கொஞ்சம் ஆட்டம் இருந்தது... (கொஞ்சம் இடைவெளி விட்டு)... விமானத்தில்தான் (பலத்த சிரிப்பு).

மற்றொருவர்: பா.ஜ.க. தலைவர் வெங்கய்யா நாயுடு இரண்டு ரூபாய்க்கு ஒரு கிலோ அரிசி தொடர்ந்து கொடுக்க முடியாதெனச் சொல்லியிருக்கிறாரே...

கலைஞர்: தமிழ்நாட்டில் கொடுக்க முடியாதென்றா வெங்கய்யா நாயுடு சொல்கிறார்?

நிருபர்: ஆம். அப்படித்தான் நாயுடு சொல்கிறார்.

கலைஞர்: கொடுக்க முடியுமென இந்த நாயுடு- வீராசாமி நாயுடு சொல்கிறாரே... என்றதும்,

(விமான நிலையம், குபீர் சிரிப்பால் கொஞ்சம் அதிர்ந்ததாம்).

மாமனார் தான் கொடுக்க வேண்டும்

அம்பேத்கார் விருதை இளையபெருமாள் அவர்களுக்கு 24.12.98ல் வழங்கி, சென்னைக் கலைவாணர் அரங்கில் நடைபெற்ற விழாவில் கலைஞர் உரையாற்றிய போது:-

"அம்பேத்கார் விருது பெற்றுள்ள பெரியவர் இளையபெருமாள் அவர்கள், ஆதிதிராவிடர் சமுதாயத்தில் உள்ள நல்ல தலைவர். இன்றைய இளைஞர்களுக்கு நல்ல அறிவுரைகள் பலவற்றை அவர்கள் கூறினார்கள்.

கருணாநிதி எங்கள் மாப்பிள்ளை. நாங்கள் எது கேட்டாலும் கொடுப்பார் என்றார். மாப்பிள்ளைக்குத் தான் மாமனார் கொடுக்க வேண்டும். மாப்பிள்ளை மாமனாருக்குக் கொடுத்ததாக கதையில் கூட கேட்டதில்லை. நான் மாமனாரிடம் கேட்பதெல்லாம் சமுதாயத் தேவைகள், உரிமைகளைக் கட்டிக் காக்க நெஞ்சை நிமிர்த்திக் கொள்கிறேன். உங்கள் ஆதரவையும், அரவணைப்பையும், ஒத்துழைப்பையும் மருமகனுக்குத் தாருங்கள் என மாமனாரிடம் கேட்டுக் கொள்கிறேன்..." என்றதும் வாழ்த்தொலியும் கரவொலியும் விண்ணை முட்டியதாம்.

ஜான்சி ராணி அல்ல...

சென்னையில் செய்தியாளர்களின் சந்திப்பின் போது,

ஒருவர்: உலகத்தில் வேறு எந்தத் தலைவரோடும் எங்கள் தலைவியை ஒப்பிட்டுச் சொல்ல முடியாது. ஒரு வரியில் சொல்ல வேண்டுமென்றால், ஜான்சிராணி என்று அழைப்பது தான் பொருத்தமாக இருக்குமென்று, முன்னாள் அமைச்சர் ஒருவர் சொல்லியிருக்கிறாரே... அப்படியென்ன அந்த அம்மையார் சாதித்து விட்டார்?

கலைஞர்: அந்த அமைச்சரைப் பற்றி நாவலர்தான் சொல்வார். அவர் பெயரையே அவரால் சரியாக எழுதத்தெரியாதவர் என்று. எனவேதான், டான்சிராணி என அழைப்பதைத் தான், தவறுதலாக "ஜான்சிராணி" எனச் சொல்லியிருப்பார்

எனச் சொல்லி முடிப்பதற்குள், நிருபர்கள் கூட்டமே சிரிப்பில் சிக்கி கலகலத்துப் போனது.

பத்திரிகை யாளருந்தான்...

கலைஞர் முதல்வராக இருந்தபோது, 13-10-98-ல் சென்னையில் பத்திரிகையாளர்களின் சந்திப்பு நடைபெற்றது. அங்கே:

ஒரு நிருபர்: பிரதமர்தான் புதிய அமைச்சர்களின் பெயர்களை அறிவிக்க வேண்டும். அதுதான் மரபு. ஆனால், அ.தி.மு.க. தலைவியோ, இவர்கள் தான் 'அமைச்சர்கள்' எனப் பட்டியலைச் சொல்கிறார். அதுபோல, ஒவ்வொரு கூட்டணிக் கட்சியின் தலைவர்களும் கூறுகிறார்களே. இது மரபு மீறிய செயல் இல்லையா?

கலைஞர்: கூட்டணிக் கட்சித் தலைவர்கள் மாத்திரம் புதிய அமைச்சர்களின் பெயர்களைக் கூறவில்லை. அன்புள்ள பத்திரிகையாளர்களாகிய நீங்களுந்தான் புதிய அமைச்சர்களின் பெயர்களை அவ்வப்பொழுது அறிவித்துக் கொண்டு இருக்கிறீர்கள்.

(நிருபர்கள் சந்திப்பு சுவாரஸ்யத்தோடு ஆரம்பமானது).

நான்முடிச் சோழன்...

நான்காவது முறையாக முதல்வர் பதவியில் அமர்ந்த வேளையில் கவிப்பேரரசு அவர்களின் “தண்ணீர் தேசம்” நூல் வெளியீட்டு விழா, சென்னையில் நடைபெற்றது. கலைஞரும் அதில் கலந்து கொண்டார். விழாவில், பொன்மணி வைரமுத்து பேசியபோது, நான்காவது முறையாக முதல்வரான கலைஞரை, 'நான்முடிச் சோழன்' என வர்ணனை செய்து பேசினார்.

விழாவில் சிறப்புரையாற்றிய தலைவர்

"தங்கை பொன்மணி, என்னை நான்முடிச் சோழன் எனச் சொன்னார். என் தலையில் நான்கு முடிகள்தான் இருக்கின்றன என்பதை நாசுக்காக சொல்கிறாரோ'' எனச் சொல்லி முடிப்பதற்குள், விழா அரங்கமே சிரிப்பலையில் மிதந்ததாம்.

இங்கே மற்றொரு சேதியையும் சொல்ல ஆசைப்படுகிறேன்.

'நான்முடி' என்றால், ஒரு பகுதியைத் தமிழாகவும், மற்றொரு பகுதியை ஆங்கிலமாகவும் கொள்ள வேண்டும்.

உதாரணத்திற்கு ... 'நான்பிராமின்' என்றால், பிராமணர் அல்லாதவர் என்பதுபோல,

Non-Vegetarian **"நான்வெஜிடேரியன்'' என்றால், சைவம் அல்லாதவர் (அதாவது அசைவர்) என்பது போலத்தான்.**

Non **முடிச்சோழன் என்றால், முடியில்லாதவர் என்றுதானே பொருள் படும்.**

(தமிழுக்குத் தலையங்கம் தந்த முத்தமிழ் அறிஞரின் சொற்சிலம்பத்தைத் தமிழார்வலர்கள் ரசித்து மகிழ்ந்ததில் வியப்பேதுமில்லைதானே).

இரவு பனிரெண்டு மணி முட்கள் போல

கலைஞர் தலைமையில் நடந்த மணவிழா ஒன்றில் பலரும், பல உதாரணங்களைக் கூறி மணமக்களை வாழ்த்திப் பேசினார்கள்.

ஒரு அரசியல்வாதி, "கடிகாரத்தின் முட்கள் போல, என்றும் இணைந்து செயல்பட்டு, வாழ்வை மகிழ்ச்சியாக வாழக் கற்றுக் கொள்ள வேண்டும்" என்றார்.

உடனே மைக் அருகில் வந்த கலைஞர், "நண்பர் சொன்னது உண்மைதான்... அன்பர் சொன்னது போலவே, கடிகாரத்தின் முட்களைப் போல், தம்பதியினர் இணைந்து செயல்பட வேண்டும். அதுவும் முக்கியமாக, இரவு பனிரெண்டு மணி முட்களைப் போல" என முடிப்பதற்குள், மணவிழா மண்டபமே சிரிப்பில் குலுங்கி ஓய்ந்த போதிலும் மணமக்கள் மட்டும் சிரிப்பை நிறுத்தவே இல்லையாம்.

இந்து-முஸ்லிம் ஒற்றுமை

நிருபர்கள் கூட்டமொன்றில்,

ஒருவர்: அண்மையில், தாங்கள் ரசித்த துணுக்கு ஒன்றைக் கூறமுடியுமா?

கலைஞர்: கபீர்தாசர், இந்து-முஸ்லிம் ஒற்றுமைக்காகப் பாடுபட்டவர். ஆனால், அவரை இந்துக்களும் திட்டினார்கள், முஸ்லிம்களும் திட்டினார்கள். கபீர்தாசர் இதனைக் கண்டு சிரித்தாராம்.

"இந்துக்களும்-முஸ்லிம்களும் என நாங்கள் இருவருமே உங்களைத் திட்டுகிறோம். நீங்கள் சிரிக்கிறீர்களே ஏன்? எனக் கேட்டார்களாம்.

அதற்கு அவர், "என்னைத் திட்டுவதிலாவது நீங்கள் இருவரும் ஒற்றுமையாக இருக்கிறீர்களே. அதனால்தான் என்றாராம்.

நாகூர் லோகநாதன் என்பவர் எழுதிய இந்தத் துணுக்கு என்னை மிகவும் கவர்ந்தது" என்றார்.

(நிருபர்களையும் இது கவரத்தானே செய்யும்).

முதலில் பெண்களைக் காப்போம்

1998 நவம்பர் திங்களில், சட்டப்பேரவையில், பெண்களைக் கேலி செய்தால் ஓர் ஆண்டு சிறைவாசமும், பத்தாயிரம் அபராதமும் விதிப்பதற்கான சட்டமசோதா தாக்கலாகி, அதன் மீதான விவாதம் நடைபெற்றபோது

ஞானசேகரன் (த.மா.கா.): இந்த கொடுமை நீங்க, இந்தச் சட்டத்தை இன்னும் கடுமையாக்க வேண்டும். அதே நேரத்தில், பெண்களைப் பாதுகாப்பதோடு, ஆண்களையும் பாதுகாக்க ஆவன செய்ய வேண்டும்.

கலைஞர் (குறுக்கிட்டு) : முதலில் கொஞ்ச காலத்திற்குப் பெண்களை பாதுகாப்போம். பிறகு தேவைப்பட்டால் ஆண்களைப் பாது காப்போம்.

எனச் சிரித்தபடி சொல்ல, அவை முழுவதுமே சிரிப்பில் மூழ்கியது.

என்னாலும் முடியாததும் உண்டு

உள்ளாட்சி தேர்தல் நிமித்தம் கலைஞர் அவர்கள் மதுரை நகரில் முகாமிட்டுத் தேர்தல் பிரச்சாரம் செய்த பின்னர், செய்தியாளர்களை சந்தித்தார். அங்கே...

ஒரு நிருபர்: தங்களுடைய அரசியல் வாழ்வில் தமிழ்ச் சமுதாயத்திற்கு செய்ய முடியாதது என்று ஏதாவது உண்டா?

கலைஞர்: "உண்டு" எனச் சொல்லிய போது நிருபர்கள் அதிர்ச்சியில் உறைந்து நிற்க... உண்டு... இன்னமும் சில தமிழர்களைத் திருத்த முடியாததுதான், நான் செய்ய முடியாததாகும்.

(என்றவுடன் நிருபர்கள் இப்போது சிரிக்க மறந்தனர். ஒரே அமைதி).

விக்கி விக்கி அழவில்லை...!

1980-ம் ஆண்டு எம்.ஜி.ஆர். ஆட்சி கலைக்கப் பட்ட பின், அதே ஆண்டு மே திங்களில், சட்டப் பேரவைக்குத் தேர்தல் நடப்பதற்கான அறிவிப்பு வந்த நேரம் ஒவ்வொரு கட்சியும் தனது வேட்பாளர்களைத் தீவிரமாகத் தேர்வு செய்தபோது, எம்.ஜி.ஆர்., தனது கட்சி வேட்பாளர்களின் பட்டியலை வெளியிட்டிருந்தார். ஏற்கனவே, சட்டமன்ற உறுப்பினர்களாகவிருந்தவர்கள் தங்களுக்கு மீண்டும் வாய்ப்பளிக்கப்படும் என்ற நம்பிக்கையோடு காத்திருந்த பலர் ஏமாற்றமடைந்திருந்தனர்.

மறுநாள், கலைஞரைச் சந்திக்க நிருபர்கள் காத்திருந்தனர்.

அதில் ஒருவர்: நேற்றைய அ.தி.மு.க. பட்டியல் பலருக்கு ஏமாற்றத்தையும் அதிர்ச்சியையும் தந்துவிட்டன. சட்டமன்ற உறுப்பினர்கள் விடுதி முழுமைக்கும் ஒரே முனகல். போர்க்கொடி. இன்னும் சொல்லப்போனால், பலர் விக்கி விக்கி அழுது கொண்டே இருக்கிறார்கள் என முடிப்பதற்குள், கலைஞர் இடைமறித்து,

''அன்புள்ள நிருபரே, நீங்கள் சொல்வதைக் கொஞ்சம் மாற்றிக் கொள்ளுங்கள். அவர்கள் ''விக்கி விக்கி'' அழுதிருக்கமாட்டார்கள். ''விஸ்கி விஸ்கி''யாக அழுதிருப்பார்கள் என்றதும்

ஒட்டுமொத்த நிருபர்களும் சிரிப்பில் மூழ்கிப் போனார்கள்.

மவுன ராகம்

தமிழ்நாடு அரசுத் தலைமைச் செயலக பணியாளர் சங்கத்தின் பொன்விழா கொண்டாட்டம் முதல்வர் கலைஞர் தலைமையில், 30-6-98 அன்று கோட்டை இராணுவ அணிவகுப்பு திடலில் நடைபெற்றது.

விழாவில் நிறைவுரை ஆற்றிப் பேசிய கலைஞர் "வரவேற்புரை என்ற பெயரால், இங்கே கவிதை உரையாற்றிய பத்மநாபன், ஒவ்வொரு கோரிக்கையாகச் சொல்லிக் கொண்டே "இப்போது கேட்க மாட்டோம், நெஞ்சில் மவுனமாய் வைத்துக் கொள்கிறோம் என பலப்பல கோரிக்கைகளை இங்கே என் முன்பு எடுத்து வைத்ததுடன், இப்போது கேட்க மாட்டோம். நெஞ்சில் மவுனமாக வைத்துக் கொள்கிறோம் என திரும்பத் திரும்பச் சொன்னார். நானும் பதில் அளிக்கிறேன். "இப்போது சொல்லமாட்டேன். நானும் நெஞ்சில் மவுனமாக வைத்துக் கொள்கிறேன்" எனச் சொல்லி முடிப்பதற்குள், தலைவரின் அறிவிப்பு களை மறந்து தலைமைச் செயலகமே ஆரவார நகைச்சுவையில் மிதந்தது.

காணாததையும் எழுதுகிறார்களே!

1.1.99 அன்று புத்தாண்டு வாழ்த்துச் சொல்ல வந்த நிருபர்கள் மத்தியில் கலைஞர் கூறியது.

சிங்கப்பூர் தமிழ்முரசு ஆசிரியர் திருநாவுக்கரசு என்னைச் சந்தித்துப் பேசியபோது, "உங்கள் நாட்டில் பத்திரிகைச் சுதந்திரம் எப்படி இருக்கிறது" எனக் கேட்டேன்.

அதற்கு அவர், "மிகவும் ஜாக்கிரதையாக இருக்க வேண்டும், கண்டதையெல்லாம் அங்கு எழுத முடியாது" என்றார்.

நான் உடனே, "பரவாயில்லையே. எங்கள் நாட்டில் கண்டதை மட்டுமல்ல, காணாததையும் சேர்த்தல்லவா எழுதுகிறார்கள்" எனச் சொன்னேன் எனக் கூறி முடிப்பதற்குள், சிரிப்பொலி அந்தப் பகுதி முழுவதும் பரப்பி, புத்தாண்டு தொடக்கத்தை மிக்க நெகிழ்வுடன் கொண்டாடி மகிழ்ந்தார்களாம் நிருபர்கள்.

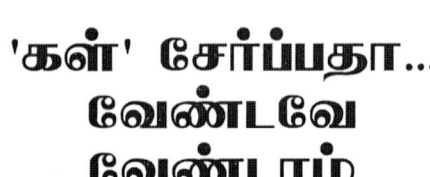

'கள்' சேர்ப்பதா... வேண்டவே வேண்டாம்

தமிழக அமைச்சரவைக் கூட்டம் முடிந்ததும், கூட்டத்தில் எடுக்கப்பட்ட முடிவுகள் பற்றி, வெளியே காத்திருந்த செய்தியாளர்கள் மத்தியில் முதல்வர் கலைஞர் விளக்கினார். (அக்டோபர்-1998)

அவை தொடர்பாக நிருபர்களுக்கு வழங்கப்பட்ட அறிக்கையில், "நடவடிக்கை தீவிரப்படுத்தப்பட்டுள்ளன" என்றிருந்ததைப் படித்த கலைஞர், "நடவடிக்கை என்று ஒருமையில் இருப்பதால் "எடுக்கப்பட்டுள்ளன" என்பதை "மாற்றி எடுக்கப்பட்டுள்ளது" என மாற்றிப் படித்துக் கொள்ளுங்கள் என்றார்.

ஒரு நிருபர், "ஏன் மாற்றவேண்டும்? நடவடிக்கையோடு 'கள்' சேர்த்தால் சரியாகி விடுமே" என்றார்.

உடனே கலைஞர், "நான் சாராயமே வேண்டாம் என்கிறேன். நீங்கள் "கள்"ளைச் சேர்க்கச் சொல்கிறீர்களே. கள் வேண்டாம். வேண்டவே வேண்டாம்" என்றதும், பத்திரிகை யாளர் அனைவருமே பசியை மறந்து சிரிப்பில் சங்கமமாகினராம்.

வாய் திறக்கவா... வேண்டாமா?

கலைஞர் பேசவிருந்த கூட்டம். வழியெங்கும் வண்ண விளக்குகள், தோரணங்கள், மேடையைச் சுற்றியும் அலங்கார விளக்குகள் ஏராளமாக மின்னிக் கொண்டிருக்க, பூச்சிகளும் ஏராளமாய் வட்டமடித்துக் கொண்டிருந்தன.

ஒவ்வொரு பேச்சாளரும் பேசிக் கொண்டே, தன்னை மொய்த்துக் கொண்டிருந்த பூச்சிகளை விரட்டிக் கொண்டிருந்தனர்.

இறுதியில் பேச எழுந்து, மைக் முன்பு வந்து நின்று கொண்டே கலைஞர், "இந்த மேடையில் நான் பேசுவதற்காக வாயைத் திறப்பதா? அல்லது இந்தப் பூச்சிகளுக்காக வாயைத் திறப்பதா? ஒன்றுமே புரிய வில்லை..." எனக் குறிப்பிட்டதும் அங்கே எழுந்த ஆரவாரமும் கைதட்டலும் ஒருவழியாக பூச்சிகளை விரட்டிக் கொண்டிருந்ததாம்.

அப்போதும் நாயுடுவுடன்தான் இப்போதும் நாயுடுவுடன் தான்

ஒருமுறை, திருவாரூருக்கு வருகை தந்தபோது, குலதெய்வமான எட்டுக்குடி முருகன் கோயிலுக்குத் துணைவியார் தயாளு அம்மாளுடன் கலைஞரும் சேர்ந்து வந்திருந்தார்.

கடந்த முறை வந்தபோது சிறிது நேரத்திலேயே கோயிலை விட்டு வெளியே வந்த கலைஞர் இம்முறை சுமார் அரைமணிநேரம் கோயிலில் இருந்தது பெரிய ஆச்சரியமான விஷயம் என்றார் உள்ளூர்வாசி ஒருவர்.

கோயிலில் பூரணகும்ப மரியாதை அளிக்கப்பட்டது. பின்னர் நடந்த வரவேற்பில் பேசிய கலைஞர், "சின்ன வயசிலே, வேணுநாயுடு என்பவர் எங்கள் வீட்டுக்கு வந்து என்னையும் அழைத்துக் கொண்டு காவடி எடுத்து வருவார். அப்போது வேணுநாயுடுவோடு கோயிலுக்கு வந்த நான், இப்போதும் ஒரு நாயுடுவோடுதான் இங்கு வந்துள்ளேன்'' என ஆற்காடு வீராசாமி அவர்களைப் பார்த்துப் பேச கூட்டத்தினர் மத்தியில் ஒரே ஆரவாரமும் கைதட்டலும் வழிந்தோடியது.

எப்படி சிண்டு முடிவது?

தஞ்சை திலகர் திடலில் நடந்த தேர்தல் பிரச்சாரக் கூட்டத்தில் கலைஞர் பேசியது...

''நானும் நம்முடைய மூப்பனாரும் ஒன்றாகப் பேசுவதைப் பெரிய ஆச்சர்யமான விஷயமாக்கி உள்ளார்கள். முதலில் ஆச்சரியக் குறியாகி, பின் கேள்விக்குறியாகத் தமிழ்நாட்டில் எழுப்பப்பட்டுள்ளது. இப்போது இரண்டுக்கும் முற்றுப்புள்ளி வைத்து விட்டோம்.

மூப்பனார் பேசும்போது எங்களுக்குள்ளே சிலர் சிண்டு முடிய முயற்சிப்பதாகக் கூறினார். இதில் என்ன வேடிக்கையென்றால், எங்கள் இரண்டுபேருக்குமே முடியே இல்லையே. சிண்டு எங்கே போடுவது? போடத்தான் முடியுமா? என்றதும், கூட்டத்தினரின் ஆரவாரச் சிரிப்பொலியில் திலகர் திடலே அதிர்ந்து போனதாம்.

சாமி என்ன சொல்லும்?

சென்னைத் தலைமைச் செயலகத்தில் கலைஞர் தலைமையில் அனைத்துக் கட்சித் தலைவர்களின் கூட்டம், அக்டோபர் 98-ல் நடைபெற்றது. கூட்டம் நடந்து கொண்டிருந்தபோது, அ.தி.மு.க.வைச் சேர்ந்த சத்தியமூர்த்தி வெளிநடப்பு செய்தார். இவரைத் தொடர்ந்து ஜனதா கட்சித் தலைவர் சுப்பிரமணியசாமியும் வெளிநடப்பு செய்தார்.

கூட்டம் முடிந்து வெளியே வந்த கலைஞர் அவர்களிடம், நிருபர்கள்...

"சாமி வெளியேறும்போது ஏதாவது சொன்னாரா?" எனக் கேட்டனர்.

உடனே கலைஞர் தாமதிக்காமல், "சாமி மலையேறும்போது பேசாது என்பார்கள். அதைப் போலத்தான் இந்தச்சாமி வெளியேறும்போது என்ன சொல்லும்?" என்றதும், தலைமைச் செயலக தாழ்வாரமே கலகலத்துப் போனதாம்.

பாச்சா பலிக்காது!

எழுத்தாளர் சாவி அவர்களின் புதல்வர் திருமணம் கலைஞர் அவர்களின் தலைமையில் நடைபெற்றது. சாவியின் வரவேற்புரைக்குப் பின்னர், மணமக்களைப் பலரும் வாழ்த்திப் பேசியபின், கலைஞர் நிறைவாக வாழ்த்துரைத்தபோது:-

"பாச்சா இனி உங்கள் பாச்சா பலிக்காது. ஏன் தெரியுமா? இப்போதுதான் நீங்கள் குடும்பஸ்தர் ஆகிவிட்டீர்கள் அல்லவா". என்றதும் மணமக்களால் சிரிப்பை அடக்க முடியாமல் தவித்தனராம். ஏனென்றால் மணமகன் பெயர் "பாச்சா"வாம்.

தேர்தல் எதற்கு வரும்?

திருச்சி மாவட்டத்தில் கலைஞர் சுற்றுப்பயணம் செய்தபோது, பத்திரிகையாளர்களின் சந்திப்பு நிகழ்ச்சி நடைபெற்றது. அங்கே:-

ஒரு நிருபர்: விரைவில் தேர்தல் வரும் என்று ஜெயலலிதா அடிக்கடி கூறி வருகிறாரே.

கலைஞர்: ஆம்... உண்மைதான். (கொஞ்சம் நிறுத்திவிட்டு) அவரது கட்சியின் தேர்தலைத்தான் அவர் அப்படிக் கூறிவருகிறார்.

(கலைஞரின் இந்தப் பதிலால் நிருபர்கள் மத்தியில் சிரிப்பலை பொங்கியெழுந்தன).

குண்டர்களை அல்ல... தொண்டர்களை

கலைஞர் அவர்கள் திருவாரூரில் முகாமிட்ட நேரத்தில், நிருபர்கள் கூட்டத்திற்கு ஏற்பாடாகியிருந்தது. அங்கே...

ஒரு நிருபர்: அ.தி.மு.க.வில் ஊழல் செய்தவர்கள் நிறையப் பேர்கள் இருக்கிறார்கள். நீங்களோ, அவர்களை தி.மு.க.விற்கு வாருங்கள் என அழைக் கிறீர்களே...

கலைஞர்: (கேள்வியை இடைமறித்து) நான் தொண்டர்களைத்தான் அழைத்தேன். குண்டர்களை அழைக்கவில்லை.

(என முடிப்பதற்குள் நிருபர்கள் 'கொல்'லென்று சிரித்தனர்).

அம்பேத்கர் ஆட்சிதானே இப்போதும்!

செய்தியாளர்களின் கூட்டத்தில் கலைஞர் கலந்து கொண்டபோது...

நிருபர்: புதிய தமிழகம் கட்சித் தலைவர் டாக்டர் கிருஷ்ணசாமி அவர்கள், அம்பேத்கர் ஆட்சி அமைப்பதுதான் தமது இலட்சியம் என்கிறாரே.

கலைஞர்: இனிமேல் என்ன? இப்போதும் அம்பேத்கர் ஆட்சிதானே நாட்டில் நடக்கிறது. இந்திய நாட்டின் குடியரசுத் தலைவர் திரு.கே.ஆர்.நாராயணன் அவர்கள் தாழ்த்தப் பட்ட வகுப்பைச் சேர்ந்தவர்தானே.

(நிருபர்கள் கூட்டம் சிரிப்பலையில் மிதந்தது).

எந்தக் காலகட்டம்?

1998-ம் ஆண்டு ஜூன் திங்களில் தலைமைச் செயலகத்தில் பத்திரிகையாளர்களின் சந்திப்பு நடைபெற்ற சமயம்

ஒரு நிருபர்: நான்கு முறை நீங்கள் முதல்வராக இருந்திருக்கிறீர்கள். இவற்றில் எந்தக் காலகட்டத்தை முக்கியத்துவம் வாய்ந்ததாகக் கருதுகிறீர்கள்?

கலைஞர்: ஒரு குறிப்பிட்ட காலத்தை மட்டும் நான் சொன்னால் மற்ற மூன்றுக்கும் கோபம் வராதா?

(எனப் புன்சிரிப்போடு சொன்னதும், நிருபர்களின் சிரிப்புக்குத் தலைவர் தடைபோட நினைக்கவில்லையாம்).

பூரண மதுவிலக்கு வந்தால் சரி!

நவம்பர் 98-ல் பத்திரிகையாளர்கள் சந்திப்பின் போது, ஒரு நிருபரின் கேள்வி...

"பார் வைத்துக் கொள்ள அனுமதி கொடுக்காவிட்டால் மதுபானக் கடைகளை மூடிவிடப் போவதாக மதுக்கடை உரிமையாளர்கள் அறிவித்திருக்கிறார்களே...?

கலைஞரின் பதில்: நல்லதுதானே. அவர்கள் கடைகளை மூடிவிட்டால் தமிழ்நாட்டில் பூரண மதுவிலக்கு தானாகவே வந்துவிடும்தானே...

(நிருபர்கள் சிரிப்பில் மூழ்கினராம்)

அமைச்சரும் முன்கோபமும் போல...

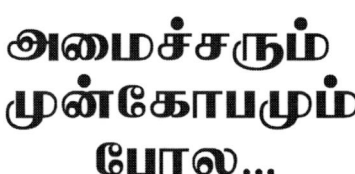

மத்திய அமைச்சர் டி.ஆர்.பாலு அவர்களின் தங்கையின் இல்லத்து மணவிழா சென்னை இம்பீரியல் ஹோட்டலில் அக்டோபர் 98-ல் நடைபெற்றது. வாழ்த்துரைத்த கலைஞர்...

"வீராசாமிக்குத் திருமணவிழா என்றாலே, தலைகால் புரியாது. மணமகளின் பெயர் விஜயலட்சுமி. அதைக் கலைச்செல்வி என்று மாற்றிக் கூறினார்.

மணமக்கள் எப்படி வாழ வேண்டும் என்பதற்கு உதாரணமாக டி.ஆர்.பாலுவும் அவரது தொழிற்சாலையும் போல என்றார்கள். வீராசாமியும் அவரது செல்போனும் போல என்றார்கள்.

நான் சொல்வேன். மிகவும் பொருத்தமானது கூட. அதாவது வீராசாமியும், அவரது முன்கோபமும் போல என்றுதான்.

(திருமண அரங்கம் சிரிப்பொலியோடு கலகலப்பாகியது).

அலிபாபாவும் 40 திருடர்களும்

சட்டப்பேரவையில், முதல்வராகக் கலைஞர் வீற்றிருந்த சமயம்

ஆலடி அருணா 'நீங்கள் அலிபாபாபும் 40 திருடர்களும் போல இருக்கிறீர்கள்' எனக் கடுமையாக விமர்சித்துப் பேசினார். இதைக் கேட்டுக் கழக உறுப்பினர்கள் கொதித்துப் போய் எழுந்தனர். ஆனால் அவர்களை அப்படியே அமரச் செய்துவிட்டு, தனக்கே உரித்தான பாணியில் கலைஞர் அவர்கள், "ஆலடி அருணா எம்.ஏ., எம்.எல் படித்தவர். வக்கீலாகவும் பணியாற்றியவர். அலிபாபாவும் 40 திருடர்களும் கதைப்படி, அலிபாபா மிகவும் நல்லவன். அவனுடைய எதிரிகள்தான் அந்தத் திருடர்கள். ஆலடி அருணா என்னைத் திருடன் என்கிறார். அப்படியென்றால், அந்த 40 திருடர்கள் யாரென்பதை நீங்களே தெரிந்து கொள்ளுங்கள்.

(அருணாவின் தலை தொங்கியது- சபையில் கரவொலியும் சிரிப்பொலியுமாக எழுந்தது).

ஆண்டவன் நானேதான்

அ.தி.மு.க. ஆட்சியில் அப்போது சட்டப்பேரவைத் தலைவராக திரு.க.இராசாராம் வீற்றிருந்தார். திரு.ரகுமான் கான் மானியக் கோரிக்கை மீது பேசிக் கொண்டிருந்தார் நேரம் அதிகமாகிவிட்ட தென்று உணர்ந்த பேரவைத் தலைவர், மணியை அடித்து ரகுமான்கானை உட்காரச் சொன்னார். அவர் உட்காரவில்லை. சலித்துப் போன பேரவைத் தலைவர், "உங்களை உட்கார வைக்க என்னால் நிச்சயம் முடியாது. அந்த ஆண்டவனால்தான் முடியும் எனச் சொல்ல, உடனே கலைஞர் எழுந்து இரகுமான்கானைப் பார்த்து, உட்கார் என்றார். உறுப்பினரும் உடனடியாக அமர்ந்து விட்டார். தலைவரும், கலைஞரைப் பார்த்து உங்களுக்கு நன்றி என்றார்.

கலைஞர், உடனே தெரிவித்தார் 'ஆண்டவ னால்தான்' உட்கார வைக்க முடியும் என்றீர்கள். நீங்கள் கூறியதற்கேற்ப, நான் அவரை உட்கார வைத்தேன். காரணம், இந்த தேசத்தை இதற்கு முன்னால் ஆண்டவன் நான்தானே.

(என்றதும் பேரவையில் எழுந்த சிரிப்புச் சத்தம் அடங்க வெகுநேரம் ஆனதாம்).

பயிற்சி கொடுங்கள் பக்தவத்சலனாரே!

1966-ம் ஆண்டு இறுதியில் நடந்த சட்டப்பேரவைக் கூட்டத்தில், அப்போதைய முதல்வர் பக்தவத்சலம் அவர்கள், அடிக்கடி "எதிர்க்கட்சி நல்ல பயிற்சி பெற்றதாக இல்லை" எனக் குறிப்பிட்டுக் கொண்டே இருந்தார்.

உடனே கலைஞர் அவர்கள் எழுந்து "ஆண்டவன் ஒருவன் இருந்தால், அவனை நான் சந்திக்க முடிந்தால், நான் கேட்கும் முதல் வரம் இதுதான். முதல்வருக்கு உள்ளது போல சுறுசுறுப்பை எனக்குக் கொடு என்பதுதான். குறிப்பாக இந்த ஐந்து வருட காலத்தில், ஆளும் கட்சித் தலைவராக இருந்து எங்களுக்கு ஆளும் கட்சியாக எப்படிச் செயல்பட வேண்டும் என்ற அனுபவத்தை ஊட்டி இருக்கிறார். ஆனால், முதல்வர் அவர்கள், எதிர்க்கட்சி "நல்ல பயிற்சி பெறவில்லை" என்று கூறிக் கொண்டிருக்கிறார். ஆகவே அதற்கான அனுபவத்தை அவர் எங்களுக்குத் தரும் வகையில், எதிர்க்கட்சி இடத்தை அவரே பிடித்துக் கொண்டு, எதிர்க்கட்சியின் அனுபவங்களையும் எங்களுக்கு சொல்லித் தர கேட்டுக் கொள்கிறேன் என்றதும், கரவொலிக்குக் கேட்கவா முடியும்.

தாயிடம் பக்தி

அன்னை வேளாங்கண்ணி ஆலய வெள்ளி விழாவில் (செப்டம்பர் 97-ல்) கலைஞர் பேசியது:

"அன்னை வேளாங்கண்ணி என்றதும், தம்பி அல்போன்ஸ் சொன்னார். கலைஞருக்குத் தாயிடத்தில் பற்று உண்டு. மாதா பக்தி உண்டு என்றார். ஆம், அஞ்சுகத் தாயிடம் பக்தி உண்டு- என்னைப் பெற்றதால். அன்னை சிவகாமியிடம் பக்தி உண்டு. காமராஜரைப் பெற்ற காரணத்தால். அன்னை சத்யாவிடம் பக்தி உண்டு, அருமை நண்பர் எம்.ஜி.ஆரைப் பெற்ற காரணத்தால். அன்னை வேளாங்கண்ணியிடமும் பக்தி உண்டு. அற்புத மனிதர் ஏசுநாதரைப் பெற்ற காரணத்தால். (கூட்டம் மகிழ்ச்சி ஆரவாரம்).

பெசன்ட் நகரல்ல

ஒரு விழாவில் கலைஞர், இந்த இடத்திற்குப் பெயர் பெசன்ட் நகர். சென்னையிலே ஏற்கனவே இது "பெசன்ட்" நகராக இல்லை. ஒரு "பேஷண்ட்" நகராக இருந்ததை பெசன்ட் நகராக மாற்றும் முயற்சியில் கடந்த காலத்திலே கழக அரசு ஈடுபட்டது.

(கூட்டம் சிரிப்பில் சொக்கிப் போனது).

"விழா" முதலமைச்சர்

என்னை விழா முதலமைச்சர் என்று சொல்லலாம். விழா முதலமைச்சர் என்றால் Festival Chief Minister என்று அர்த்த மல்ல. விழாத முதலமைச்சர்- விழாமல் இருப்பது என்னுடைய வலிமையால் அல்ல. உங்களுடைய தாங்குதலால். நான் விழாமல் இருப்பேன் என்ற நம்பிக்கை.

(கூட்டம் மகிழ்ச்சி ஆரவாரம்)

"எதிர்த்த" வீட்டில் தினமலர் ஆசிரியர்

சங்க காலத் தமிழ் நாணயங்கள் நூல் வெளியீட்டு விழாவில் -ஆகஸ்ட் 91

"தினமலர் கிருஷ்ணமூர்த்தி, அவருடைய நூல் வெளியீட்டு விழா. அதை நான் வெளியிடுகிறேன். சில பேருக்கு வியப்பாக இருக்கும். சென்ற ஆண்டு நான் மதுரைக்குப் போயிருந்தபோது என்னுடைய மகன் அழகிரி வீட்டுக்குச் சென்றேன். அப்போது பத்திரிகை களைப் பற்றிய பேச்சு வந்தது. அழகிரி சொன்னான். "அப்பா, இதோ இருக்கிற எதிர்த்த வீடுதான் தினமலர் ஆசிரியரின் வீடு" என்று. இதிலே உள்ள நயத்தைப் புரிந்து கொள்ள வேண்டும். "எதிர்த்த வீடு" ... எதிர்த்த என்பது கடந்தகாலம் (பாஸ்ட்டென்ஸ்) அப்படியானால் இப்போது நான் எதிர்க்கவில்லையா என்று அவர் கேட்கலாம். அந்த எதிர்ப்பிலும் நடைபெற்றுக் கொண்டிருக்கிற ஆட்சிக்கு அறிவுரை தருகிற காரணத்தால், அந்த எதிர்ப்பையும் மனதார பெற்றுக் கொள்கிறேன் நான்".

காற்றும் கழுதையும்!

ம.தி.மு.க.வில் நடக்கும் உட்கட்சிக் குழப்பங்களுக்கு கலைஞரே காரணம் என அக்கட்சியினர் குற்றம் சாட்டிவந்த நிலையில்... ஜனவரி 5, 2007 முரசொலியில் கலைஞர் எழுதிய கேள்வி-பதில்.

காற்றை கைது செய்ய கழுதைகளால் முடியுமா? என்று எதிர்க்கட்சிப் பேச்சாளர் ஒருவர் பேசியுள்ளது பற்றி?

ஏன் முடியாது? 'பொடா' சட்டத்தில் 'புயலை'யே கைது செய்து வேலூர் சிறையில் போட்டிருந்தார்களே!

ஆய கலை அறுபத்து நான்கு கலை

வடகலை- தென்கலை தவிர

"தமிழ் காட்டுமிராண்டி மொழி என்று சொல்கிற பெரியாரை நீங்கள் ஏற்றுக் கொள்கிறீர்களா" என ஒரு பொதுக் கூட்டத்தில் என்னிடம் கேட்கப்பட்டது.

"ஏற்றுக் கொள்கிறேன். பெரியார் சொன்னதில் எந்தத் தவறும் இல்லை. காட்டுமிராண்டிகளாக மக்கள் வாழ்ந்த அந்தக் காலத்திலேயே இருந்த மொழி தமிழ்மொழி. ஆகவே தான் தமிழ் மொழியைக் காட்டுமிராண்டி மொழி என்று பெரியார் சொல்லியுள்ளார்.

நல்லபெயரை வாங்க வேண்டும். இப்படியா

கல்லூரி விழா ஒன்றில் கலைஞர்,

"உங்களுடைய அழைப்பிதழைப் பார்த்தேன். அதில் டாக்டர் கலைஞர் உரையாற்றுவார் என்று மாத்திரம் போட்டிருக்கிறீர்கள். கலைஞர் கருணாநிதி என்று போடவில்லை.

கல்லூரியிலே பெயரை எடுத்த பிறகு அழைப்பிதழிலே எதற்காக இருக்கவேண்டும் என எண்ணியிருப்பீர்கள்.

"நான் எப்படி நடக்க வேண்டும்" எனக் கேட்டால், நீ நல்ல பெயரை எடுக்க வேண்டும் என புத்திமதியாக சொல்வார்கள். அதுபோல, இன்றைக்கு இருக்கிற சிலர் நல்ல பெயரை எடுப்பதில் மிக மும்முரமாக இருக்கிறார்கள் போலும்.

(சினமூட்டுகிற செய்தியைக் கூட சிரிக்க வைத்த கலைஞரின் சொல்நயத்தை வியந்து கல்லூரி மாணவர்கள் நீண்டநேரம் ஆரவாரத்தில் மிதந்தார்களாம்).

பெரிய இடமென்றால் பணக்கார இடமல்ல.

வேலூர் மாவட்டம் காட்பாடியில், அமைச்சர் துரைமுருகன் அவர்களுக்கு. தலைவர் கலைஞர் தலைமையில் திருமணம். அப்போது துரைமுருகன் அவர்கள் சட்டப்பேரவை உறுப்பினராகத்தான் இருந்தார்.

மணவிழா மண்டபமோ, மிகச் சிறியதாக இருந்தமையால், கூட்டம் நிரம்பி வழிந்தது. மணமக்களை வாழ்த்திப் பேசிய கலைஞர் அவர்கள், "அண்ணா காலத்திலே தம்பி துரைமுருகன் திருமணம் நடந்திருக்க வேண்டும். ஆனால் தாமதமாகி விட்டது. காரணம். இன்னும் பெரிய இடத்திற்காகத் துரைமுருகன் காத்திருந்தார் போல் தெரிகிறது'' என முடிப்பதற்குள்... இன்னும் பெரிய இடம் எனக் கலைஞர் அழுத்திச் சொன்னதும், திருமண மண்டபத்தில் பெரும் பரபரப்பு காணப்பட்டது.

இதைக் கண்ணுற்ற கலைஞர் அவர்கள். "பெரிய இடமென்று நான் சொன்னது. பெண் வீட்டார் பெரிய இடமாக, அதாவது பெரிய பணக்கார இடமாக இருக்க வேண்டும் என்ற எண்ணத்தில் அல்ல... இதுவும் பெரிய இடமாகத்தான் தெரிகிறது. அதாவது, இன்னும் பெரிய மண்டபத்தில் நடத்தியிருக்கலாமே என்பதைத்தான் அப்படிச் சொன்னேன். பெரிய மண்டபம் கிடைக்காமல்தான் தம்பி துரைமுருகன் காத்திருந்தார் போலும்'' என்றார்.

(மண்டபத்தில் கரவொலி அடங்க வெகுநேரமாயிற்று).

பிளேன் உண்டு- பிளான் இல்லை

1981-ம் ஆண்டு இலங்கைத் தமிழர் பிரச்சினை வெகுவாக அமர்க்களப்பட்ட சமயம். இலங்கை சென்ற தமிழர் ஒருவர், சிங்களவர்களால் கொல்லப்பட்டார் என்ற சேதியால் சென்னையிலுள்ள இலங்கைத் தூதர் அலுவலகம் முன்பு பெரிய ஆர்ப்பாட்டமும் கலவரமும் நடைபெற்றன. அதனை ஒருவழியாக அமைதிப்படுத்திய பின்பு, பம்பாயில் பாதிக்கப்பட்ட தமிழர் குடும்பங்களுக்குத் தலைவர் கலைஞர் நிதி வழங்க பம்பாய் சென்றார்.

அங்கே பத்திரிகை நிருபர்கள் கலைஞர் அவர்களைச் சந்தித்து "இலங்கைத் தமிழர் பிரச்சினைகளுக்காக இலங்கை செல்லும் 'பிளான்' ஏதாவது உண்டா எனக் கேட்டனர்.

அப்போது கலைஞர், "இலங்கைக்கு பிளேன் (Plane) உண்டு. ஆனால் அங்கு நான் செல்ல பிளான் (Plan) எதுவும் இல்லை என்றார்.

(கலைஞர் தமிழால் பம்பாயும் பரபரப்பானது).

சினிமாவும் ஒரு பாடமே...!

தலைவர் கலைஞர் மீண்டும் முதல்வர் பதவியேற்றபோது திரைப்படத் துறையினர் சார்பில், நேரு உள் விளையாட்டரங்கில், ஒரு மாபெரும் பாராட்டு விழா நடைபெற்றது. விழாவில், பல்வேறு இளைஞர்களும் தலைவரின் பெருமைகளைப் பட்டிய லிட்டுப் பேசினர். அதில் பாலு மகேந்திரா பேசும்போது. "பாடப்புத்தகத்தில் திரைக்கலையையும் ஒரு பாடமாக வைக்க வேண்டும்" என்ற கோரிக்கை ஒன்றையும் வைத்தார்.

விழா ஏற்புரையில் கலைஞர் அவர்கள், "தம்பி பாலு மகேந்திரா தெரிவித்த யோசனை பற்றி பரிசீலிக்கப்படும். ஏனென்றால், இப்போது இருக்கும் மாணவர்கள், உள்ள பாடங்களைப் படிக்காமல் இருக்கும் போது, சினிமா பற்றிய பாடத்தை வைத்தால், அதையாவது படிக்க மாட்டார்களா என்ற ஆதங்கத்தில் தம்பி சொல்லியிருப்பார்" என நான் கருதுகிறேன்.

(கைதட்டல்)

"சீர்" கேட்கும் வேந்தன்

1998-ம் ஆண்டு, முன்னாள் அமைச்சர் திரு.சி.வி.எம்.அண்ணாமலை அவர்களது இல்லத் திருமண விழா, காஞ்சியில், தலைவர் கலைஞர் அவர்கள் தலைமையில் நடைபெற்றது.

கலைஞரின் வாழ்த்துரையில், "மண மகனின் பெயர் ''சீர்வேந்தன்'' எனப் பத்திரிகையில் பார்த்தேன். அவர், பெற்றோர்கள் வைத்த பெயரோடு நிற்க வேண்டும். அதிகமாக, மணமகளின் பெற்றோர்களிடம் ''சீர்'' கேட்டு வாங்குவதில் "வேந்த''னாக மாறிவிடக் கூடாது'' எனக் குறிப்பிட்டதும், மண்டபம் சிரிப்பலையில் அதிர்ந்ததை விட, மணமகளோ, நன்றிப் பெருக்கால் வாய்விட்டுச் சிரித்தபடி மேடையில் காட்சி தந்தார்.

ஹண்டேவா! சண்டேவா!

திரு.ஹண்டே அவர்கள் ச.பே.உறுப்பினராகவும் பின் அ.இ.அ.தி.மு.க. அமைச்சரவையில் மக்கள் நல்வாழ்வுத்துறை அமைச்சராகவும் பணியாற்றியவர். எந்தப் பிரச்சினை பற்றியும், கோபம் கொப்பளிப்பது போல, அவர் கொஞ்சம் ஆவேசமாகப் பேசுவது வழக்கம்.

ஒருமுறை அவர் அவ்வாறு பேசிவிட்டு அமர்ந்தார். அவை நடவடிக்கைகளில் ஆழ்ந்திருந்த கலைஞர் அவர்கள், அக்கணமே எழுந்து, "இவர் உட்கார்ந் திருந்தால் ஹண்டே, எழுந்து நின்று பேசினால் சண்டே'' எனச் சிரித்துக் கொண்டே குறிப்பிட்டதும், முதலில் புன்னகை பூத்தவர் ஹண்டே அவர்கள்தான்.

சிலைக்கு வயது அதிகம்!

கலைஞர் அவர்கள், முதல்வர் பொறுப்பில் அமர்ந்ததும், கலையுலகத்தினர் நடத்திய பாராட்டு விழாவில், வெள்ளியால் செய்யப்பட்ட தலைவரின் முழு உருவச் சிலை ஒன்றும் பரிசாக வழங்கப்பட்டது.

அப்போது, விழாத் தலைவராக, அந்நாளைய கர்நாடக முதல்வர் ஜே.எச்.பட்டேல் அவர்கள் தனது வாழ்த்துரையில் "கலைஞரை விட, இந்தச்சிலை வயதான தோற்றம் அளிக்கிறது'' எனக் குறிப்பிட்டார்.

நிறைவாகத் தலைவர் பேசும்போது, "எனக்கு பட்டேல் அவர்கள் எப்போது கடிதம் எழுதினாலும் 'மை டியர் ஓல்டு மேன். ஹவ் ஆர் யூ (My dear old man how are you?) என்றுதான் ஆங்கிலத்தில் எழுதுவார். அந்தக் கடிதத்தை யாரோ தவறாக அர்த்தம் புரிந்து கொண்டு இப்படிச் சிலை செய்து விட்டார்களோ'' எனக் குறிப்பிட்டதும், விழா அரங்கமே சிரிப்பலையில் அதிர்ந்து போனது.

இடுப்பு வலி யாருக்கு?

முதுகு வலி காரணமாக, அப்பல்லோ மருத்துவமனைக்குக் கலைஞர் சிகிச்சைக்காக சென்றார்.

அங்கே, மருத்துவர்கள் தலைவரைப் பரி சோதனை செய்தபோது, தன் விலாப்புறத்தைக் காட்டி, "இங்கே தான் அவ்வப்போது வலி ஏற்படுகிறது" என்றார். மருத்துவர்கள், "விலாப் புறத்தில்தான் வலியா" எனக் கலைஞரைப் பார்த்துக் கேட்டனர்.

உடனிருந்த கலைஞரின் உதவியாளர் ஒருவர், "இல்லை இல்லை இடுப்பு வலி இடுப்பில் வலி" எனப் பதட்டத்துடன் தெரிவித்தார்.

கலைஞரோ "ஏம்பா எனக்கு ஏன் இடுப்பு வலி வரப்போகுது? மருத்துவரை இப்படியா மிரட்டுவது" என்றார். அங்கே குழுமியிருந்த மருத்துவர்களும் அவர்தம் பரிவாரங்களும் தங்களது சிரிப்பை அடக்க வெகுநேரம் ஆகிவிட்டது.

ஆண்டவனுக்கே பாதுகாப்பு தேவைதானா?

சட்டப்பேரவையில் 1997 ஜூலைத் திங்களில் அறநிலையத்துறை மானியக் கோரிக்கையின் மீதான விவாதத்தில்...

எதிர்க்கட்சி உறுப்பினர்: மதுரை மீனாட்சி கோயிலுக்கு வருகை தந்த குடியரசுத் தலைவர் அங்கே இருந்தது ஆறு நிமிடமே. முன்பும் பின்பும் பாதுகாப்பு. அதனால், பல திருமணங்கள் நடைபெறுவது தடையாகி விட்டன.

கலைஞர்: அளிக்காவிட்டால் ஏன் அளிக்கவில்லை. அளித்து விட்டால் ஏன் அளிக்க வேண்டும் என்ற கேள்விகள்...

உறுப்பினர்: ஆண்டவன் கொடுக்க முடியாத பாதுகாப்பையா நீங்கள் குடியரசுத் தலைவருக்குக் கொடுத்துவிட முடியும்.

கலைஞர்: ஏன். அந்த ஆண்டவனுக்கே தமிழ்நாடு காவல்துறை தானே பாதுகாப்பு கொடுக்க வேண்டியதிருக்கு. எவ்வளவு சிலைகள் களவாடப்பட்டிருக்கின்றன. பொன், ஆபரணங்கள் களவு போயுள்ளன. தமிழ்நாடு காவல்துறை தானே கண்டுபிடித்துள்ளது.

மூளைப் பொருள் இருந்தால் போதும்

ஒருமுறை கள்ளநோட்டுக் கும்பல் அதிகமாகப் பிடிபட்டுக் கொண்டிருந்த சமயத்தில், சட்டப்பேரவைக் கூட்டம் ஆரம்பமானது. இதுபற்றி வினா எழுப்பப்பட்டது.

எ.க.உ. ஒருவர்: மற்ற மாநிலத்தைச் சேர்ந்தவர்கள், தமிழ்நாட்டிற்கு வந்து கள்ள நோட்டு அச்சடிக்கிறார்கள். அப்படி அடிப்பதற்குத் தேவையான மூலப்பொருள் தமிழ்நாட்டில் அதிகமாகக் கிடைக்கிறதா?

முதல்வர் கலைஞர்: அதற்கு மூலப் பொருள் தேவையில்லை. மூளை என்ற பொருள் இருந்தாலே போதும்.

(பேரவை சிரிப்பில் மூழ்கியது)

பொய்க்கு ஆதரவு -நன்றி!

1975-ம் ஆண்டில், சட்டப்பேரவையில் "பொய்" என்ற சொல்லைப் பயன்படுத்தலாமா என்பது பற்றிய விவாதம் நடைபெற்று அப்போது அவையில் முதல்வர் கலைஞர், பேரவைத் தலைவர் புலவர் கோவிந்தன் இருந்தனர்.

பேரவைத் தலைவர்: பொய் என்ற சொல், மன்ற மரபுக்கு உகந்ததல்ல எனப் பல தீர்ப்புகள் இதற்கு முன்பு இங்கே சொல்லப்பட்டிருப்பதால், எதிர்க்கட்சி உறுப்பினர் சொன்ன பொய் என்ற சொல் அவைக் குறிப்பிலிருந்து நீக்கப்படுகிறது.

அவை உறுப்பினர்: நான் குறிப்பிட்ட "பொய்யை, உண்மைக்கு மாறானது" என்று மாற்றிக் கொள்ள வேண்டுகிறேன்.

கலைஞர்: இந்த மன்றத்தில் பக்தி மனப்பான்மை கொண்டவர்கள் இருக்கக் கூடும். 'வாழ்வே பொய்: காயமே இது பொய்யடா' என்றெல்லாம் பட்டினத்து

அடிகள் சொல்லியுள்ளார்கள். ஆகவே, பொய் என்ற சொல்லையே பயன்படுத்தக் கூடாது என்பது சரியாக இருக்குமா?

(கைதட்டல்)

கோவை செழியன் அ.தி.மு.க. உறுப்பினர்: முதலமைச்சர் சொன்னதை அப்படியே நான் முழு மனதோடு ஏற்கிறேன்.

கலைஞர்: நண்பர் கோவை செழியன் அவர்கள், ''பொய்யை'' யாவது ஆதரிக் கிறாரே என்பதற்காக நான் நன்றி தெரிவித்துக் கொள்கிறேன்.

(பேரவையில் எழுந்த சிரிப்பொலியும் கரவொலியும் தலைமைச் செயலகத்தைக் கொஞ்சம் அசைத்ததாம்).

சக்தி

ஆலயங்களுக்கு அறங்காவலர்கள் நியமனம் சம்பந்தமாக, சட்டப்பேரவையில் நடந்த விவாதத்தில், எதிர்க்கட்சி பெண் உறுப்பினர் ஒருவர், "அப்படி அறங்காவலர்களை நியமிக்கும் போது, பெண்களுக்குச் சலுகை அளிக்கப்படுமா? ஆண்களை விட பெண்கள்தான் அதிக பக்தி கொண்டவர்களாயிற்றே'' என்றார்.

உடனே கலைஞர், "அம்மன் கோயில்களுக்கு அறங்காவலர்கள் நியமிக்கும் போது, அம்மையாரின் கேள்வி கருத்தில் கொள்ளப்படும்'' என்றார்.

அந்த அம்மையார், ''அம்மன் கோயில்கள் மட்டுமென்ன? ஈஸ்வரன் கோயில்களையும் பராமரிப்பதற்குக் கூட சக்திகளுக்குச் சக்தி உண்டென்பது அரசுக்குத் தெரியாதா?'' எனக் கேள்வி எழுப்பினர்.

கொஞ்சமும் தாமதமின்றி தலைவர் "ஈஸ்வரர்களையே ஆட்டிப் படைப்பவர்கள் சக்திகள் என்பது எல்லோருக்கும் தெரியுமே'' என்றதும் சபையில் எழுந்த ஆரவாரம் அடங்க வெகு நேரமாயிற்று.

அண்ணா தளபதியே தான்!

அது தந்தை பெரியார் காலம். எம்.ஆர். ராதாவுக்கு அறிஞர் அண்ணா மீது கோபம். கலைஞர் எழுதிய தூக்குமேடை நாடகத்தில், ராதா வைதீகன் வேடத்தில் அபிநேச முதலியார் என்ற பாத்திரத்தில் நடித்தார். புதுமை விரும்பும் பாண்டியனாக மாணவராக கலைஞர் நடித்தார்.

அந்த நேரத்தில் பேரறிஞர் அண்ணா "தளபதி" என மக்களால் அழைக்கப்பட்டும் மதிக்கப்பட்டும் வந்தார்கள். இதைக் கேலி செய்யும் வகையில், ஒருநாள் நாடகத்தில் திடீரென்று சுயவசனமாக "ஏண்டா? தளபதி அண்ணா என்கிறீர்களே. உன் அண்ணன் எத்தனை போர்க்களத்திற்குச் சென்றான்? எந்தக் கோட்டையைப் பிடித்தான்? எத்தனை பேரைக் கொன்றான்? எவ்வளவு பிணத்தின் மீது நடந்தான்? எனக் கேட்டார்.

இந்தக் கேள்வியை ராதாவிடமிருந்து சற்றும் எதிர்பார்க்காத நிலையில், சுதாரித்துக் கொண்டு "வீணை மீட்டப்படுவதற்கு முன்பு அதற்கு வீணை என்ற பெயர் இல்லையா? வாள் வீசப்படுவதற்கு முன்பு வாள் என்று பெயரில்லையா? அதுபோல, போராட்டம் தொடங்குவதற்கு, அதற்குப் படைவீரர்களைத் தயாரிப்பவர் தளபதி என்று தானே பெயர். அவர்தான் அண்ணா என்றார் கலைஞர்.

'அக்காளுக்குப் பின்தான் தங்கை'

தலைவர் கலைஞர் அவர்கள் முதல்வர் பதவியில் இருந்த சமயத்தில், கூவம் சீரமைப்புப் பணியை விரைந்து நிறைவேற்ற நிதி வழங்கி உத்தரவிட்ட நேரத்தில், திருவல்லிக்கேணி மகளிர் கல்லூரி விழா ஒன்றில் கலைஞர் பங்கேற்றார். அவ்விழாவில் பேசிய பலரும், இந்தப் பகுதியில் செல்லும் பக்கிங்காம் கால்வாயையும் சுத்தப்படுத்த முதல்வர் அவர்கள் ஆணையிட வேண்டும் எனக் குறிப்பிட்டார்கள்.

விழாவில் நிறைவுரை ஆற்றிய கலைஞர் அவர்கள், "பெரிய திட்டமான கூவம் சீரமைப்புத் திட்டம் நடைபெற்றுக் கொண்டிருக்கும் போது, மற்றொரு திட்டத்தையும் உடனே மேற்கொள்வது இயலாது என்பதை விளக்க முற்பட்ட கலைஞர், அக்கா திருமணம் முடிந்தபிறகு தானே, தங்கையின் திருமணம் நடக்க வேண்டும். இதை இங்குள்ள தாய்மார்கள் நன்கு அறிவார்கள். எனவே, இதற்கு மேலும் தங்கைக்காக யாரும் பரிந்து பேசுவது பொருத்தமான செயல் அல்லதானே'' எனச் சொல்லியவுடனே அமர்ந்திருந்த கூட்டத்தினரின் சிரிப்பலை, வங்கக் கடல் அலையோடு சேர்ந்து கொண்டது.

பதினாறும் பெற்றவர்

நாடாளுமன்றத் தேர்தல் முடிந்து முடிவுகள் வெளிவந்த நேரம். வ.ஆற்காடு மாவட்டத்தில் சுற்றுப்பயணம் மேற்கொண்டிருந்தபோது, தண்டராம்பட்டில் கழகத் தோழர் ஒருவரின் இல்லத் திருமண விழாவில் தலைவர் கலைஞர் கலந்து கொண்டு சிறப்பித்தார்.

அப்போது மணமக்களை வாழ்த்திப் பேசிய கலைஞர், "நான் பதினாறும் பெற்றிருக்கிறேன்'' எனக் குறிப்பிட்டவுடன், குழுமியிருந்த அனைவரும், தலைவரை வியப்புடன் பார்த்தனர். ஆனால் கலைஞர் அவர்களோ, தனது பேச்சை ஒரு கணம் நிறுத்திவிட்டு மீண்டும், ''நான் பதினாறு பேர்களைப் பெற்றவன். அதுவும் தமிழ் மக்களாகிய நீங்கள் வழங்கிய அன்புப் பரிசுதான்'' எனக் குறிப்பிட்டுவிட்டு "தேர்தலில் வென்ற 16 நாடாளுமன்ற உறுப்பினர்களைத் தான் குறிப்பிடுகிறேன், நான் 16-ம் பெற்றவன் என்பதில் தவறில்லைதானே'' என்றார்.

(கூட்டத்தினரின் ஆரவாரத்தைப் பற்றிச் சொல்ல வேண்டுமா?)

அண்ணாமலையும், மதுரையும்

கலைஞருக்கு, அண்ணாமலைப் பல்கலைக்கழகம் டாக்டர் பட்டம் வழங்கியதை முன்னிட்டு, சேலம் தமிழாசிரியர் மன்றம் பாராட்டு விழா நடத்தியது.

அதில் ஏற்புரை வழங்கிய கலைஞர், "எனக்கு அண்ணாமலைப் பல்கலைக்கழகம் டாக்டர் பட்டம் வழங்கியது. நாவலர் அவர்கட்கு, மதுரை பல்கலைக்கழகம் டாக்டர் பட்டம் வழங்கியது. இதில் ஒரு நுட்பமான செய்தி என்னவென்றால், நாங்கள் இருவருமே "அண்ணா" எனும் பல்கலைக்கழகத்தில் பயின்று, ஏற்கனவே டாக்டர் பட்டங்களுக்குத் தகுதி பெற்றோம் என்பதையே உணர்த்துகிறது. எப்படியென்றால், அண்ணாமலைப் பல்கலைக்கழகத்தில் மலையை அகற்றினால், 'அண்ணா' என்றாகிறது. மதுரையில் 'ம'வை நீக்கினால், துரை என்று ஆகிறது. இந்த இரண்டையும் சேர்த்தால், "அண்ணாதுரை" தானே!

(அரங்கத்தில் எழுந்த கையொலி சுலபத்தில் அடங்கவே இல்லை)

தீப்பொறி பறக்குமே!

சட்டப்பேரவையில், தீயணைப்புத்துறைக்கான மானியக் கோரிக்கையின் மீது உறுப்பினர்களின் விவாதம் நடைபெற்றது. காவல்துறையும் தீயணைப்புத்துறையும் தனித்தனித் துறைகள் தானே. அப்படியிருக்க, காவல்துறை மானியக் கோரிக்கையோடு தீயணைப்புத் துறைக்கான மானியக் கோரிக்கையும் ஏன் சேர்க்கப்பட்டது? எனப் பல உறுப்பினர்கள் மத்தியில் சந்தேகம் எழுந்திருந்தன. அவை பற்றி நேரடியாகக் கேள்வி எழுப்பாவிட்டாலும், அதனை யூகித்த கலைஞர் அவர்கள் ''போலீஸ் மானியக் கோரிக்கையில், வழக்கமாக உறுப்பினர்கள் பேசும்போது, அதுக்குப் பிறகும் தீப்பொறி பறக்கும். அந்தத் தீ இங்கும் பரவிவிடக் கூடாதென்பதற்காகத்தான் போலீஸ் மானியக் கோரிக்கையோடு, தீயணைப்புத்துறை மானியக் கோரிக்கையும் சேர்த்தே விவாதிக்கப்படுகிறது'' என்றார்.

(கலைஞரின் மதிநுட்பத்தைக் கண்டு வியந்த பேரவை உறுப்பினர்களின் சிரிப்போடு கரவொலியும் சேர்ந்து கொண்டதாம்)

ராக்கியண்ணன் தியாகம்

தேர்தல் அறிவிப்பு வந்த நேரம். கலைஞர் எழுதிய பொன்னர்-சங்கர் நூல் வெளியீட்டு விழாவில் பேசியது:- ''ராக்கியண்ணனுடைய தியாக உணர்வு பற்றிப் புலவர் நன்னன் அவர்களும், மற்றவர்களும் குறிப்பிட்டுப் பேசினார்கள். அப்படியென்ன ராக்கியண்ணன் செய்து விட்டார்? மற்ற குழந்தைகளைக் காப்பாற்றித் தன் குழந்தை போனாலும் பரவாயில்லை என்று எண்ணுகிறான்.

அந்த எண்ணம் அனைவருக்கும் வரவேண்டுமே என்று அவர்கள் விரும்புகிறார்கள் போலும். இன்னொரு தொகுதியைக் காப்பாற்ற, நம்முடைய தொகுதி போனாலும் பரவாயில்லை என்கிற எண்ணம் இந்த அரங்கிலே வீற்றிருப்பவர்களுக்கு வந்தால் பரவாயில்லை. ராக்கியண்ணன் பிழைத்துக் கொண்டான் என நான் கருதுவேன். இந்த உணர்வாவது வரவேண்டும்''.

குழந்தைகளைக் கொடுக்க வேண்டாம். குறைந்தபட்சம் தொகுதிகளையாவது தியாகம் செய்ய முன்வரவேண்டும் என்றார்.

(கலைஞரின் சமயோசித புத்திக் கூர்மையைப் புகழ்ந்தவாறே நீண்டநேரம் கரவொலி எழுப்பிக் கொண்டிருந்தனராம்)

மின்சாரம்-சம்சாரம்

திருச்சியில், கழகத் தோழரின் இல்லத் திருமணவிழா, கலைஞர் தலைமையில் நடைபெற்றது.

முன்னதாக வாழ்த்திப் பேசிய திரு.ரகுமான்கான் அவர்கள், "மனித வாழ்விற்கு எப்படி மின்சாரம் முக்கியமானதோ, அப்படியே குடும்ப வாழ்விற்கு சம்சாரம் முக்கியம்" எனக் குறிப்பிட்டுப் பேசினார்.

நிறைவாகப் பேசிய கலைஞர் அவர்கள் "நான் மணமக்களைப் பார்த்துக் கேட்டுக் கொள்கிறேன். நீங்கள் தமிழ்நாட்டு மின்சாரம் போல இருக்காதீர்கள். அடிக்கடி மின்வெட்டு செய்யாதீர்கள்" என நகைச்சுவை ததும்பப் பேசியதும், மண்டபத்தில் இருந்த அனைவருமே, குறிப்பாக மணமக்களின் சிரிப்பு அடக்க வெகுநேரம் ஆகிவிட்டதாம்.

ஆள் உயர மாலைதான்

கலைஞர் அவர்களின் பிறந்த நாள் விழா. அறிவாலயமே மக்கள் கூட்டத்தால் அதிர்ந்து போய்க் காட்சியளித்துக் கொண்டிருந்தது.

கழகத் தொண்டர்கள், கழக முன்னணியினரை மிஞ்சும் வகையில், ஒருவர் ஆளுயர மாலையைப் பலபேர் துணையுடன் கலைஞருக்கு அணிவித்துவிட்டுச் செல்கிறார். அவர் ஒரு தொழிலதிபர்.

உடனே அருகிலிருந்தவர்கள் "என்ன அண்ணா? என்ன எங்களையெல்லாம் மிஞ்சும் வகையில் அவர் ஆளுயர மாலையைப் போடுகிறாரே" என்றனர்.

அதற்கு அரசியல் சாணக்யரான கலைஞர் அவர்கள் "ஆமாம். நானும் பார்த்தேன். இந்த மாலை ஆளுயர மாலைதான். அந்த ஆள் உயர வேண்டாமா. அதான்" எனச் சொன்னதும் கூடியிருந்தவர்களுக்குச் சிரிக்க சொல்லியா தரவேண்டும்.

அன்னை- மன்னை- சென்னை

ஒருசமயம், அஞ்சுகத்தாயின் நினைவு நாளன்று கலைஞர் அவர்கள் திருவாரூருக்கு வந்திருந்தார். அங்கே ஏற்கனவே நிருபர்கள் பேட்டி காணத் தயாராகக் காத்திருந்தனர்.

நிருபர்கள்: திருவாரூருக்கு வந்திருக்கிறீர்கள். உங்கள் நிகழ்ச்சிகள் என்னென்ன?

கலைஞர்: காலையில் அன்னை, மதியம் மன்னை- மாலையில் சென்னை.

நிருபர்கள்: புரியவில்லையே ஐயா.

கலைஞர்: காலையில் காட்டூருக்குச் சென்று, அன்னை அஞ்சுகம் அம்மையாரின் நினைவிடத்திற்குச் சென்று அஞ்சலி செலுத்துகிறேன். மதியம் மன்னார்குடிக்குச் சென்று மன்னை நாராயண சாமியைப் பார்க்கிறேன். மாலையில் சென்னைக்குத் திரும்புகிறேன். போதுமா அன்னை-மன்னை-சென்னைக்கு விளக்கம்.

(நிருபர்கள் சிரிக்காமலா இருப்பார்கள்)

மேடையில் நீ... கார் ஓட்ட நான்...!

வேலூர் மாவட்டத்தில், தேர்தல் பிரச்சாரக் கூட்டங்களில் கலைஞர் தீவிரமாக இருந்த நேரம். ஒருநாள், நல்ல வெயில், பகல் வேளையில், தனது காரோட்டியிடம் கலைஞர் கேட்க, அவரும் ஒரு தம்ளர் நிறைய மோர் கொடுத்தார். கலைஞரும் அவர் அளித்த தம்ளரில் இருந்த பாதி மோரைக் குடித்துவிட்டுப் பாதி மோரோடு தம்ளரை காரோட்டியிடம் தந்துவிட்டார்.

அவரும், தலைவர் அருந்தியது போக, மிகுதி தானே இது என நினைத்து, அதனைக் குடித்துவிட்டார்.

நண்பகல் கூட்டம் முடிந்தவுடன் மீண்டும் அந்த எஞ்சிய மோரைக் கொண்டு வரப் பணித்தார். காரோட்டியோ, தயக்கத்துடன் அதனைத் தான் குடித்து விட்டதாகத் தெரிவித்தார். கொஞ்சமும் முகம் சுளிக்காமல் கலைஞர், "அப்படியானால் இனி நான் கார் ஓட்டுகிறேன். நீ போய்க் கூட்டத்தில் பேசிவிட்டு வந்துவிடேன்".

காரோட்டி மௌனமானார், கலைஞர், அடுத்த கட்டப் பயணத்திற்கு ஆயத்தமானார்.

"ஐ யாம் சாரி"

கோவையில் நடைபெற்ற தொடர் குண்டுவெடிப்புகளுக்குப் பிறகு, தீவிரவாதிகள் எனச் சந்தேகப் பட்டதன் பேரில், ஒரு சிலர் கைது செய்யப்பட்ட சமயம், பின்னர் நடந்த செய்தியாளர்கள் கூட்டத்தில் கலைஞர் கலந்து கொண்டார். அப்போது ஒரு செய்தியாளர், "சிறையில் உள்ள முஸ்லிம் தீவிரவாதிகள் சித்ரவதை செய்யப்படவில்லை எனக் கூறி யிருந்தீர்கள். ஆனால் அல்-உம்மா இயக்கத்தைச் சேர்ந்த அன்சாரி, சித்ரவதை செய்யப்பட்டது உண்மைதான் எனச் சொல்லி யிருக்கிறாரே" எனக் கேள்வி எழுப்பினார்.

உடனே கலைஞர் மிக அமைதியாக, "அப்படியா சொன்னார் அன்சாரி ஐ யாம் சாரி (I am sorry)

(செய்தியாளர்கள் மத்தியில் பெரும் சிரிப்பொலி)

மலர் மலர்வது மாலையிலா - இரவிலா

கலைஞர் முதல்வராக இருந்தபோது, தஞ்சைப் பயணத்தில், தஞ்சை சுதர்சன் சபாவில், 10-6-69 அன்று மாலை விழா. அன்று ஒரு மலரை வெளியிடும் நிகழ்ச்சி. ஆனால், அன்றைய தினம் எதிர்பாராத நிகழ்ச்சிகள் காரணமாக, கலைஞர் அவர்கள், இரவுதான் சபாவிற்கு வர முடிந்தது. நிகழ்ச்சியைத் துவக்கிப் பேசிய சபாவின் தலைவர்,

"கலைஞர் அவர்கள் மாலையிலே வெளியிட வேண்டிய விழா மலரை இரவில்தான் வெளியிடுவார்கள்" என்றார்.

விழா மலரை வெளியிட்டுப் பேசிய கலைஞர், "மலர் தனது இதழ் முழுவதையும் இரவில்தான் விரிக்கும், மணம் பரப்பும். எனவே தான் மலரின் மணத்தை நீங்கள் சரியாக அனுபவிக்க வேண்டுமென்று தான் இரவில் வந்து வெளியிடுகிறேன்" எனச் சொல்லி முடிப்பதற்குள், மலர் மணத்தை விட, சிரிப்பு மணமும் சபா முழுமைக்கும் பரவி மகிழ்ச்சியில் ஆழ்த்தியது.

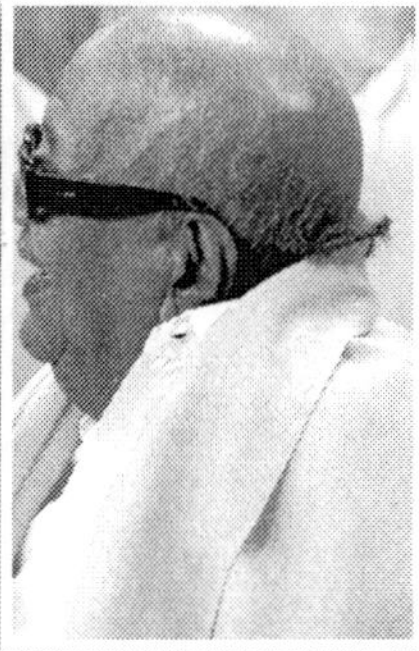

வால் தான் உள்ளதே!

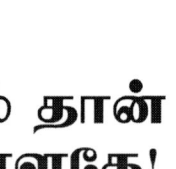

சமீபத்தில் மரணமடைந்த முன்னாள் சைதை சட்டப்பேரவை உறுப்பினர் ஆர்.எஸ்.ஸ்ரீதர், மாநகராட்சி உறுப்பினராக இருந்த சமயம், தனது மேம்பாட்டு நிதியின் கீழ், தனது தொகுதியிலுள்ள பள்ளி ஒன்றிற்கு வால் (Wall) கட்டுவதற்கு நிதி வழங்க வேண்டி முதல்வர் கலைஞரிடம் கோரிக்கை வைத்தார். அப்போதைய உரையாடல்:-

கலைஞர்: வால்தான் இருக்கிறதே. இனியும் எதற்கு?

உறுப்பினர்: இல்லை. யாரிடமும் தலைவர் கேட்டுப் பார்க்கலாம்.

கலைஞர்: வால் உண்டு. நான் பார்த்துக் கொண்டுதானே இருக்கிறேன்.

உறுப்பினர்: நிச்சயமாக இல்லை தலைவரே.

கலைஞர்: பள்ளிக்கு அல்ல, உமக்குத்தான். 'வால்' இருக்கிறதென்றுதான் நான் குறிப்பிட்டது.

(கோரிக்கையை மறந்து ஸ்ரீதர் சிரிப்பில் மூழ்கினார்).

"ஏக"மென்றால் ஒன்றுதான்

ஆழ்வார் ஆய்வு மையத்தின் சார்பாக சான்றோர்களுக்கு விருதுகள் வழங்கும் விழா ஆண்டுதோறும் சிறப்பாக நடந்தேறி வருகின்றது. ஒருமுறை எழுத்தாளர் சாவி அவர்களுக்கு விருது வழங்கும் விழா, கலைஞர் தலைமையில் நடைபெற்றது.

விழாவில் அவரைக் கௌரவிக்கும் பொருட்டு, மாலைகள், சந்தனமாலை, பொன்னாடை, கேடயம், பின் விருதுக்கான காசோலை என ஒவ்வொன்றாக அளிக்கப்பட்டு வந்தன. இதனைப் பெற்றுக் கொண்ட சாவி அவர்கள் "என்ன ஏகத்துக்குக் கொடுக்கிறீங்க?" என்றார்.

அப்போதே கலைஞர்,

"ஏகம் என்றால் ஒன்றுதான். உங்கள் இறைவனை ஏகன், அநேகன் என்றே சொல்லப் படுகிறதே. திருவாசகம்-சிவபுராணம் போன்றவற்றில் "ஏகத்துக்கு என்றால் ஒன்று எனவும், எல்லாம் எனவுந்தானே பாடப்பட்டுள்ளதே என்றதும் கலைஞரின் சொல்லாட்சியை மகிழ்ந்து கலைஞரை ஆரத் தழுவிக் கொண்டார். மேடையிலிருந்தவர்கள் மெய்சிலிர்த்து அமர்ந்திருக்க, விழா மண்டபத்தில் விளைந்த கரவொலி விண்ணை முட்டியதாம்.

காந்தி சிலையை அகற்றலாமே!

திரு.எம்.ஜி.ஆர். அவர்கள் முதல் அமைச்சராக இருந்த நேரம். சட்டப் பேரவையில், மது விலக்கை வலியுறுத்தி ஒரு உறுப்பினர் பேசும்போது, "மதுரை, திருமங்கலம் தொகுதியில், காந்தியடிகளின், சிலையை யொட்டி, சாராயக் கடையைத் திறந்திருக் கிறார்கள். அதை அகற்ற வேண்டும் எனப் பலமுறை பேசியும் அரசு எந்த நடவடிக்கையையும் இதுவரை எடுக்கவில்லை" என்று பேசி முடித்தார்.

அரசு தரப்பில், யாருமே இதற்குப் பதில் சொல்லாமல், அலட்சியப் பார்வை பார்த்தவண்ணம் அமர்ந்திருந்தனர்.

உடனே கலைஞர் எழுந்து, "காந்தியார் சிலைக்கு அருகில் உள்ள சாராயக் கடையை அகற்றுங்கள். அதில் உங்களுக்குச் சங்கடம் இருந்தால், காந்தி மகானின் சிலையை அகற்றி வேறு இடத்தில் வைப்பதில் உங்களுக்குச் சிரமம் இருக்காதென நம்புகிறேன்" என்றார்.

(அவையிலிருந்த முதல்வர் எம்.ஜி.ஆரே வாய்விட்டுச் சிரித்து விட்டார்).

அப்பா-மகன்-பேரன்

காவலுக்குக் கெட்டிக்காரன் திரைப்படத்தின் வெற்றிவிழாவில், கலைஞர்களுக்கான பரிசளிப்பு, கலைஞர் அவர்கள் தலைமையில் நடைபெற்றது. விழாவில் பங்கேற்றுப் பேசிய பலரும் கலைஞரின் நீண்டகாலத் திரையுலகச் சேவையைப் பாராட்டிப் பேசினார்கள். பிரபு பேசும்போது, "காலத்திற்கேற்றபடி திரைக்கதை, வசனம் எழுதும் ஆற்றல், கலைஞருக்கு மட்டுமே உண்டு" எனப் பேசினார்.

நிறைவுரை ஆற்றிய கலைஞர், "பிரபு அவர்கள் எனது நீண்ட கால சேவையைப் பாராட்டினார். ஆமாம். நான் அப்பாவிற்கும் எழுதினேன். அவர் மகனுக்கும் எழுதுகிறேன். அவர் பேரன் நடிக்க வந்தால், அவருக்கும் நிச்சயம் எழுதுவேன்" என்றார்.

(விழா சிரிப்பலையில் கனத்துப் போனது).

செந்நா- பேனா- அண்ணா!

சென்னை கலைவாணர் அரங்கத்தில் ஒரு நூல் வெளியீட்டு விழா நடந்தது. பலரும் நூலின் பெருமையோடு, தலைமை தாங்கிய கலைஞர் அவர்களின் பெருமைகளையும் புகழ்ந்துரைத்தனர்.

கவிஞர் மேத்தா பேசும்போது, "கலைஞரின் சிறப்புக்குக் காரணம், அவரிடம் உள்ள இரண்டு "நாக்கள்'' மட்டுமே ஒன்று "செந்நா'' மற்றொன்று "பேனா'' என்றார்.

விழாவில் சிறப்புரை ஆற்றிய கலைஞர், "கவிஞர் மேத்தா அவர்கள் என்னிடம் இருக்கும் இரண்டு நாக்கள் பற்றித்தான் இங்கு குறிப்பிட்டார். மூன்றாவதாகவும் ஒருநா இருப்பதை அவர் ஏன் மறந்தார் என்பதுதான் எனக்கு விளங்கவில்லை. அந்த மூன்றாவது "நா'' தான் "அண்ணா'' எனக் குறிப்பிட்டதும் கலைவாணர் அரங்கமே கலகலப்பில் மிதந்தது.

கொழுந்துகள்!

நீலகிரி மாவட்டம், குன்னூரில் தி.மு.க. இளைஞரணி விழா, கலைஞர் தலைமையில் நடைபெற்றது. விழாவில் இளைஞர்கள் பெருந்திரளாகக் கூடியிருந்ததைக் கண்டு மகிழ்ந்த கலைஞர் அவர்கள், தனது சிறப்புரையில்:-

"குன்னூரில் இளைஞர்கள் பெருந்திரளாக வந்திருக்கிறீர்கள். கொழுந்துகள் இந்த மண்ணில் அதிகம் என்பது எனக்குத் தெரியும்" எனச் சிரித்துக் கொண்டே குறிப்பிட்டார்.

தேயிலைத் தோட்டக் கொழுந்துகளை தமது கழகக் கொழுந்துகளோடு இளைஞர்களை உவமையாகச் சொன்னதைக் கேட்டு விழாத்திடலில் எழுந்த கரவொலி விண்ணைப் பிளந்தது.

பதவி ஆசை

சென்னையில் நடைபெற்ற சங்கரதாஸ் சுவாமிகள் பிறந்த நாள் விழாவில் தலைவர் கலைஞர் அவர்கள் கலந்து கொண்டு பேசியபோது, "சிலரைப் பதவி ஆசை என்ன பாடுபடுத்துகிறது என்பதற்கு உதாரணம் சொல்கிறேன். யாராவது இறந்து விட்டால் கூட, சிவலோக பதவி அடைந்து விட்டார். வைகுண்ட பதவி அடைந்து விட்டார் என்றுதான் பேசுகிறார்கள். எழுதுகிறார்கள். இறந்த பிறகும் கூட அவர்களைப் பதவி ஆசை விடவில்லை என்பதைத் தானே இது காட்டி நிற்கிறது".

(கூட்டத்தினரின் ஆரவார கைத்தட்டல்)

பிரபு எங்கே?

கலைஞர் அவர்கள் மதுரையில் சுற்றுப்பயணம் மேற்கொண்டிருந்த வேளையில், மதுரைத் தளபதி அழகிரியின் இல்லத்தில் மதிய உணவுக்கு ஏற்பாடாகியிருந்தது.

கலைஞர் அவர்கள், அழகிரியின் இல்லத்திற்கு வருகை தந்தபோது, அங்கே தளபதியின் நண்பர்கள் பெருந்திரளாகக் கூடியிருந்தனர். முக்கியமானவர்களை, தன்பக்கம் இழுத்துக் கொண்டு, முதல்வரும் கலைஞருமான தனது தந்தையிடம் "இவர் கார்த்திக், இவர் நாகேஷ், இவர் அர்ஜுன், இவர் சிவாஜி"யென ஒவ்வொருவராக அறிமுகம் செய்த கொண்டிருந்தார்.

உடனே குறுக்கிட்ட கலைஞர், ".... பிரபுவைக் காணவில்லை" எனக் கேட்டவுடன், காத்திருந்து அறிமுகப்படுத்தப்பட்ட நண்பர்கள் அனைவருமே நடிகர்களின் பெயர்களை வைத்திருந்ததை நினைத்து சிரித்தே விட்டார்கள்.

சொல்வாய்!

எம்.ஜி.ஆர். அவர்கள் முதல்வராய் இருந்தபோது கலைஞரின் ஆட்சிக் காலத்தைப் பற்றி ஆராய இஸ்மாயில் கமிஷன் அமைக்கப்பட்டது. அந்தக் கமிஷனும், தனது அறிக்கையைச் சமர்ப்பித்துவிட்டது. ஆனால் அதனை வெளியிடாமலே இருந்ததுடன், எம்.ஜி.ஆர். அவர்கள் சட்டப்பேரவைக் கூட்டத்திற்கும் வராமலே இருந்தார்.

ஒருமுறை பொறுமையிழந்த எதிர்க்கட்சித் தலைவராக இருந்த கலைஞர் இதனைப் பேரவையில் சுட்டிக்காட்டி கேள்வி எழுப்பினார்.

அப்போது அவை முன்னவரான நாஞ்சிலார் அவர்கள் "கலைஞர் அவர்களே. நான் உங்களை 'நீ' என ஒருமையில் அழைப்பதற்கு என்னை மன்னித்து விடுங்கள்" எனச் சொல்லிவிட்டு, வரும் செவ்வாய் அன்று முதல்வர் எம்.ஜி.ஆர். அவர்கள் அவைக்கு வருவார் என்பதைக் குறிப்பிட்டு "செவ்வாய்- வெல்வாய்- நீ போவாய்" என்றார்.

உடனே கலைஞர் அவர்கள் இடைமறித்து, "நீ இப்படித்தான் அடிக்கடி சொல்வாய். நீ ஒரு வெறும்வாய்" என்றதும், அவரது சாதுர்யப் பேச்சைக் கேட்டு, சபை சிரிப்பலையில் மிதந்தது.

மூச்சை நிறுத்துங்க! மூச்சை விடுங்க!

கலைஞர் அவர்கள், ஒருமுறை அஜீரணக் கோளாறு காரணமாக, அப்பல்லோ மருத்துவமனையில் அனுமதிக்கப்பட்டிருந்தார்.

அங்கு, குடல்-உணவுப் பாதையில் தடையேதும் உள்ளதாவெனக் கண்டறிவதற்காக Barium Scan Test என்ற சோதனையைச் செய்வதற்காக, மருத்துவக் குழு ஒன்று அவர் அறையில் குழுமியிருந்தது.

மருத்துவக் கருவி ஒன்றை, அவர் மூக்கில் வைத்த உதவியாளர், கலைஞரிடம் "மூச்சை நிறுத்துங்கள்- மூச்சை நிறுத்துங்கள்" என்றனர்.

கலைஞரும் அவ்வாறே செய்தார். பின்னர், அவர்கள் "மூச்சை விடுங்கள், மூச்சை விடுங்கள்" என்றனர். கலைஞரும் அப்படியே பின்பற்றினார். இவ்வாறு பலமுறை சோதனை செய்தபின், எந்தக் குறையும் இல்லையென முடிவு செய்து முதல்வரிடம் தெரிவித்தனர்.

இந்தப் பரிசோதனை எல்லாம் முடிந்தபிறகு கலைஞர் அவர்கள், "மூச்சு வெளியேறாமல், மூச்சை விடாமல், மூச்சை நிறுத்தாமல் வாழ வேண்டுமே என்பதற்காகத்தான் மருத்துவமனைக்கு நாங்கள் எல்லாம் வருகிறோம். ஆனால், இங்கே வந்தால், மூச்சை நிறுத்துங்க, மூச்சை விடுங்க" என்கிறீர்களே. இது என்ன நியாயம்" என்றார்.

(ரெட்டி உட்பட, அனைவருமே சிரித்து அறையைக் கலகலப்பாக்கி விட்டனர்)

சிப்பிக்குள் முத்து

1989-ம் ஆண்டு முதல்வர் கலைஞர் அவர்கள் நிதிநிலை அறிக்கையை சட்டப் பேரவையில் தாக்கல் செய்தார். பின்னர் நடந்த விவாதத்தின் போது...

செங்கோட்டையன் (அ.தி.மு.க.): "முதலமைச்சர் ஆழ்கடலில் மூழ்கி முத்தெடுத்து வருவார் என எதிர்பார்த்தேன். ஆனால் அவரோ, வெறும் சிப்பிகளைத் தான் அள்ளிக் கொண்டு வந்திருக்கிறார்" (கிண்டலாக).

உடனே கலைஞர்: "நான் சிப்பிகளைத்தான் எடுத்து வந்தேன் என்பதை ஒப்புக் கொண்ட செங்கோட்டையனுக்கு என் நன்றி. ஏனென்றால் சிப்பிகளை உடைத்து பார்த்தால்தான் முத்துக்கள் கிடைக்கும். சிப்பிக்குள் இருக்கும் முத்து போல் தான் இந்த நிதிநிலை அறிக்கை என்பதை இனியாவது அவர் புரிந்து கொள்ள வேண்டும்.

(என்றதும் சட்டப்பேரவை ஆரவாரத்தால் முக்கிய சாலைக்கே வந்து விட்டதாம்)

இலவசமா - கட்டணமா?

அப்பல்லோ மருத்துவமனையில் உடற்சோதனைக்காக கலைஞர் அனுமதிக்கப்பட்ட நேரம். கலைஞரின் தனி மருத்துவர் கோபால் அவர்கள், ஒரு மாத்திரையைத் தலைவரிடம் கொடுத்துச் சாப்பிடத் தெரிவித்தார். அப்போது

கலைஞர்: இது என்ன கலர் புதிதாக இருக்கிறது. எதற்காக இந்த மாத்திரை?

மருத்துவர் கோபால்: Free Motion போவதற்காக.

உடனே கலைஞர்: இப்போது நான் என்ன கட்டணம் கொடுத்தா கழிப்பிடத்திற்குப் போய் வருகிறேன்.

(இப்படிச் சொன்னதும், தனி மருத்துவர் கோபால் அவர்களால் சிரிப்பை அடக்க முடியாமல் தவித்தாராம்).

எனக்கு எப்போது 'கால்ஷீட்?'

புரட்சி நடிகர் எம்.ஜி.ஆர். அவர்களது இல்லத்துத் தொலைபேசி மணி ஒலித்தது. அப்போது போனை எடுத்துப் பேசிய

எம்.ஜி.ஆர்.: என்ன கலைஞரே! திடீர் போன். என்ன விஷயம்?

கலைஞர்: எனக்கு எப்ப கால்ஷீட் தரப் போகிறீர்கள்.

எம்.ஜி.ஆர்.: கால்ஷீட்டா. இந்த மாதம் ஏற்கனவே கொடுத்து விட்டேனே. மாறனிடமும் சொல்லி விட்டேனே.

கலைஞர்: அது மாறனுக்கு உரியது. எங்கள் தங்கம் படத்திற்குத் தந்திருப்பீர்கள். எனக்கல்லவா இப்போது கால்ஷீட் வேண்டும்.

எம்.ஜி.ஆர்.: உங்களுக்கா? நீங்கள் தனியாகப் படம் எடுக்கிறீர்களா என்ன?

கலைஞர்: நீங்கள் கொடுத்தது ஆக்டிங்குக்கு... நான் கேட்பது மீட்டிங்குக்கு. என்ன புரியவில்லையா? சென்னை மாநகராட்சி தேர்தல் நெருங்கி விட்டதே. எத்தனை கூட்டங்களுக்கு நீங்கள் தேதி தரப் போகிறீர்கள்.

(எம்.ஜி.ஆர். போனில் சிரித்தபடியே இருந்தாராம்)

பாண்டியில் நிற்க முடியாதே

1971-ம் ஆண்டின் பொதுத் தேர்தல். தி.மு.க.வும் இந்திரா காங்கிரசும் கூட்டணி அமைத்துக் கொண்டவேளை-வேட்பாளர்கள் தேர்வு வெகு மும்முரமாகப் பரிசீலனை நடைபெற்ற நேரத்தில், கவிஞர் கண்ணதாசன் அவர்கள், தலைவர் கலைஞர் அவர்களைப் பார்த்துத் தானும், தேர்தலில் நிற்க விரும்புவதாக தெரிவித்தார்.

உடனே கலைஞர்: "எந்தத் தொகுதியில் நிற்கப் போகிறீர்கள்?

கவிஞர்: "பாண்டிச்சேரியில் நிற்கப் போகிறேன்"

கலைஞர்: அங்கு உம்மால் நிற்க முடியாதே ஐயா"

(என்றதும், முதலில் சிரித்தவர் கவிஞர் தானாம்)

"வரும்படி" வந்தால்!

தென்மாவட்டங்களில் சுற்றுப்பயணம் செய்ய, ஒரு மாவட்டச் செயலர், தலைவர் கலைஞரைத் தொடர்ந்து கேட்டபடி இருந்தார். கலைஞரும் பிறகு பார்க்கலாம் என்றே கூறிவந்தார்.

ஒரு கட்டத்தில் அந்த மா.செ. நேரடியாகவே கலைஞரிடம், "தாங்கள் கலந்து கொள்ளும் ஒவ்வொரு நிகழ்ச்சியிலும், மாவட்டத்தின் சார்பில் நிதி வழங்க முடிவு செய்துள்ளோம்" எனத் தெரிவித்தவுடன், தலைவர் இசைவளித்தார்.

ஒப்புக் கொண்டபடி, முதல் நிகழ்ச்சியில் கலந்து கொண்டபோது, கலைஞர் தனது பேச்சில், "நான் இந்த நிகழ்ச்சிகளுக்கு "வரும்படி" உங்கள் மா.செ. என்னைத் தொடர்ந்து கேட்டு வந்தார். கழகத்திற்கு "வரும்படி" வந்தால், நான் வராமல் இருப்பேனா என்ன?" எனப் பேச்சை முடிக்குமுன்னரே கூட்டத்தினரின் கரவொலி அடங்க பல நிமிடங்கள் ஆயிற்றாம்.

''வக்கு''குள்ளது முஸ்லிம் லீக்

கலைஞர் அவர்கள் முதல்வராக ஆட்சிப் பொறுப்பில் இருந்த சமயத்தில் ஒருமுறை சட்டப்பேரவையில், எதிர்க்கட்சி உறுப்பினர் ஒருவர், முஸ்லிம் லீக்கைப் பற்றி மிகக் கேவலமாக ''அவர்களுக்கு வக்கில்லை. அதனால்தான் அவர்கள் தி.மு.க. பக்கம் சாய வேண்டியுள்ளது'' எனக் கேலியாகப் பேச்சைத் தொடர்ந்து கொண்டிருந்தார்.

உடனே கலைஞர் குறுக்கிட்டு, "உறுப்பினர் அவர்கள் தயவு செய்து திருத்திக் கொள்ள வேண்டும். "வக்''கு உள்ளவர்களே அவர்கள் தான். நம்மவர் யாருக்கும் இல்லாத தகுதி அவர்களுக்கு மட்டுமேயுண்டு. புரியவில்லையா. "வக்கு'' போர்டே அவர்களுக்கு மட்டுந்தான் இருக்கிறது தெரியுமா'' எனக் குறிப்பிட்டதும், அந்த எ.க.உறுப்பினர் தலைகுனிந்த நிலையில். சட்டப்பேரவை ஆரவாரத்தில் மிதந்தது.

முதலை- அரசு தான் போட்டது

சட்டப்பேரவையில்...

கலைஞர் முதல்வராக இருந்தபோது- கூவம் சீரமைப்புப் பணி வேகமாக நடைபெற்றது. அப்போது, கூவத்திலிருந்து முதலை வந்துவிட்டதாகப் பரபரப்பாகப் பேசப்பட்டது. பத்திரிகைகளும் அதனைச் செய்தியாகவும் வெளியிட்டன. இதை வைத்து எதிர்க்கட்சி உறுப்பினர் ஒருவர் சட்டப் பேரவையில், ''அரசாங்கமே முதலைகளை வளர்க்கிறதோ'' எனக் கிண்டலாகக் கேட்டார்.

அதற்கு மறுவினாடியே கலைஞர் அவர்கள், "ஆமாம், அரசாங்கந்தான் முதலைப் போட்டுள்ளது'' என்றார். இந்தப் பதிலைக் கேட்டதும், அவையில் எல்லோருமே அமைதியாகி, கலைஞரைப் பார்த்தபடி அமர்ந்திருந்தனர். பிறகு தனக்கே உரித்தான பாணியில் கூவம் சீரமைப்பிற்கு ரூ.2 கோடி "முதலை'' அரசாங்கந்தானே போட்டுள்ளது'' எனக் கூறிமுடித்தார்.

(இப்போது பேரவை மவுனத்தைக் கலைத்துச் சிரிப்பலையில் மிதந்தது)

இராமாவரத்தில் முருகன்

திருச்செந்தூர் முருகன் கோயிலில் நகைகளும் தங்க வேலும் கொள்ளை போனதைக் கண்டித்து கலைஞர் அவர்கள் நடைப்பயணம் மேற்கொண்டார். அந்தப் பயணம் முடிவுற்றதுமே சட்டப்பேரவையின் கூட்டம் ஆரம்பமானது. அப்போதைய விவாதம் வருமாறு:-

அ.தி.மு.க. உறுப்பினர்: "கருணாநிதி, திருச்செந்தூருக்கு முருகனைத் தேடிக் கொண்டு போனார். அங்கு கோயிலுக்கு இவர் சென்றவுடனே இவரைப் பார்க்க விரும்பாமல், திருச்செந்தூர் முருகன் இராமாவரம் தோட்டத்திற்கு வந்து விட்டார்".

எதிர்க்கட்சித் தலைவரான கலைஞர்: "இதுவரை திருச்செந்தூரில் வைரவேல் தான் காணாமற் போய்விட்டது என்று சொல்லப்பட்டது. நானும் அப்படித்தான் இதுவரை நினைத்து கொண்டிருந்தேன். ஆனால், இப்போது முருகன் சிலையும் காணாமற் போய்விட்டதுடன், அது வேறெங்கும் இல்லை, இராமாவரத்தில் தான் உள்ளதென அ.தி.மு.க. உறுப்பினரும் அப்ரூவராக மாறிய செய்தி இப்போதுதான் கேள்விப்பட்டேன் நன்றி" எனக் கூறி அமர்ந்தார்.

(பேரவையில் அமர்ந்து இதனைக் கேட்டுக் கொண்டிருந்த அந்நாளைய முதல்வர் எம்.ஜி.ஆர். அவர்கள் உட்பட அனைவருமே சிரிப்பில் மூழ்கினர்)

தலை கனம் இன்றல்ல பல ஆண்டுகளாக...

திருச்சி மருத்துவமனையில் அன்பில் அவர்கள் அனுமதிக்கப்பட்டு, சிகிச்சை பெற்று வருவதை காண தலைவர் திருச்சிக்கு வந்த சமயம்... மருத்துவமனைக்கு வந்து அன்பிலுடன் உரையாடிக் கொண்டிருந்த வேளையில், அதே மருத்துவமனையில் மலேரியா காய்ச்சல் காரணமாக மேலவை உறுப்பினர் பராங்குசம் அவர்களும் அனுமதிக்கப்பட்டிருப்பதாக தகவல் சொல்லப்பட்டதும் அவரது அறைக்குக் கலைஞர் விரைந்தார்.

அங்கே கலைஞர் "இப்ப இப்படி இருக்கிறது" என்று வினவ, அவரோ, "காய்ச்சல் போய்விட்டது. ஆனால், தலைக்கனம் (பாரம்) தான் போக மாட்டேங்கிறது" என்றார்.

புன்னகையோடு கலைஞர், "உங்களது தலைக்கனம் இன்றைக்கா வந்தது. எனக்குத் தெரிந்து இருபது ஆண்டுகளாக இருக்கிறதே" என்றவுடன், முதலில் சிரிப்பை அடக்க முடியாமல் தவித்தது அவரின் துணைவியாரும் மாமியாருந்தானாம். பின்னர் உடன் பிறப்புக்கள்.

சம்பளம் எவ்வளவு?

தனது திரைப்படமான மணமகளுக்குக் கலைஞரையே வசனம் எழுத வேண்டி அவரைப் பார்க்க வந்தார் கலைவாணர். கலைஞரும் ஒப்புக் கொண்டவுடன், கலைவாணர் பணம் எவ்வளவு? எனக் கேட்டார்.

"தெரியாது. நீங்களே முடிவு கட்டிக் கொள்ளுங்கள்" என்றார் கலைஞர்.

பின்னர் கலைவாணர், 'ஒரு சீட்டில் 0000- என எழுதிக் காண்பித்து, இதில் ஒன்றை எங்கே போடுவது? எனக் கேட்டுக் கொண்டே, சரி கடைசியில் அந்த ஒன்றைப் போட்டுக் கலைஞரிடம் அந்தச் சீட்டைக் கொடுத்தார்.

சிரித்துக் கொண்டே அந்தச் சீட்டை வாங்கிய கலைஞர், அப்படியே அதனைத் தலைகீழாகப் பிடித்துக் கலைவாணரிடம்

கொடுத்து, "இதுதான் எனக்கான சம்பளம்" என்றார்.

கலைவாணரும், அந்தச் சீட்டை அப்படியே பார்த்தபோது, அங்கே 00001-க்குப் பதிலாக 10000 எனக் காட்சியளித்தது.

கலைவாணர் "என்னையே ஏமாற்றி விட்டீர்களே" என்றார்.

கலைஞரோ, "இல்லை உங்கள் சீட்டு தான் உங்களை ஏமாற்றிவிட்டது" என்றார் சிரித்துக் கொண்டே.

நகைச்சுவை மன்னர் கலைவாணரோ சிரிப்பை அடக்க முடியாமல் கலைஞரின் கைகளை குலுக்கியபடியே இருந்தாராம்.

மேல் மாடமே இல்லையா?

1996-ம் ஆண்டு சட்டப்பேரவையில் காவல்துறை மானியக் கோரிக்கையின் போது, மு.க.ஸ்டாலின் அவர்கள் பேசும்போது "கலைஞர் எழுதிய உதயசூரியன் நாடகத்திலிருந்து சில பகுதிகளை மேற்கோள் காட்டிப் பேசினார்.

விவாதத்திற்குப் பதில் அளித்துப் பேசிய கலைஞர், நாடகத்தில் உள்ள மேலும் சில வசனங்களையும், பாடல்களையும் மளமளவெனச் சொன்னார்.

இதைக் கேட்டுக் கொண்டிருந்த அ.தி.மு.க. உறுப்பினர் திருநாவுக்கரசு, "பழைய பாடல்கள், தன்னாலே ஞாபகத்திற்கு வருகிறதா? இல்லை மேல் மாடத்தைப் பார்த்தவுடன் வருகிறதா?" எனக் கேட்டார்.

(அங்கே சபையின் மேல் மாடத்தில் கலைஞரின் மனைவியார் அமர்ந்திருந்தார்).

உடனே கலைஞர் "ஞாபகம் மாடத்தில்தான் இருக்கிறது" என தன் உச்சந்தலையில் கைவைத்துப் பேசியபடி "சில பேர்களுக்கு மாடமே இருப்பதில்லையே என்ன செய்வது?" என்றார்.

(சபை முழுவதும் சிரிப்பில் குலுங்கியது)

கன்னத்தில் முத்தமிட்டால்...!

முத்தமிழ் பேரவை சார்பில், சென்னை நாரத கான சபாவில் விருதுகள் வழங்கும் விழா, கலைஞர் தலைமையில் நடைபெற்றது.

விழா துவங்குமுன், சுதா ரகுநாதனின் தமிழிசை நிகழ்ச்சி மேடையில் நிகழ்ந்து கொண்டிருந்தது. கலைஞரும், கவிஞர் வைரமுத்துவும் முன்வரிசையில் அமர்ந்து ரசித்துக் கொண்டிருந்தனர்.

பல பாடல்களுக்கு மத்தியில் சுதா, "கன்னத்தில் முத்தமிட்டால், உள்ளந்தான் கள்வெறி கொள்ளுதடி" என்ற பாரதியார் பாடலைப் பாடிக் கொண்டிருந்தார்.

அப்போது கலைஞர் வைரமுத்துவிடம் "கன்னத்தில் முத்தமிட்டால் கள்வெறி கொள்ளுதடி எனப்பாடிய பாரதியார், உதட்டில் முத்தமிட்டால் "ஒயின்" வெறி கொள்ளுதடி என்று பாடியிருப்பாரோ என்றதும், கவிஞரால் சிரிப்பை அடக்க முடியாத நிலையில், இதைப் பார்த்த சுதாவும் சிறிதுநேரம் இதனை ரசிக்கத் தொடங்கி விட்டாராம்.

"லவ் எஸ்டர்டே"

சென்னை வடபழனியிலுள்ள கமலா திரையரங்கம் டாக்டர் கலைஞர் அவர்களால் திறந்து வைக்கப்பட்டது. அதன் வெள்ளிவிழா ஆண்டையும் கலைஞரே நடத்தவேண்டும் என அதன் உரிமையாளர் சிதம்பரம் கேட்டுக் கொண்டதற்கிணங்க, தலைவர் ஒப்புதல் தந்திருந்தார். அப்போது, அங்கே விஜய் நடித்த "லவ் டுடே" என்ற திரைப்படத்தின் நூறாவது நாளும் சேர்ந்தே கொண்டாடப்பட்டது. கலைஞர்களுக்குக் கேடயம் வழங்கி சிறப்புரையாற்றிய கலைஞர்,

"இது 'லவ் டுடே' படத்தின் வெற்றிவிழா. இன்றைய இளைய சமுதாயத்திற்கு இது 'லவ் டுடே' தான். எனக்கோ, 'லவ் எஸ்டர்டே' என்றதும் அரங்கமே சிரிப்பொலியில் அதிர்ந்தது.

மேடையில் செய்தி

செய்தியாளர்கள் கூட்டத்தில் ஒருமுறை.

"மே-டே" செய்தி உண்டா என நிருபர்கள் கேட்க, உடனே கலைஞர் தாமதியாமல் அதை மேடையிலே சொல்கிறேன்" என்றார்.

(நிருபர்கள் மத்தியில் கொல்லென்ற சிரிப்பு)

ஒருதலைக் காதல்...

1969 கலைஞர் அவர்கள் முதல்வராக இருந்த காலம். காங்கிரஸ் தலைவராக நேரு அவர்கள் தலைமையேற்றபோது மாநில சுயாட்சியை வலியுறுத்தி மாநிலங்களுக்கு அதிக அதிகாரம் தரப்பட வேண்டும் என அடிக்கடி சொல்லி வந்தார். அதற்காக ராசமன்னார் குழு ஒன்றும் அமைக்கப்பட்டது. அந்தக் குழு தந்த அறிக்கையை ஆய்ந்து அறிக்கை சமர்ப்பிக்க, மாறன்-செழியன் கமிட்டி அமைக்கப்பட்டது. அந்தக் கமிட்டி தந்த அறிக்கையின் அடிப்படையில், 1974-ல் மாநில சுயாட்சி தீர்மானம் சட்டப்பேரவையில் நிறைவேற்றப்பட்டது. அப்போது ச.பே.உ. திரு ஜேம்ஸ் அவர்கள், "மத்திய அரசே, ஒரு குழு அமைத்து, எல்லா மாநிலங்களின் பிரதிநிதிகளைக் கொண்டதாக, அந்தக் குழு இருந்தால்தான், அது பலன் தரும் -என்றார்.

கலைஞர் : இந்தக்குழுவே மத்திய அரசே தனியாக ஒரு குழு அமைப்பதற்கு வழிவகுக்கும்.

ஜேம்ஸ் : மாநில அரசு, குழு அமைப்பதென்பது ஒரு தலைக்காதல் போல- அதாவது ஒன் சைடு லவ் என்பார்களே, அது போல இருக்கும்.

கலைஞர் : உறுப்பினருக்கு ஏற்பட்ட அத்தகைய ஒன்சைடு லவ் அனுபவமோ நட்டமோ எனக்கு ஏற்பட்டதில்லை. இனியும் ஏற்படாது என்பது உறுதியாகும். (சபையில் சிரிப்பலை)

அரிசி தரும் போதையே போதும்!

தமிழகத்தில் மதுவிலக்கை அமுல்படுத்துவது குறித்து, நீண்ட காலமாகவே சாதக பாதகமான விவாதங்கள் நடைபெற்று வருகின்றன.

ராஜாஜி காலத்தில் கொண்டு வரப்பட்ட மதுவிலக்கை அண்ணாவும் கடைப்பிடித்தார். எனினும் கள்ளச்சாராயம் பெருக்கெடுத்து ஓடியது. தடை செய்ய முடியவில்லை. பின்னர் முதல்வராக வந்த எம்.ஜி.ஆர். அவர்கள் அதனை ரத்து செய்தார். பின்னர் கலைஞர் அதனை அமுல்படுத்தினார். இது பற்றிய விவாதம் சட்டப்பேரவையில் ஒருமுறை நடைபெற்ற போது, எதிர்க்கட்சி உறுப்பினர் ஒருவர், "போதை" என்பது எதில் எதில், எத்தனை சதவீதம் இருக்கிறதென்பதை கணக்குப் பார்த்தால், அரிசியில் 5 சதவிகிதம், பதநீரிலும் போதைச் சத்து இருப்பதாகவே கூறப்படுகிறது. எனவே, மதுவிலக்கை ரத்து செய்து கள்ளுக்கடையைத் திறப்பதற்கு அரசு முன்வருமா?

கலைஞர்: பேசுவதைப் பார்த்தால், உறுப்பினர் அவர்கட்கு, அரிசி போதையே போதும் என்று கருதுகிறேன்.

(பேரவை சிரிப்பொலியில் மிதந்தது)

கோயிலும் கோர்ட்டும்

1963-ம் ஆண்டில் சட்டமன்ற எதிர்க்கட்சித் துணைத் தலைவராக கலைஞர் இருந்த நேரம். ஒருமுறை அரிசன நல மான்யக் கோரிக்கை மீதான விவாதம் நடைபெற்றுக் கொண்டிருந்தது.

அப்போது பேசிய கலைஞர் அவர்கள் "மதம் மாறிய அரிசனங்கள் என்று ஒரு பிரிவு இருக்கிறது. அவர்கள் மதம் மாறியதாலே சமுதாய உரிமைகளைப் பெற்று மகிழ்ச்சியாக வாழ்வதாக எண்ணியிருப்பது தவறாகும். ராமன், ராபர்ட்டாக மாறலாம், விபூதிக்குப் பதில் சிலுவை அணியலாம். ஆனால், அவன் அதே சேரியில்தான். சாக்கடை ஓரத்தில் மனிதப் புழுக்களாய்த்தான் வாழ்கிறான். ஆலயங்களுக்குச் சென்று ஆண்டவனைத் தொழ வாய்ப்புண்டு, சுதந்திரம் அளிக்கப்பட்டுள்ளது உண்மைதான். ஆனால், ஆராதனை அபிசேகம் செய்வதற்கு அவர்களுக்கு இன்னமும் உரிமை இல்லையே?

இதனை இடைமறித்து ஆளுங்கட்சி உறுப்பினர் ஒருவர், "கோயிலுக்குப் போகாத கருணாநிதி இந்த அபிசேகம், ஆராதனைகளை எப்படி அறிந்தார்

உடனே கலைஞர் எழுந்து, "கொலை செய்தவர்தான் கோர்ட்டிற்குப் போக வேண்டும், என்பதில்லை. அதற்காக வாதாடும் வக்கீல்களும், அதைக்கேட்க நீதிபதியும் கோர்ட்டுக்குப் போகத் தானே வேண்டும்" என முடிப்பதற்குள் பேரவையில் சிரிப்பொலியும், மேஜைத் தட்டலும் அடங்க வெகுநேரமாயிற்று.

அண்ணாவும் அண்ணியும்

ஒரு திருமண விழாவில் கலைஞரின் வாழ்த்துரையில்

இந்த மணமக்களை நகமும் சதையும் போல வாழுங்கள் எனச் சொல்லமாட்டேன். ஏனென்றால், சதையை விட்டு, நகம் மேலே வளருவதுண்டு. அப்படி வளரும் போது அதை வெட்டி விடுவதும் உண்டு. வெண்ணிலாவும் வானும் போல என வாழ்த்த மாட்டேன். ஏனென்றால் அமாவாசை போன்ற நாட்களில் வானம் உண்டு, நிலா இருப்பதில்லை. நிலாவும் வளரும் தேயும், வீரனும் வாளும் என வாழ்த்த மாட்டேன். வீரன் கூட சில வேளைகளில், வாளை உறையில் போடுவதுண்டு. ஆகவே, இந்த மணமக்களை அண்ணாவும் அண்ணியும் போல வாழுங்கள் என்கிறேன். ஏனென்றால் அண்ணா அவர்கள் நாட்டுப்பணியில் ஈடுபட்டிருக்க, அண்ணியார் அவர்கள் வீட்டுப் பணிகளில் சிறந்து விளங்குகிறார். எனவே, நான் அப்படியே வாழ்த்துகிறேன்.

(மணவிழா மண்டபம் அனைத்தையும் மறந்து, ஆரவாரத்தில் களைகட்டியது)

கழகக் கொடி தீயில் எரிந்தது?

புறநகரில், கழகத்தின் சார்பாக பொதுக் கூட்டம் நடந்து கொண்டிருந்த வேளையில், கலைஞர் அவர்கள் மேடையில் அமர்ந்திருந்தபோது, தோழர் ஒருவர் வேகமாக ஓடிவந்து, மேடையில் வீற்றிருந்த தலைவர்களை நோக்கி, 'கழகக் கொடியை யாரோ சில காலிகள் 'தீ'க்கு இரையாக்கி விட்டனர் என்றார்.

இவரைத்தொடர்ந்து வேறு சிலரும் ஓடி வந்து பரபரப்போடு இதனையே தெரிவித்து நின்றனர். உடனே, கலைஞர் எழுந்து மைக்கைப் பிடித்து :

"காலிகள் சிலர் நமது கழகக் கொடியைத் தீயிட்டுக் கொளுத்தி விட்டார்களாம். பாவம், அவர்கள் எரித்தது துணிக் கொடியைத்தான். ஆனால், கொழுந்து விட்டெரியும் செந்தீயும் அதன் மேலே செல்கின்ற கரும்புகையும். கருப்பு சிவப்பாக கழகக்கொடியாக மாறும்போது, இவர்களால் என்ன செய்ய முடியும்? எப்படி நம்மை அழிக்க முடியும்'' என்றார் உணர்ச்சிவயமாய்...

(கூட்டம் அந்த வேளையிலும் இதனை ரசித்துக் கைதட்டியது)

பால் இல்லையென்று சொல்லும் பாவியல்ல நான்!

1996-ம் ஆண்டு சட்டப்பேரவையில் தொழிலாளர் நலத்துறை மானியக் கோரிக்கையின் மீதான விவாதம் நடைபெற்ற சமயம்:

சுப்பராயன் இ.கம்யூ. : மாதவரம் பால் பண்ணையில் பணிபுரிந்த தொழிலாளர்கள் ஆயிரத்திற்கும் மேற்பட்டவர்கள் வேலைநீக்கம் செய்யப்பட்டனர். 1989-ல் கலைஞர் மீண்டும் ஆட்சிக்கு வந்தவுடன் பலருக்கு வேலை தந்தார். மீதியுள்ளவர்களுக்கும் வேலை தரவேண்டும். தாயிடந்தான் குழந்தை பால் கேட்டு அழும். அப்படி உங்களைக் கேட்கிறோம். நல்ல முடிவை அறிவியுங்கள்...

கலைஞர் : நாங்கள்தான் தொழிலாளர் களுக்கு வேலை கொடுத்தோம். கருணை என்பது நீளமாக இருக்கிறது நிதி என்பது அளவு குறைவாக இருக்கிறது. எனினும், பால் இல்லை என்று சொல்கிற பாவி இல்லை இந்தத் தாய்.

(சட்டப்பேரவையில் மகிழ்ச்சி ஆரவாரம்)

பேச்சு இரண்டு கோடிக்குச் சமம்

தேசிய பாதுகாப்பு நிதி வழங்கும் விழா, திருவாரூர் தெற்கு வீதியில் கலைஞர் தலைமையில் நடைபெற்றது. விழாவில் முதல்வரின் மனைவி தயாளு அம்மாளும் மேடையில் அமர்ந்திருந்தார்.

விழாவைத் துவக்கி வைத்துப் பேசிய மாவட்ட ஆட்சித் தலைவர், தயாளு அம்மாளைப் பேச அழைத்தார். அம்மையாரும் எழுந்து "எல்லோருக்கும் என் நன்றி வணக்கம்" எனக் கூறிவிட்டு அமர்ந்து விட்டார்.

அடுத்துப் பேசிய கலைஞர் அவர்கள், "என் மனைவி பேசிய வார்த்தைகள் இரண்டுதான் என்றாலும் அவை இரண்டு கோடிக்குச் சமம்" என்றார். (கூட்டத்தில் சிரிப்பொலி எழுந்து, பின் அடங்கியது). எங்கள் திருமணம் இந்த விழா மேடை எதிர்ப்புறத்தில், எதிர் கோடியில் நடைபெற்றது. மனைவி 'சம்மதம்' என்ற ஒரே வார்த்தையோடு மணவிழா முடிந்தது. இப்போது அதே தெருவில் இந்தக் கோடியில் நடக்கும் இந்த விழாவில், அவர் இரண்டு வார்த்தைகள் பேசியுள்ளார். ஆகவே, எனது மனைவியாரின் பேச்சு இரண்டு கோடிக்குச் சமம் என நான் சொன்னதில் தவறில்லைதானே' என்றதும் கூட்டத்தினரின் மகிழ்ச்சி ஆரவாரத்தில், திருவாரூர் தேர் மீண்டும் ஓடத் தொடங்கியதாம்.

ஒப்பந்தம் தள்ளாடத்தானே செய்யும்

பாண்டிச்சேரி சட்டப்பேரவைத் தேர்தலில் தி.மு.க.வும் காங்கிரசும் கூட்டணி அமைத்திருந்த நேரம். தமிழ்நாட்டில் தொகுதி பங்கீடுகள் சுமுகமாக முடிவுற்ற நிலையில், பாண்டிச்சேரியில் இழுபறி நிலையாக இருந்து வந்த நேரத்தில் செய்தியாளர்களின் சந்திப்பு நடை பெற்றது. ஒரு செய்தியாளர் கலைஞரிடம்:-

இங்கு பங்கீடு கௌரவமாக முடிவுற்றும், பாண்டிச்சேரியில் இன்னும் தள்ளாட்டம் காண்கிறதே ஏன்?

உடனே கலைஞர், 'பாண்டி அல்லவா. தள்ளாடத்தானே செய்யும்.'

(நிருபர்கள் கூட்டம் கலகலப்பில் மூழ்கியது)

மகனைத்தானே திட்டினீர்கள்

காங்கிரசின் நகைச்சுவைப் பேச்சாளர் சின்ன அண்ணாமலை, ஒருமுறை முந்தியநாள் கூட்டத்தில் தலைவர் கலைஞரைப் பற்றி கடும் விமர்சனம் செய்து பேசிவிட்டதை எண்ணி மனம் வருந்தி கலைஞர் இல்லத்திற்கு நேரடியாகவே வந்து மன்னிப்புக் கோரி நின்றார். அதற்குச் சிறிதும் சஞ்சலப்படாமல் "எப்படித் தாக்கிப் பேசினீர்கள், என் பதவியைக் குறிப்பிட்டா" எனக் கேட்க அவரும், பேரைக் குறிப்பிட்டுத்தான் என்றார் சஞ்சலத்துடன்.

கலைஞரோ, "பரவாயில்லை. உங்கள் மகன் மீது கோபம். அதனால் என்னைத் திட்டும் சாக்கில் அவனைத் திட்டியிருக்கிறீர்கள் என நினைத்துக் கொள்கிறேன். பரவாயில்லை விடுங்கள்" எனச் சர்வசாதாரணமாகச் சொல்லிய போது சின்ன அண்ணாமலை திகைத்து நின்றார்.

(அவரது மகனின் பெயரும் கருணாநிதிதான்.)

கை வலி- தோள் வலி

சி.பா.ஆதித்தனாருக்கு பாராட்டு விழா கலைஞர் தலைமையில் சென்னையில் நடைபெற்றது. விழாவில் பேசிய தமிழ்வாணன் :

"சில தலைவர்களைப் போல, கைவலி, தோள்வலி என்ற சாக்கு போக்குச் சொல்லும் தலைவர் கலைஞர் இல்லை. இவர் ஆரோக்கியமான தலைவர்" எனச் சொன்னதும் கூட்டத்தில் பெரிய சலசலப்பு. தோள்வலி காரணமாக அண்ணா வெளிநாடு சென்றதைத்தான் தமிழ்வாணன் இப்படி மறைமுகமாகக் குறிப்பிட்டாரோ என்பதைப் புரிந்த கலைஞர் அவர்கள் மைக்கைப் பிடித்து

"கை வலி- தோள் வலி என்றால் கைவலிமை, தோள்வலிமை என்று தமிழில் கூறலாம். கரிகால் பெருவளத்தானையும், ஆரியப்படை கடந்த நெடுஞ்செழியனையும் கைவலி மிக்கவர், தோள் வலி மிக்கவர் எனப் பாராட்டிப் பாடியுள்ளார்கள், எனப்பேசியதும், அது சமாதானம் என்றுணர்ந்த போதிலும், கலைஞரின் சொல்லாட்சியைப் புகழ்ந்த வண்ணம் சலசலப்பு மறைந்து கரவொலி எழும்பியது.

காபரே நடனம்-
காப்ரா நடனமாகி
விடாதா?

சென்னை நகரில் பல உணவு விடுதிகளில் காபரே நடனம் என்ற பெயரில் அரை நிர்வாண நடனங்கள் நடப்பதாகப் புகார்கள் எழுந்ததன் அடிப்படையில், காவல்துறை கடுமையான நடவடிக்கைகளைத் தொடுத்த நேரம். இதுபற்றி சட்டப்பேரவையில் நடந்த விவாதம் -1969 ஆகஸ்ட் திங்கள் முதல்வராக கலைஞர்:-

நரசிம்மன் : இம்மாதிரி நடனங்கள் நடப்பதால், சுற்றுப் பயணிகள் அதிகமாக வருவார்கள் அல்லவா?

கலைஞர் : அவர்களைக் கவர இந்த நடனத்தைத் தான் பயன்படுத்த வேண்டிய அவசியம் இல்லை.

எ.க.உ. : அரசாங்கம் இதைத் தடுக்க முன்வருமா?

கலைஞர் : இவை காபரே நடனங்கள் என்ற அளவில்தான் அனுமதிக்கப்படுகின்றன. காப்ரா நடனங்களாக மாறி விடுமானால் நிச்சயமாகத் தடுக்கப்படும்.

(பேரவையில் சிரிப்பலை)

வி.கே.கோதண்டராமன் (கம்யூ.உறுப்பினர்) : கண்டுபிடித்து நடவடிக்கை எடுக்க காவல்துறையை மட்டும் நம்பாமல், சட்டமன்ற உறுப்பினர்களுக்கு அந்த அதிகாரத்தைக் கொடுக்கும் உத்தேசம் உண்டா?

கலைஞர்: திரு.கோதண்டராமன் அவர்கள் அங்கு செல்ல முயற்சிக்கிறார் என்பது இப்போது நல்லாவே புரிகிறது.

(பேரவையில் கைதட்டலும் சிரிப்பொலிகளும் அடங்க வெகுநேரம் ஆயிற்றாம்)

முத்தத்திலே பிறந்தவர்கள்

கலைஞர் அவர்கள் தஞ்சை மாவட்டத்தில் சுற்றுப்பயணம் மேற்கொண்ட போது மன்னார்குடியிலுள்ள தனது இல்லத்திற்கு விருந்துண்ண தலைவர் அவர்களை மா.செ. மன்னை நாராயணசாமி அழைத்திருந்தார். உடனிருந்த தென்னரசு மற்றும் தாழை.மு. கருணாநிதி ஆகியோரையும் அழைக்க அனைவரும் மன்னை சென்றார்கள்.

முதன்முறையாக, தன் வீட்டிற்கு வந்த தன் நண்பர்களிடம், தனது வீட்டைச் சுற்றிக்காட்டி தனது பால்ய காலச் சம்பவங்களை நினைவு கூர்ந்தார். இது திண்ணை- இது கூடம்- இது தாழ்வாரம் எனச் சொல்லிக் கொண்டே வந்த மன்னையார்- இது முத்தம் (முற்றம்) -இந்த முத்தத்தில்தான் நான் பிறந்தேனாம் என்று முடிப்பதற்குள்...

கலைஞர், "நீங்கள் மட்டுமா? எல்லோருமே முத்தத்தில்தான் பிறந்தார்கள்" என்றதும், அந்த பழைய காலத்து வீடு சிரிப்பலையால் நகர்ந்த தாம்.

தியாகராய நகருக்குப் பதில் புதுப்பேட்டை

1975-ம் ஆண்டு, தியாகராய நகர் பொதுக் கூட்டமொன்றில், மத்திய அமைச்சர் சி.சுப்பிரமணியம் அவர்கள், மாநில அரசுக்கு ஒதுக்கப்பட்டு வழங்கப்பட்ட பணம் ஒழுங்காகச் செலவிடப் படுவதில்லையெனப் பேசினார்.

இதற்கு மறுப்பு தெரிவித்து அன்று முதல்வராக இருந்த கலைஞர் சரியான புள்ளி விவரங்களுடன் சென்னை புதுப்பேட்டைக் கூட்டத்தின் வாயிலாக பதில் அளித்தார்.

அச்சமயம் சட்டப்பேரவைக் கூட்டம் நடந்து கொண்டிருந்தது. இதனை அ.தி.மு.க. உறுப்பினர் ஹண்டே அவர்கள் "இதுபோன்ற முக்கியமான பிரச்சினைகளைச் சட்டப்பேரவையில் விவாதத்திற்கு உட்படுத்தாமல், முதல்வர் எவ்வாறு பொதுக் கூட்டத்தில் பேசினார்?" என வினா எழுப்பினார் இதற்கு கலைஞர் அவர்கள்,

திரு.சி.சுப்பிரமணியம் நாடாளுமன்றத்தில் இதுபற்றி பேசி இருப்பாரேயானால், எனது பதிலும் சட்டமன்றத்தில்தான் இருந்திருக்கும். அவரது கேள்வி தியாகராய நகரில் எழுப்பப்பட்டதால், எனது பதில் புதுப்பேட்டையில்தான்" என்றதும் சட்டசபை வளாகமே ஆரவாரத்தால் அதிர்ந்தது.

இந்தியா ஒளிர்கிறது!

கடந்த நாடாளுமன்றத் தேர்தலின் போது, பாரதீய ஜனதா கட்சியின் தாரக மந்திரமான இந்தியா ஒளிர்கிறது- இந்தியா ஒளிர்கிறது எனப் பிரச்சாரம் வெகுவாக ஓங்கி ஒலித்த சமயம், செய்தியாளர்கள் கலைஞரைப் பேட்டி எடுத்துக் கொண்டிருந்த நேரத்தில், மின்சாரம் தடைபட்டது. பேட்டியரங்கம் இருளில் மூழ்கியபோது இருளைக் கிழித்துக் கலைஞர்:-

"இந்தியா ஒளிர்கிறது என்கிறார்களே. அது இதுதான் -இந்தியா ஒளிகிறது எனச் சொன்னபோது

(இருளில் மூழ்கியிருந்த அரங்கம் இப்போது சிரிப்பில் மிதந்தது)

காது கேட்கும் கருவி

கலைஞர் முதல்வராக ஆட்சிபுரிந்த காலம். 1989 ஏப்ரல் 20 சட்டப்பேரவையில் சூடான விவாதங்கள் நிறைந்த கலகலப்பான நேரம்.

எதிர்க்கட்சி உறுப்பினர் பி.வி.இராசேந்திரன் அவர்கள் "நரிமணம் எண்ணெய் சுத்திகரிப்பு ஆலைக்கு நிலம் கையகப்படுத்தும் முயற்சிகள் நடந்து வருவதாக முதல்வர் குறிப்பிட்டார். நல்லது. அந்த எண்ணெய் எரிவாயுவிலிருந்து என்னென்ன உபதொழில்கள் தொடங்கலாம்? என்னென்ன பொருட்கள் கிடைக்கும்?

கலைஞர் : மின் உற்பத்தி, உர உற்பத்தி, ரசாயனத் தொழிற்சாலைகளுக்குத் தேவைப்படும் மெத்தினால் என்ற ரசாயனப் பொருள், காஸ் சிலிண்டர்கள் தயாரிக்கத் தேவைப்படும் பெட்ரோலிய வாயு கிடைக்கும். இவ்வாறு பட்டியலிட்டவாறு பதிலை முடித்தார்.

அப்போது கழக உறுப்பினர் அரியலூர் ஆறுமுகம் எழுந்து, "ஒரு கேள்வி. நரிமணம் எண்ணெய் சுத்திகரிப்பு ஆலை மூலம் என்னென்ன உப தொழில்கள் உருவாக்க முடியும்?" எனக் கேட்டார்.

அப்போதுதான் நீண்டதொரு பதிலை அளித்துவிட்டு அமர்ந்த கலைஞர், "உபதொழில்களில் ஒன்றாக, உறுப்பினருக்கு மிகவும் தேவையான காது கேட்கும் கருவிகளும் தயாரிக்கப்படும் என்றார் கொஞ்சம் கடுமையாகவே.

(இந்த உடனடி பதிலால் சபை உறுப்பினர்கள் அனைவரும் சிரிப்பில் மூழ்கினர்)

ஊதுவேன், நீங்கள் பழுக்கும் வரை ஊதுவேன்

1970-ம் ஆண்டு செப்டம்பர் திங்கள் மேலவையில், ம.பொ.சி. அவர்கள், மாநில சுயாட்சி தனிநபர் தீர்மானத்தைக் கொண்டு வந்தபோது, முதல்வர் கலைஞர் அவர்கள், மாநில சுயாட்சி தேவை என்பதற்கான தனிநபர் தீர்மானத்தை மாநில அரசே கொண்டு வரவிருப்பதால், இந்தத் தனிநபர் தீர்மானம் தேவையல்ல எனத் தெரிவித்து அமர்ந்தார்.

அப்போது எதிர்க்கட்சி உறுப்பினர் ஒருவர், "நாளை மறுநாள் மாநில சுயாட்சி மாநாடு நடக்க இருக்கிறது. அங்கு முதலமைச்சர் தலைமையுரை ஆற்ற வேண்டும். எனவே, இப்போதே அதைப்பற்றிப் பேசிவிட்டால் பிறகு செலவாணி இருக்காதே எனக் கருதிதான் தீர்மானத்தை வாபஸ் பெறச் சொல்கிறார்.

உடனே கலைஞர் எழுந்து, "அந்த அளவுக்குச் சரக்கு குறைவானவர்கள் அல்ல நாங்கள், இது எப்படி இருக்கிறதென்றால், ஒருவர் தனது ஊரில் நாதஸ்வரக் கச்சேரிக்கு ஏற்பாடு செய்திருந்தார். அந்த நாதஸ்வர வித்வான், அதற்கு முந்திய நாளில் பக்கத்து

ஊரில் கச்சேரி செய்து கொண்டிருந்தார். இவரும் அங்கே போனார். வித்வான் வெகுநேரம் கச்சேரி செய்து கொண்டிருந்ததைக் கண்டு, 'இங்கேயே இவ்வளவு நேரம் கச்சேரி செய்து விட்டீர்களே. நாளைக்கு எங்கள் ஊரில் ஊத என்ன செய்வீர்கள்'' எனக் கேட்டது போல இருக்கு உறுப்பினர் கேட்டது.

அப்போது எதிர்க்கட்சித் தலைவர், இதிலிருந்து முதலமைச்சர் நன்றாக ஊதுவார்கள் என்று தெரிகிறது (கலைஞரைக் கிண்டல் அடிக்கும் சாக்கில்)

கொஞ்சமும் ஆவேசப்படாமல் கலைஞர் அவர்கள், "ஆமாம், நன்றாகவே ஊதுவேன். அதுவும் நீங்கள் பழுக்கிறவரைக்கும் அதுவரையிலும் ஊதிக் கொண்டே இருப்பேன்'' என்றார்.

(எ.க. தலைவரின் தலை தொங்கியபோது மேலவை ஆரவாரத்தில் தலை நிமிர்ந்து நின்றது)

கிட்டப்பா-
உனக்குக் கிட்டாதப்பா

கலைஞர் முதல்வராக இருந்த காலத்தில், சட்டப்பேரவையில் கேள்வி நேரம் என்பது கலகலப்பான நேரமாகவே மாற்றப்பட்டிருந்தது. ஒருமுறை

கிட்டப்பா : மயிலாடுதுறைக்கு விமான நிலையம் வேண்டும் என்று நான் நீண்ட காலமாக கோரிக்கை வைத்து வருகிறேன். எப்போது அந்த விமான நிலையம் வரும்?

முதல்வர் கலைஞர் : கேள்வி கேட்டவர் பெயர் கிட்டப்பா -எனவே எனது பதில் இதுதான். "கிட்டப்பா இப்போது கிட்டாதப்பா."

(சபையில் சிரிப்பலை எழுந்தது)

தர்ம சங்கடம் யாருக்கு?

கலைஞர் அவர்கள் முதல் முறையாக முதல்வர் பொறுப்பேற்று டெல்லி சென்றபோது, பத்திரிகை நிருபர்களின் சந்திப்பிற்கு ஏற்பாடு செய்யப்பட்டிருந்தது. நிருபர்களின் பல்வேறு கேள்விகளுக்குச் சரமாரியாகப் பதில்களை அளித்து வந்தார். அப்போது

ஒரு நிருபர் : உங்களை ராஜாஜியும் ஆதரிக்கிறார், பெரியாரும் ஆதரிக்கிறார். இது உங்களுக்கும் தர்ம சங்கடமாக இல்லையா?

கலைஞர் : ஆமாம்... ஆமாம்... தர்ம சங்கடந்தான்... ஆனால் எனக்கல்ல. அந்தச் சங்கடம் தர்மத்திற்குத்தானே தவிர எனக்கல்ல.

(தலைநகரில், செய்தியாளர்களுக்குத், தான் யாரென்பதை நிரூபணம் செய்த பேட்டியில் சிரிப்புக்கு பஞ்சமா ஏற்பட்டிருக்கும்).

மேயருக்கு வேறு பதவி உண்டுதானே!

திரு.சா.கணேசன் அவர்கள், சென்னை மாநகர மேயராக வீற்றிருந்த நேரம், செனாய் நகர் நீச்சல் குளத்தைத் திறந்து வைக்கத் தேதி கேட்டுப் பலமுறை வேண்டுகோள் வைத்திருந்தார். ஒருசமயம் நடந்த உரையாடல் இதோ.

மேயர் : நிச்சயமாகத் தலைவர் இம்முறை எனது வேண்டுகோளை ஏற்க வேண்டும்.

கலைஞர் : ஏராளமான வேலைகள் இருக்கு.

மேயர் : நான் மேயராக இருப்பதற்குள் திறந்து விடவேண்டும் என்பதால்...

கலைஞர்: மேயர் பதவி போனால் என்ன? உமக்குத்தான் அடுத்த பதவி காத்திருக்கிறதே. மேயர் திகைப்பு. என்னய்யா? அதிர்ச்சியாகி விட்டீரா. மேயர் பதவி போனால், அடுத்தபடி யாக வரும் பதவி "முன்னாள் மேயர்'' அல்லவா. பின் ஏன் கவலைப்பட வேண்டும்?

(வந்த காரியம் மறந்து, மேயர் கணேசன் சிரிப்பில் அமிழ்ந்து போனாராம்).

கலைஞரின் முன்கோபம்

சட்டப்பேரவையில், ஒருமுறை ஒரு உறுப்பினர் பேசும்போது, தலைவர் அவர்களைப் பார்த்து ''கலைஞர் ஒரு முன்கோபக்காரர் என்று சொல்லக் கேள்விப்பட்டிருக்கிறேன்'' எனக் குறிப்பிட்டு, அவர் இருக்கையில் அமர்வதற்குள்

கலைஞர் எழுந்து

''உறுப்பினர் அவர்கள் நான் முன்கோபக்காரன்'' எனச் சொல்லியதில் வருத்தமும் இல்லை, நான் கோபப்படப் போவதும் இல்லை. காரணம் முன்பு ஒரு காலத்தில் நான் கோபக்காரனாக இருந்தேன் என்ற பொருளில்தான் ''முன்கோபக்காரன் என்றுதான் குறிப்பிட்டார் என்று கருதுகிறேன்'' என்றார்.

(தன் மீது பாயும் அம்புகளை மிக லாவகமாகத் தன் நாவன்மையால் அப்படியே புறந்தள்ளும் அற்புதத்தைக் கண்டு, சபை அதிசயத்தில் ஆழ்ந்ததாம்).

சிறைக் 'கஞ்சா' சிங்கம்!

ஒருமுறை கழகம் நடத்திய அறப் போராட்டத்தில், தமிழகமெங்கும் பல்லாயிரக்கணக்கானத் தொண்டர்கள் கைது செய்யப்பட்டு சிறைவாசம் அனுபவித்த நேரம். மாவட்டந்தோறும் பயணித்து கழகத் தோழர்களைக் கலைஞர் சிறைகளில் சந்தித்து ஆறுதல் சொல்லி வந்தார்.

அவ்வாறு, திருச்சி மத்திய சிறைக்குப் போய், கழகக் கண்மணிகளைச் சந்தித்து உரையாடிக் கொண்டிருக்கும் போது, அங்குள்ள கைதி ஒருவர், சிறை வாழ்க்கையைப் பற்றிக் கொஞ்சமும் கவலை கொள்ளாமல் ரொம்பவே ஜாலியாக உலா வந்து கொண்டிருந்தார். கலைஞரோ மிகவும் ஆச்சரியப்பட்டார்.

இதனைப் பார்த்த சிறை ஊழியர் ஒருவர் : "தலைவர் அவர்களே, இவன் உங்கள் இயக்கத்தைச் சேர்ந்தவன் அல்ல. பெரிய கஞ்சா கடத்தல்காரன். இப்போது இவன் 15-வது முறையாக சிறைக்கு வந்துள்ளான்" என்றார்.

கலைஞர் சிரித்தபடியே, "இவனல்லவா சிறைக் கஞ்சா "சிங்கம்" எனச் சொன்னதும், கூடியிருந்தவர்களின் சிரிப்பால், சிறையில் அதிர்வே ஏற்பட்டதாம்.

எம்.கருணாநிதி என்றால் எம்முடைய கருணாநிதி

கலைஞர் பொதுப்பணித்துறை அமைச்சராக இருந்தபோது 10-6-67ல் அறந்தாங்கி ஊராட்சி மன்றத்தின் சார்பில் ஒரு வரவேற்பு விழா ஏற்பாடு செய்யப்பட்டிருந்தது.

ஊ.ம.தலைவர் பேசும்போது "எம்.கருணாநிதி அவர்களே" என்றும் பாராட்டுரையில் எம்.கருணாநிதி என்றும் அச்சேற்றித் தந்தார். விழாவிற்கு வந்தவர்களை இது சங்கடத்தில் ஆழ்த்தியதைக் கண்ணுற்ற கலைஞர் அவர்கள், தனது பேச்சின் துவக்கத்திலே "இதுவரை எனக்கு அளிக்கப்பட்ட வாழ்த்துக்களிலோ, வரவேற்புரைகளிலோ, மு.கருணாநிதி என்றுதான் இருக்கும். பேசுபவர்களும் அப்படித்தான் பேசுவார்கள். ஆனால், அறந்தாங்கி ஊ.ம.தலைவர் நல்ல காங்கிரஸ்காரர் என்பதால், அவர் என்னைத் தன்னுடையவராக்கி, மற்றவர்களுக்கு வெளிப்படையாகத் தெரிவிக்கவே பலமுறை எம்.கருணாநிதி அவர்களே என்று பேசினார்கள். அதனால், அவர் ஆங்கிலத்தில் மோகம் கொண்டவராக கருதிக் கொள்ள வேண்டாம். என்னை "எம்முடைய அதாவது நம்முடைய, எமது கருணாநிதி என்பதைத்தான் "எம்.கருணாநிதி எனக் குறிப்பிட்டார்" என்றார்.

(கூட்டத்தினர் கைதட்டி ஆரவாரம்)

இதயம் காலியாக இல்லை

முதல்வர் பொறுப்பேற்றதும், டெல்லிக்குச் சென்று, மைய அரசின் முக்கிய பொறுப்பாளர்களைச் சந்தித்து விட்டு, சென்னை திரும்பியதும், பத்திரிகையாளர்களின் கூட்டத்திற்கு ஏற்பாடு செய்யப்பட்டிருந்தது.

அப்போது நிருபர்கள் : பதவி ஏற்றதும், கஜானாவும் காலி, களஞ்சியமும் காலியாக உள்ளதெனச் சொன்னீர்கள். இப்போது டெல்லி சென்றுவிட்டு வந்திருக்கிறீர்கள். தற்போதைய நிலைமை என்ன?

முதல்வர் கலைஞர் : கஜானாவும் காலி, களஞ்சியமும் காலி என நான் சொன்னது உண்மைதான். ஆனால் மத்தியில் உள்ளவர்களின் இதயம் 'காலி'யாக இல்லை.

(அங்கு குபீர் சிரிப்பு)

பாதி வெற்றி

16-3-68 அன்று கலைஞர் அவர்கள் பொதுப்பணித்துறை அமைச்சராக இருந்த சமயம். சுற்றுப்பயணத்தின் போது, ஒரு ஊரில் கருப்புக்கொடி காட்டப்பட்டது. அன்றைய தினம் அங்கே நடந்த பொதுக் கூட்டத்தில் பேசிய கலைஞர், அவர்கள் கருப்புக் கொடி காட்டினார்கள். நாம் பாதியளவு வெற்றி பெற்று விட்டோம் என்பதையே இது காட்டுகிறது. ஏனெனில், நமது கழகக் கொடியின் பாதி நிறம் கருப்பு நிறம் என்பதை நீங்கள் அறிவீர்கள். இன்னும் கொஞ்ச காலத்திற்குள், அவர்கள் சிவப்பு நிறத்தையும் ஆக்ரமித்துக் கொண்டு, கருப்பு-சிவப்பு என இருவண்ணக் கொடியை ஏந்த வேண்டிய நாட்கள் வெகுதொலைவில் இல்லை என்பதையும் தெரிவித்துக் கொள்கிறேன்.''

(கரகோஷம் அந்த ஊரையே கலக்கியதாம்)

பொறுப்புள்ள பொருளாளர்

கலைஞர் அவர்கள் கழகத்தின் பொருளாளராகப் பொறுப்பு வகித்து வந்த காலத்தில் நடந்த நிகழ்ச்சி. ஒரு சமயம், கார் விபத்தில் கலைஞர் அடிபட்டு சிகிச்சை பெற்று வந்தபோது, தலையில் பலமாக அடிபட்டு இருந்ததால், மூளை நரம்புகளில் ஏதேனும் பாதிப்பு ஏற்பட்டுள்ளதாவென்பதை கண்டறிய, நரம்பியல் நிபுணர் கல்யாணராமன் சோதனையில் ஈடுபட்டார்.

டாக்டர் அவர்கள், கலைஞர் அவர்களைக் கண்களை மூடச் சொல்லிவிட்டு, அவரது கையில் ஒரு ஐம்பது பைசா நாணயத்தை வைத்து, இது எவ்வளவு எனக் கேட்டார். கலைஞரும் அதன் ஓரத்தை தடவிப் பார்த்து 'எட்டணா' எனப் பட்டென்று பதில் அளித்தார்.

மீண்டும் டாக்டர் ஒரு பத்து பைசாவை வைக்க கலைஞரும் தயக்கமின்றி பத்து பைசா என தெரிவித்தார். பின் டாக்டர் அவர்கள்,

"நரம்புகளில் ஏதும் பாதிப்பில்லை. எல்லாமே சரியாக உள்ளன. ஐயா, இப்போது தாங்கள் கண்ணைத் திறக்கலாம்" எனச் சொல்லிவிட்டு, கொடுத்த காசுகளை மீளத்தருமாறு கேட்டார்.

கண்களைத் திறந்த கலைஞர், காசுகளை கைகளில் வைத்துக் கொண்டே ஏதோ யோசனையில் ஆழ்ந்தபடி இருந்தார்.

மருத்துவ நிபுணரோ "என்ன யோசனை" எனக் கேட்க,

தலைவர் அவர்கள் மிக நிதானமாக, "ஒன்றுமில்லை, கழகப் பொருளாளர் என்ற முறையில், காசு வாங்கித்தான் பழக்கம் வாங்கியதைத் திருப்பிக் கொடுத்துப் பழக்கமில்லை" என பலத்த சிரிப்புக்கிடையே சொன்னதும் மருத்துவ நிபுணரின் சிரிப்பை அடக்க அவராலேயே முடியவில்லை.

இருட்டாக இருப்பது ஏன்?

தமிழுக்குச் செம்மொழி உயர்வு பெறுவதற்குப் பெரும்பாடு பட்ட டாக்டர் கலைஞர் அவர்களுக்குப் பாராட்டு விழா சென்னை ராணி சீதை ஹாலில் நடைபெற்றது. விழாவில் பேசிய தமிழறிஞர் சிலம்பொலி செல்லப்பன் அவர்கள், கலைஞரின் நகைச்சுவைத் திறனுக்கு எடுத்துக் காட்டாக ஒரு சிறு நிகழ்ச்சியைக் குறிப்பிட்டுப் பேசினார்.

"ஒருமுறை 5 நட்சத்திர ஓட்டல் ஒன்றில் நடைபெற்ற விழாவில் கலைஞர் பங்கேற்றார். விழா மண்டபம் மிகக் குறைந்த மின்னொளி அலங்காரத்தில் காட்சி தந்தது. பொதுவாக இதுபோன்ற நட்சத்திர ஓட்டல்களில் இப்படித்தான் இருக்குமாம். நானும் சென்றிருந்தேன். தலைவரைப் பார்த்து "ஸ்டார் ஓட்டல் என்றால் இப்படி இருட்டாகத்தான் இருக்குமோ ஐயா" எனக் கேட்டேன்.

அதற்குச் சட்டென்று அவர் "இருட்டாக இருந்தால்தானே ஸ்டார் தெரியும்" என்றார்.

துளியும் தாமதிக்காமல் அவர் அளித்த பதிலைக் கேட்டு வியந்து போனேன். இவ்வாறு சிலம்பொலியார் சொன்னதும், அரங்கில் எழுந்த கையொலி அடங்க வெகுநேரம் ஆயிற்று.

முருகா இல்லை. மு.க.தான்

தலைவர் அவர்கள் திருச்சியில் சுற்றுப்பயணம் மேற்கொண்ட சமயம், இரவில் ஒரு பிரபலமான விடுதியில் கலைஞர் தங்குவதற்கு ஏற்பாடு செய்யப்பட்டிருந்தது. அந்த அறை முழுவதும் குளிர்சாதன வசதி கொண்டது.

இரவில் படுக்கப் போகுமுன், தனது பணியாளர் ஒருவரையும் தனது அறையிலே படுத்துறங்கத் தெரிவித்தார். தலைவரோடு ஒரு அறையில் எப்படிப் படுத்துறங்குவது என்ற தயக்கத்தோடே ஒரு சால்வையைப் போர்த்திக் கொண்டபடி அவரும் உறங்கலானார்.

நள்ளிரவில் ஏ.சி.யின் குளிர் தாங்காத நிலையில், அந்தக் குளிர் நடுக்கத்தில் 'முருகா முருகா' என உளறியபடி அவர் சுருண்டு கிடந்தார்.

அவரின் உளறலைக் கேட்டு கலைஞர் எழுந்து, "நான் முருகா இல்லை, மு.க தான். உனக்கு என்ன வேண்டும் எதுக்கு முருகாவைக் கூப்பிடறே" என அவரைத் தட்டி எழுப்பி, தன் வசமிருந்த ஒரு புதிய சால்வையை அவரிடம் கொடுத்துப் போர்த்திக் கொள்ளச் செய்தார்.

காலையில் இந்தச் செய்தியைக் கேள்விப்பட்ட கழக முன்னணியினரும் தோழர்களும் நள்ளிரவிலும் கலைஞர் வெளிப்படுத்திய நகைச்சுவை உணர்வை எண்ணிப் பெருமிதத்தோடு சிரித்து மகிழ்ந்தனர்.

மழைதான் வந்துவிட்டதே! பம்ப்செட் எதற்கு?

1973-ம் ஆண்டு கலைஞர் அரசின் மீது எதிர்க்கட்சிகள் நம்பிக்கையில்லாத் தீர்மானம் கொண்டு வந்து அவற்றின் மீது சட்டப்பேரவையில் நடந்த விவாதத்தில்:-

கே.டி.கே. தங்கமணி: நான் ஒரு கவிதையைப் படிக்க விரும்புகிறேன். கலைஞர் எதிரில் நிற்கும்போது எனக்கும் கொஞ்சம் கவிதை வர ஆரம்பிக்கிறது கேளுங்கள்.

"மழையின்றி மானாவாரிப் பயிர் போனது

கரண்டின்றி இறவைப் பயிர் போனது

இப்போது மழையும் வந்து

கரண்டும் வந்தால்

பம்ப்செட் இன்றி பயிர் போனது

அதாவது மழையும் வந்தது மின்சாரமும் வந்தது. ஆனால் பம்ப் செட் போய் விட்டதே" என்றார்.

உடனே கலைஞர் : அந்தக் கவிதைக்கு ஒரு விளக்கம்

மழையின்றி மானாவாரிப் பயிர் போனது.

கரண்டின்றி இறவைப் பயிர் போனது

இப்போது மழையும் வந்து

கரண்டும் வந்தால்

பம்ப்செட் இன்றி பயிர் போனது.

சரி. இப்போது மழை வந்துவிட்டது- பயிர் வீணாகாமல் காப்பாற்றப்படுமே. இந்நிலையில், பம்ப்செட் எதற்காக?

கே.டி.கே. : என் கவிதையில் ஊனம் கண்டுபிடித்த முதலமைச்சரைப் பாராட்டுகிறேன். வேறு யாரும் இவ்வளவு சாமர்த்தியமாக அதுவும் இவ்வளவு விரைவிலே, கண்டுபிடித்துப் பதில் சொல்லியிருக்க முடியாது

(சபை ஆரவாரத்தில் ஆழ்ந்தது)

மூத்தவர் என்றாலும் கவர்ச்சியானவர்

டாக்டர் கலைஞர் அவர்கள் மூன்றாவது முறையாகப் பொறுப்பேற்று, நிதிநிலை அறிக்கை சமர்ப்பித்ததன் அடிப்படையில் எழுந்த விவாதத்தில்,

பீட்டர் அல்போன்ஸ் : அடுத்து நாங்கள்தான் ஆட்சிக்கு வருவோம்.

கலைஞர் : வந்தால் வரவேற்பேன். உங்களைப் போன்ற இளைஞரை மூத்தவன் என்ற முறையில் நான் நிச்சயம் வாழ்த்துவேன்.

பீட்டர் : மூத்தவர் என்றாலும் கவர்ச்சியாகவும், இளமையாகவும் இன்றைக்கும் காட்சி தரும் முதல்வர் நீங்கள்தான்...

கலைஞர் : இதனை மீண்டும் வேகமாக உரக்கப் பேசுங்கள். என் குடும்பத்தினர் மாடத்தில் உள்ளனர்.. அவர்கள் காதில் நன்றாக விழும்படி பேசவும்.

(சபை மட்டுமல்ல, மாடமும் மட்டிலாச் சிரிப்பில் மூழ்கியது).

அண்ணனின் அக்கறை தம்பிக்கு

பேரறிஞர் முதல்வராக இருந்த சமயம், ஒருமுறை சட்டப்பேரவையில் நடந்த விவாதத்தில், காங்கிரஸ் உறுப்பினர் வினாயகம் அவர்கள்,

"திருத்தணி முருகன் ஆலயத்தில் நடைபெறும் ஆடிக்கிருத்திகை பெரிய விழாவாகும். மக்கள் ஏராளமாக வருவார்கள். எனவே குடிநீர்த் திட்டத்தை அங்கு வந்து முதல்வர் துவக்கி வைப்பாரா? தேதி கொடுப்பாரா?

கலைஞர் உடனே எழுந்து

"தம்பி (முருகன்)யின் திருக்கோயிலுக்கு அண்ணன் வினாயகம் அக்கறை காட்டுவதில் ஆச்சர்யம் இல்லை. மிக்க மகிழ்ச்சி கொள்கிறோம். எங்கள் அண்ணாவும் அதையே ஏற்று மகிழ்வார்கள்.

(நகைச்சுவை மன்னரான பேரறிஞரே சிரிப்பை அடக்க முடியாமல் தவித்தாராம்).

தேனிலவு முடிந்தது, இல்வாழ்க்கை தொடர்கிறது

சட்டப்பேரவையில், பொது வரிகள் பற்றிய விவாதத்தில்

த.மா.க. உ. மோகன் கந்தசாமி: அரசுக்கு எங்களது பாராட்டுக்கள்

தாமரைக்கனி : கந்தசாமி இனிவரும் காலத்தில், த.மா.க. ஆட்சிக்கு வரும் எனக் கருதுவதாக அவர் பேச்சிலிருந்து தெரிகிறது. அப்படியானால், தி.மு.க.விற்கும் த.மா.க.வுக் கும் இடையிலான தேனிலவு முடிந்து விட்டதா?

கலைஞர் : இதற்கு அண்ணா கூறி யதையே நினைவு கூர்கிறேன். அதாவது தேனிலவு முடிந்து விட்டது. இப்போது அமைதி யான குடும்ப வாழ்க்கை நடைபெறுகிறது.

(என்றதும் சபையில் சிரிப்பொலி அடங்க வெகுநேரமாயிற்றாம்)

மற்றவை வெண்திரையில்

ஒருமுறை சட்டப்பேரவையில், த.மா.கா. உறுப்பினர் ஞானசேகரனும், இடது கம்யூனிஸ்ட் கட்சி உறுப்பினர் சுப்பராயனும்,

"முன்பிருந்த அரசின் எல்லாத்துறைகளிலும், ஊழல் நடந்ததாகச் சொல்கிறார்கள். அது பற்றிச் சட்டப்பேரவையில் வெள்ளை அறிக்கைத் தாக்கல் செய்யப்படுமா'' எனக் கேட்டார்.

உடனே முதல்வர் கலைஞர் எழுந்து, ''அவையில் சட்டரீதியாக எடுக்கப்படும் நடவடிக்கைகள் பற்றி முன்னாலே சொல்ல முடியாது. பழைய காலத்தில், தியேட்டர்களில் பாட்டுப் புத்தகம் விற்பார்கள். அதில் படத்தின் கதைச் சுருக்கத்தை முக்கால் பாகம் வெளியிட்டு விட்டு, மற்றவை வெண்திரையில் காணுங்கள் என வெளியிட்டிருப்பார்கள். மாண்புமிகு உறுப்பினர்களுக்கு அதுதான் இதற்கும் பதில்'' என்றார்.

(கரவொலியை விட சிரிப்பொலியே மேலோங்கி நின்றதாம்.)

தொண்டா? துண்டா?

முதல்வராக கலைஞர் பணியாற்றிய சமயத்தில், சென்னையில் மாநில சுயாட்சி மாநாடு நடைபெற்றது. அங்கே பாண்டிச்சேரியிலிருந்து, தொண்டர்கள் ஏந்தி வந்த ஜோதியை மேடையிலிருந்த தலைவர் கையில் ஒப்படைத்தனர். அப்போது ஜோதியிலிருந்து வழிந்த எண்ணெய் கலைஞரின் கரங்களிலும் வழிந்தோடி ஒட்டிக்கொண்டது.

அங்கே, அவர் அருகிலிருந்த சென்னை மாவட்டச் செயலாளர் நீல நாராயணன் அவர்கள், தம்முடைய தோள் துண்டை எடுத்துக் கலைஞரிடம் நீட்டினார். கலைஞரும் புன்னகை பூத்தவாறு பெற்றுக் கொண்டு, துடைத்துவிட்டு, "உங்கள் தொண்டை விட, உங்கள் 'துண்டு'தான் பரவாயில்லை. இந்தத் துண்டுதான், இந்தச் சமயத்தில், எனக்குக் கை கொடுத்தது'' என்றதும் மேடை கலகலத்துப் போனதில் மாநாட்டில் அமர்ந்திருந்த தொண்டர்களும் ஆச்சர்யமாக மேடை நோக்கிப் பார்த்தவண்ணம் இருந்தனராம்.

விழாது சாரல்

கலைஞர் அவர்கள் பொதுப்பணித்துறை அமைச்சராக இருந்த சமயத்தில், குற்றாலத்தில் சாரல் விழா, தலைவர் தலைமையில் நடந்தது.

கலைஞர் பேச எழுந்ததும் மழைத்தூறல் விழ ஆரம்பிக்கவே, குழுமியிருந்த மக்கள் சிறிது சலசலப்புடன், இங்கும் அங்குமாக ஒதுங்குமிடம் தேடி நகரத் தொடங்கினார்கள்.

சிறிது நேரத்தில் சாரல் நின்றது. பேச்சை மீண்டும் துவங்கிய கலைஞர்

"இது சாரல் விழா. இந்த விழா நடந்து முடிகிறவரையில், 'சாரல் விழா' என உறுதி கூறுகிறேன் என்றதும், மழையையும் பொருட் படுத்தாமல் மக்கள் சிரித்துக் கொண்டே, கலைஞரின் 'தமிழ்ச்சாரலை' அமைதியாகவும் ஆனந்தமாகவும் உட்கார்ந்து கேட்கத் தொடங்கினர்.

பத்து நிமிடமென்றால்- ஒரு மணி

அன்னை தெரசா பற்றிய நூல் வெளியீட்டு விழாவிற்கு, முதல்வர் கலைஞரை வின்சென்ட் சின்னதுரை என்பவர் அழைக்க வந்திருந்தார். தனக்கென இடைவிடாத நிகழ்ச்சிகள் இருப்பதால், விழாவில் கலந்து கொள்ளவியலாதது பற்றித் தெளிவாக அவரிடம் எடுத்துச் சொல்லியபோது, அவரோ, பத்தே நிமிடங்களில் நூலை வெளியிட்டு விட்டுப் போய்விடலாம்'' என உறுதிமொழி அளித்த பின்னரே, விழாவிற்கு இசைவளித்துள்ளார் கலைஞர்.

விழாவில் பங்கேற்றார் கலைஞர். அறுபது நிமிடங்கள் ஆகியும் விழா முடிந்தபாடில்லை. இறுதியாக நூலை வெளியிட்டுப் பேசிய கலைஞர்,

"இன்று முதல் காலக் கணக்கு மாறுகிறது. அதாவது பத்து நிமிடம் சேர்ந்தது, ஒரு மணியாகும்'' என்றதும் வந்திருந்தவர்கள் அனைவரும் திகைத்தனர். சின்னதுரை அழைத்த விபரத்தைக் கலைஞர் செப்பினார். ஆனால், நான் வந்து அறுபது நிமிடங்கள் ஆகிவிட்டன. அதனால் தான், ஒரு மணிக்கு பத்து நிமிடம், பத்து நிமிடம் என்றால் இன்றுமுதல் ஒருமணி நேரம் என்று அர்த்தம்.

(கூட்டத்தினர் கைதட்டி ஆரவாரம்)

மஞ்சள் பத்திரிகை வேண்டாம்

குங்குமம் வெளிவந்து பரபரப்பாக விற்பனையான சமயம். கலைஞர் அவர்களின் சுற்றுப் பயணத்தின் போது, ஒரு அன்பர் தலைவரிடம், "இங்கு குங்குமம் சரியாகக் கிடைக்கவில்லை" என்றார்.

உடனே கலைஞர், "குங்குமம்" கிடைக்காவிட்டால் "மஞ்சளை" வாங்க வேண்டாம் எனச் சொன்னதும், அந்த அன்பர் திகைப்புடன் நோக்க, "நான் மஞ்சள் என்று சொன்னது மஞ்சள் பத்திரிகையை என்றதும், சிரிப்புடன் நகர்ந்தார் அன்பர்.

கூழுக்கும் ஆசை - மீசைக்கும் ஆசை

சட்டப்பேரவையில் ஒருநாள்

கிருஷ்ணமூர்த்தி : ஒருபக்கம் மக்கள்தொகையைக் குறைப்பதற்காக அரசாங்கம், குடும்பக் கட்டுப்பாட்டுத் திட்டம் பிரச்சாரம் செய்து வருகிறது. மற்றொரு பக்கம், திருமணம் செய்ய நிதியுதவியும் செய்து வருகிறது. இது முரண்பாடாகத் தெரியவில்லையா?

முதல்வர் கலைஞர் : என்ன செய்வது? கூழுக்கும் ஆசை, மீசைக்கும் ஆசை என்றால், கூழ் குடிக்கும் போது, மீசையை ஒருபக்கம் ஒதுக்கிக் கொண்டுதானே குடிக்க வேண்டும்.

(பேரவை இப்போது சிரிப்பில் மூழ்கியது)

மீண்டும் மீண்டும் வெற்றி

தொழிற்சங்கச் செயலாளர் திரு.மா.வெ.நாராயணசாமி அவர்களின் இல்லத் திருமண விழாவில் கலைஞர் பேசியபோது, ''கடந்த முறை நாராயணசாமி இல்லத் திருமண நிகழ்ச்சியின் போது உள்ளாட்சி மன்றத் தேர்தல் நடந்தது. வெற்றிபெற்றோம். அவர் இல்லத்தின் அடுத்த நிகழ்ச்சியின் போது, நாடாளுமன்றத் தேர்தல் வந்தது. அதிலும் நாம் வென்றோம். அடுத்து மாநகராட்சி மன்றத் தேர்தல் வருகிறது. அவர் வீட்டில் திருமண நிகழ்ச்சி நடந்தால் நல்லது என்பதால், வீராசாமியிடம் கேட்டேன். நாராயண சாமிக்கு எத்தனை குழந்தைகள் என்று. அதற்கொன்றும் பஞ்சமில்லை ஏழெட்டு குழந்தைகள் எனவும் அவர் தெரிவித்தார். எனவே, அவர் தேர்தல் வரும் நேரங்களில் எல்லாம், திருமணத்தை வைத்துக் கொண்டால் அவருக்கும் திருமணங்களை நடத்தி முடித்த மகிழ்ச்சி கிடைக்கும். நமக்கும் தொடர்ந்து வெற்றிகள் கிடைத்தபடி இருக்கும்.

(திருமண மண்டபம் கலகலப்பில் மூழ்கியது எனச் சொல்லத்தான் வேண்டுமா)

முதலாவதாக வந்ததால் முதலமைச்சரா?

மறைந்த நாஞ்சிலாரின் மணிவிழாவில் கலைஞர் உரை:

"பேராசிரியரைக் கல்வி அமைச்சர் என அழைக்கவில்லை, கழகப் பொதுச் செயலாளர் என்றுதான் அழைக்கப்பட்டார். சாதிக் சட்ட அமைச்சரென அழைக்கப்படவில்லை. கழகப் பொருளாளர் என்று தான் அழைக்கப்படுகிறார். நாஞ்சிலாரை கழகத் துணைப் பொதுச்செயலாளர் ஆருயிர் இளவல் என்றுதான் அழைக்கப்படுகிறார். வருவாய்த்துறை அமைச்சரென அழைக்கப்படுவதில்லை. காரணம், இந்த மேடை, கழக மேடை, குடும்ப மேடை, நாம் என்றைக்குமே அமைச்சர்களாக இருக்க நினைத்தவர்கள் அல்ல. திராவிடக் குடும்ப உறுப்பினர்களாகத் தான் இருக்க வேண்டும் என்ற உணர்வோடு இருப்பவர்கள். அதனால்தான், என்னை முதலமைச்சர் என அழைத்தபோது, உள்ளபடியே வியந்து போனேன். ஒருவேளை இந்த மேடைக்கு முதலில் நான் வந்ததால்தான் என்னவோ, என்னை முதலமைச்சர் என அழைத்தீர்களோ... என இப்போதைக்கு எண்ணிக் கொள்கிறேன்"

(பலத்த கைதட்டல்)

கருணையும் நிதியும்

கலைஞர் அவர்கள் பொதுப் பணித்துறை அமைச்சராக இருந்த சமயத்தில், நெல்லையில் நடைபெற்ற நீர்ப்பாசன மாநாட்டில் கலந்து கொண்ட நேரம். மாநாட்டில், தாழையூத்து சங்கர் நகர் சிமெண்ட் ஆலை நிர்வாகத்தின் சார்பில் கலைஞருக்கு மாலை அணிவித்த எம்.டி. செட்டியார் என்பவர், "கருணையும் நிதியும் ஒன்றாகச் சேர்ந்து இங்கே வந்திருக்கிறது. எனவே, நாம் கவலை கொள்ளத் தேவையில்லை" எனக் குறிப்பிட்டுப் பேசினார்.

விழாவில் நிறைவுரை ஆற்றிய தலைவர், "கருணையும் நிதியும் சேர்ந்து வந்திருப்பதாக நண்பர் குறிப்பிட்டார். இந்த நேரத்தில் ஒன்றை இங்கே நினைவுபடுத்த விரும்புகிறேன். கருணை என்பது மூன்று எழுத்துக்கள், நிதி இரண்டே எழுத்துக்கள். கருணை என்னிடம் ரொம்பவே இருக்கிறது. நிதி குறைவு என்பதை நீங்கள் புரிந்து கொண்டால் சரி" எனக் கூறியதும், "மாநாடு கரவொலியால் அதிர்ந்து நின்றது.

அண்ணாவும் மூன்றெழுத்தும்

உலகத் தமிழ் மாநாடு முடிவுற்றவுடன் அதில் கலந்து கொண்ட வெளிநாட்டுப் பிரதிநிதிகளைக் கௌரவிக்கும் வகையில், ஒரு பாராட்டுக் கூட்டம், சென்னை இராஜாஜி ஹாலில் நடைபெற்றது. அப்போது அவர்களுக்குத் தேங்காய் ஓட்டினால் செய்த வேலைப்பாடுகளுடன் கூடிய பொருட்கள் பரிசளிக்கப்பட்டன. அதைப் பெற்றுக் கொண்டவர்கள், அதனை முன்னும் பின்னும் பார்த்தபடி அமர்ந்திருந்தார்கள். விழாவில் அப்போது பொதுப்பணித்துறை அமைச்சராகவிருந்த கலைஞர் அவர்களும் கலந்து கொண்டார். அவர் குறிப்பிட்டது "இங்கு தேங்காய் ஓட்டினால் செய்த பொருட்களைப் பரிசாக கொடுக்கிறோமே என யாரும் கவலைப்படத் தேவையில்லை. தேங்காய்க்கு மூன்று கண்கள். இந்த மூன்று கண்களும் அண்ணாவின் தாரக மந்திரமான, 'கடமை, கண்ணியம், கட்டுப்பாடு' ஆகியவற்றைக் குறிக்கும். முத்தமிழையும் குறிக்கும். அண்ணா என்ற மூன்று எழுத்துக்களும் இந்தத் தேங்காயின் மூன்று கண்களாக இருக்கின்றனர்'' என்றதும், வந்திருந்த பிரதிநிதிகள் அனைவரும் அந்தக் கலைப்பொருட்களை சிரித்தவாறு முத்தமிட்டபடி கைதட்டி மகிழ்ச்சியை வெளிப்படுத்தினார்கள்.

பண்ணையிலே ஸ்டாக் இருக்கும்

கலைஞர் அவர்கள் மருத்துவ மனையில் அனுமதிக்கப்பட்டிருந்த சமயம். தன்னைப் பார்க்க வந்த நண்பர்களுக்குப் பிஸ்கட் கொடுத்துச் சாப்பிடச் சொன்னார். அதில் திராவிடப் பண்ணை உரிமையாளர் முத்துக்கிருஷ்ணன் அவர்களும் அடங்குவார். எல்லோரும் சாப்பிட்டு விட்டு கலகலப்பில் ஆழ்ந்தனர். ஆனால் முத்துக்கிருஷ்ணன் அவர்கள் வாய் மட்டும் அசைபோட்டுக் கொண்டே இருந்தன. இதனைக் கவனித்த நண்பர் ஒருவர்:

என்ன இது? பிஸ்கட் காலியாகி ரொம்ப நேரம் ஆச்சு. ஆனால், பண்ணை மட்டும் இன்னும் சாப்பிட்டுக் கொண்டே இருக்கிறாரோ என்றார்.

உடனே கலைஞர்: இது பண்ணையாச்சே! ஸ்டாக் வைத்திருக்கும்.

(குழுமியிருந்த நண்பர்கள் மட்டுமல்ல, பண்ணையும் வாய்விட்டுச் சிரித்துவிட்டார்)

வழுக்கையும் இளமைதானே!

ஒருமுறை கலைஞர் பங்கேற்ற இலக்கியக் கூட்டத்தில் பேசிய நீதியரசர் கோகுலகிருஷ்ணன் அவர்கள், கலைஞரை, இளைஞர், சுறுசுறுப்பு மிக்கவர் எனக் குறிப்பிட்டுப் பேசினார். சிறப்புரையில் கலைஞர்,

"முன்னாலே இருந்து என்னைப் பார்த்து விட்டு, கோகுலகிருஷ்ணன் அவர்கள், என்னை இளைஞர் என்றார். பின்னால் விழுந்திருக்கும் வழுக்கையைப் பார்த்தால் ஒருவேளை அப்படிச் சொல்லியிருக்கமாட்டார் என்று யாரும் கருதவேண்டாம். அதைப் பார்த்தாலும், என்னை இளைஞர் என்றுதான் சொல்ல வேண்டும். ஏன் தெரியுமா? அதுவும் இளமையின் சின்னந்தான். விளங்கவில்லையா. குடிப்பதற்கு இளநீர் பறிப்பவர்களை, இளசாகப் பறி என்று தானே சொல்வார்கள். தேங்காயில் இளசு என்பது, உள்ளே வழுக்கையாக இருப்பதுதானே. முற்றிய காயில் இளநீர் இருக்காது. அப்படியே இருந்தாலும் ருசியாக இருக்காதல்லவா" என்றார்.

(கூட்டத்தினரின் கைதட்டல் நீண்டநேரம் நீடித்ததாம்)

பேச்சு இல்லாதவர்

திருமணம் ஆகாதவர்களை பேச்சிலர் (Bachelor) என்று ஆங்கிலத்தில் சொல்வார்கள். இதனைக் கலைஞர் கையாண்ட விதம் அவர்தாம் சொல்நயத்திற்கு மேலும் சான்றாகி விளங்கு கிறது. ஒரு திருமண விழாவில், வாழ்த்துரையில் கலைஞர்,

"பொதுவாக ஆண்மகனைத் திருமண மாவதற்கு முன்பு பேச்சிலர் (Bachelor) என்று சொல்வார்கள். ஆனால், பல ஆண்கள் திருமணம் செய்து கொண்டபின்பும், பேச்சிலர்களாக அதாவது பேச்சு இல்லாதவர்களாக இருக்கிறார்கள். மணமகன் தம்பியை பார்த்தாலும் இப்படித்தான் இருப்பாரோ என்று நினைக்கத் தோன்றுகிறது" என்றதும், மணவிழா அரங்கமே கலைஞர் அவர்களின் நகைச்சுவையால் அதிர்ந்து பின் நின்றபோதும், மணமகளின் சிரிப்பு அடங்க வில்லையாம்.

தங்கக் கடற்கரை காரணம் என்ன?

வி.ஜி.பி.யின் தங்கக் கடற்கரை திறப்பு விழாவில் கலைஞரும், நாவலரும் பங்கேற்றனர்.

முதலில் பேசிய நாவலர், "மற்ற இடங்களில் கிடைக்கும் மணல், சற்று நிறம் மாறியிருக்கும். இங்கு, மணல் தங்க நிறத்தோடு இருப்பதால்தான் இதற்குத் தங்கக் கடற்கரை என்று பெயர் வைக்கப்பட்டிருப்பதாகச் சொன்னார்.

விழா நிறைவில் கலைஞர் பேசும் போது, ''நாவலர் நெடுஞ்செழியனின் விளக்கத்தைக் குறிப்பிட்டதோடு, மணல் தங்க நிறம் மட்டுமல்ல, சுற்றுலாப் பயணிகள் இங்கு நல்லாவே 'தங்க' வசதி செய்யப்பட்டுள்ளதால் இதற்குத் தங்கக் கடற்கரை எனப் பெயர் வைத்திருப்பது மிகுந்த பொருத்தமே'' என்ற போது, நாவலர் உட்பட அனைவருமே கலைஞரின் 'நா'வன்மையை ரசித்து, சிரித்து, கைதட்டி மகிழ்ந்தனர்.

பேரறிஞர் அண்ணாவின் இசைத்தட்டு

பேரறிஞர் அண்ணாவின் பேச்சுக்களை இசைத்தட்டுகளாக, ஒரு நிறுவனம் வெளியிட்டன. அந்த விழாவில் கலந்து கொண்டு கலைஞர் உரையாற்றியபோது,

"இசைத்தட்டு என்றால், பாடல் ஒலிக்கின்ற தட்டு எனப் பொருள்படும். இங்கே வெளியிட்டிருக்கிற இசைத்தட்டில், அண்ணாவின் பாடல் எதுவும் இல்லை. ஆனாலும் இசைத் தட்டு என்கிறோம். ஏன். இசை என்றால் பெருமை என்ற பொருளும் உண்டு. அண்ணா அவர்களின் பேச்சிலிருந்து அவர்களின் பெருமை தெளிவாகிறது. அவர் பெருமையை எடுத்துரைக்கும் 'தட்டு' என்ற வகையில், அறிஞர் அண்ணாவின் இசைத்தட்டு எனக் கூறுவது மிகப் பொருத்தம்தான்.

(கரவொலி அடங்க வெகுநேரம் ஆயிற்றாம்)

சூடு

1962- சட்டப்பேரவையில்- முதலமைச்சராக பக்தவச்சலம்- எதிர்க்கட்சி துணைத் தலைவராக கலைஞர் அவர்கள்

காங்கிரஸ் உறுப்பினர் ஒருவர் : மந்திரிகள் வெளியில் செல்லும் போது, சில பைத்தியக்காரக் கூட்டம், அவர்கள் மேல் கல்லெறிந்து விடுமோ என்பதால்தான், அதிக பாதுகாப்பு

முனுஆதி : பைத்தியக்காரர்கள் என்று உறுப்பினர் யாரைக் குறிப்பிடுகிறார்.

முதல் அமைச்சர் : அப்படித் தங்களைத்தான் குறிப்பிடுவதாக முனுஆதி நினைக்கிறாரா?

கலைஞர் : பைத்தியக்காரர்கள் மீதும் கல் வீசுகிற நிகழ்ச்சிகள்தான் இங்கே சர்வ சாதாரணமாக நடக்கின்றனவே.

(என்றதும், அவையில் சிரிப்பொலி)

கலைஞருக்குக் கருப்புக் கொடி!

கோவை மாநகருக்கு 1966-ம் ஆண்டு கலைஞர் சுற்றுப்பயணம் மேற்கொள்ள வந்தபோது, அவருக்குச் சிலர் கருப்புக்கொடி காட்டினார்கள். பின்னர் அன்றிரவு நடந்த பொதுக் கூட்டத்தில் இதுபற்றிக் குறிப்பிட்ட கலைஞர்,

"அடுத்த ஆண்டு பொதுத் தேர்தலுக்குப் பிறகு, தி.மு.க. ஆளும் கட்சியாக நிச்சயம் மாறப் போகிறது. அப்போது நான் கூட அமைச்சராக ஆகலாம். அந்த நேரத்தில் எதிர்க்கட்சியாக இருந்து எப்படி கருப்புக்கொடி காட்டுவது என்பதை இப்போதே ஒத்திகை பார்க்கிறார்கள் போலும்'' என்றதுமே, கூட்டத்தினர் கைதட்டி ஆரவாரம் செய்தனர்.

(இவ்வாறு அவர் பேசியபடியே, கழகம் 67-ல் ஆட்சி பீடம் ஏறியது. ஆண்ட காங்கிரஸ் எதிர்க்கட்சியாய் ஆனது)

பாரதியா! பாதியா!

கலைஞர் சேலம் மாவட்டத்தில் சுற்றுப்பயணம் மேற்கொண்டபோது, அனுமதி பெறாத ஒரு திரையரங்கில் நடைபெற்ற சிறப்புக் கூட்டத்தில் கலந்து கொண்டு பேசியபோது:

"இந்தத் திரைப்பட அரங்கின் பெயர் "பாரதி" திரையரங்கு என்றார்கள். ஆனால், அரசின் அனுமதி வராததால், பெயரிலுள்ள "ர"வை எடுத்துவிட்டு, இந்த அரங்கைப் 'பாதி' 'தி'ரையரங்கு என்றுதான் இனி நான் அழைப்பேன்.

(கட்டணக் கூட்டமென்பதால், ஆரம்பத்திலேயே கலைஞர் அவர்களின் நகைச்சுவையால், களை கட்டியதோடு, கரவொலியும் அந்தப் 'பாதி' தியேட்டரை அதிரவைத்து விட்டதாம்)

செங்கற்பட்டிற்கு ஒன்றுமே இல்லையா

பேரறிஞர் அண்ணா முதலமைச்சர், கலைஞர் பொதுப்பணித்துறை அமைச்சர் தலைமைச் செயலகத்தில், மாவட்ட அளவிலான திறனாய்வுக் கூட்டம் நடைபெற்றது.

கலைஞர் ஒவ்வொரு மாவட்ட வாரியான திட்டங்கள் பற்றி பட்டியலிட்டுக் கொண்டிருந்தார். வ.ஆ.மாவட்டத்தில் தண்டரை அணைக்கட்டுத் திட்டம் தெ.ஆ.மாவட்டத்தில் நந்தன் கால்வாய்த் திட்டம் முகவை மாவட்டத்தில் பிள்ளாறு வாய்க்கால் திட்டம் திண்டுக்கல் வட்டத்தில் மருதாநதிநீர் தேக்கத் திட்டம் நெல்லை மாவட்டத்தில் கருப்பா நதிநீர்த் தேக்கத் திட்டம் திருச்சி மாவட்டத்தில் பெரம்பலூர் நதிநீர்த் தேக்கத் திட்டம் என அடுக்கிக் கொண்டிருக்கும்போதே, முதல்வர் அண்ணா, இடைமறித்து "எங்கள் செங்கல்பட்டிற்கு ஒன்றுமே இல்லையா" எனக் கேட்டார்.

உடனே கலைஞர் செங்கல்பட்டிற்கு ஒன்றுமே இல்லையா என அண்ணா அவர்கள் கேட்கிறார்கள், செங்கல்பட்டில்தான் அண்ணா இருக்கிறாரே. இதைவிட செங்கற்பட்டிற்கு வேறென்ன சிறப்பு வேண்டும் என்றார்.

(கலைஞரின் நகைச்சுவையுணர்வை அன்றுதான், தமிழக அரசின் உயர்மட்ட அலுவலர்கள் நேரிடையாகக் கண்டு அனுபவித்ததை பேரறிஞர் பெருமிதத்தோடு பார்த்து மகிழ்ந்தாராம்).

தையலைப் பிரியத்தான் வேண்டுமா?

சென்னைத் தலைமை மருத்துவமனையில், தயாளு அம்மாள் அறுவைச் சிகிச்சை செய்து கொண்ட வேளையில், அந்த அறையில் தலைவர் அவர்கள் அமர்ந்திருந்தார்.

அப்போது பக்கத்து அறையில் ஏற்கனவே அறுவைச் சிகிச்சை செய்து ஓய்வில் இருந்த முன்னாள் மேயர் மைனர் மோசஸ் அவர்கள், கலைஞரைப் பார்க்க இங்கே வந்தார்.

"என்ன மோசஸ்? உடம்பு எப்படியிருக்கு" எனக் கேட்டார் கலைஞர்.

அவரும், "இன்றைக்குத்தான் தையலைப் பிரித்தார்கள்" என்றார்.

உடனே சிரித்தபடி கலைஞர், "அடடா! தையலைப் பிரித்து விட்டார்களா. நல்லதுதான். உடம்பு குணமாகும் வரையில், இன்னும் நான்கு மாதம் தையலைப் பிரிந்து இருக்கத்தான் வேண்டும்" என்றார்.

(அங்கே மைனர் மட்டுமல்ல கலைஞரின் துணைவியார் தயாளு அம்மாளும் தனக்குப் போட்டிருந்த தையலை மறந்து சிரித்து விட்டார்கள்).

சிறுவா! நீ வென்றாய்

கோவையில், சிறுவாணி குடிநீர்த் திட்ட அடிக்கல் நாட்டு விழா மிகச் சிறப்பாக நடைபெற்றது. அன்றிரவு நடந்த மாபெரும் பொதுக் கூட்டத்தில், குடிநீர் வடிகால் வாரியத் தலைவராக இருந்த கந்தப்பன் அவர்கள், "சிறுவாணியிலிருந்து கோவைக்குப் போதுமான அளவு குடிநீர் கிடைக்க வழி வகுத்துள்ளார் கலைஞர் அவர்கள். இம்மாநகரின் குடிநீர்ப் பிரச்சினை இன்றோடு தீர்ந்தது. எனவே உங்கள் சார்பில் கலைஞர் அவர்கட்கு, "சிறுவாணி வென்றாய்" என்ற சிறப்புப் பட்டத்தை அளிக்க எண்ணுகிறேன்" என்றார்.

நிறைவுரை ஆற்றிய கலைஞர் அவர்கள், "எனது அருமை நண்பர் கந்தப்பன் "சிறுவாணி வென்றாய்" என்ற சிறப்புப் பட்டத்தை எனக்கு அளிக்க இருப்பதாகக் கூறினார். ஏற்கனவே எனக்குள்ள பட்டங்கள் மாற்றுக் கட்சிக்காரர்களிடம் சிக்கி என்ன பாடுபடுகிறது என்பது உங்களுக்குத் தெரியும்". "சிறுவாணி வென்றாய்" என்ற பட்டத்தை அவர்கள், "சிறுவா நீ வென்றாய்" என என்னைச் சிறுவனாக்கி ஏளனமாகப் பேசக்கூடும். எனவே, நான் சிறுவனாக மாற ஆசைப்படவில்லை. என்னைச் சிறுவனாகவும் ஆக்கிவிட வேண்டாம்" என்றதும், கூட்டத்தினரின் ஆரவாரம் விண்ணையே முட்டியதாம்.

கவிஞரே! பணம் எங்கே?

கலைஞர் அவர்கள் காரில் பயணிக்கும் போது, ஒரு சிறு விபத்து ஏற்பட்டது. உடனடியாக மருத்துவமனையில் அனுமதிக்கப்பட்டு சிகிச்சை அளிக்கப்பட்டு வந்தது. கலைஞரோடு, கவிஞர் கருணானந்தம் அவர்களும் பயணித்தார்கள். இப்போது மருத்துவமனையில் அவரே எல்லாவற்றையும் கவனித்து வந்தார்.

ஒருவாரம் கடந்த பின்பு, கலைஞர் அவர்கள் "என் சட்டைப் பையில் ரூ.120 இருந்ததே. எங்கே அந்தப் பணம்" எனக் கேட்டார்.

அதற்குக் கவிஞர், "விபத்து நடந்த நாள்முதல் இன்று வரை அதை வைத்துத்தான் செலவு செய்து வருகிறேன்" என்றார்.

உடனே கலைஞர், "அடுத்த விபத்து நடக்கும்வரை அந்தப் பணம் செலவுக்குப் போதுமா" என புன்சிரிப்போடு கேட்டாராம்.

(அந்த அறையில் குழுமியிருந்த மருத்துவர்கள் உட்பட அனைவரும் இதனைக் கேட்டு ரசித்துச் சிரித்தனராம்).

"மந்திரிச்சி"யின் மோதிரம்

கலைஞர் அவர்கள் பொதுப்பணித்துறை அமைச்சராக இருந்தபோது, ஒரு விநோதமான டிசைனில் ஒரு மோதிரம் அணிந்திருந்தார். கலைஞர் அவர்களுக்கு மிகவும் நெருக்கமான அன்பர் ஒருவர் அவரிடம்,

"என்னங்க இது புது மாதிரியான மோதிரமா இருக்கு"

கலைஞர்: ஆம், மந்திரிச்சி மோதிரம்

அவர்: என்னது? நீங்க கூடவா மந்திரிச்ச மோதிரம் போடுறீங்க.

கலைஞர்: (சிரிப்புடன்) மந்திரிச்சி மோதிரத்தை நான் போட்டுக் கொள்ளக் கூடாதா என்ன?

அவர்: புரியவில்லையே.

தன் மனைவியின் மோதிரம் என்பதைத்தான் அப்படி வேடிக்கையாகக் குறிப்பிட்டார். தான் மந்திரி என்றால் தனது மனைவியார் 'மந்திரிச்சி' தானே.

(அங்கே ஏற்பட்ட சிரிப்பொலி மண்டபம் முழுவதும் பரவியதாம்)

சுருதி எத்தனை கட்டை

அவர்கள் இருவரும் மிகவும் நெருக்கமான, இணை பிரியாத நல்ல நண்பர்கள்.

இருவருமே, மாடர்ன் தியேட்டர்ஸ் கதை இலாகாவில் சேர்ந்தே பணிபுரிந்து வந்தார்கள்.

ஒருநாள் அங்கே இசையமைப்பு ஒத்திகை நடந்து கொண்டிருந்தது. அப்போது நண்பர்களில் ஒருவர், ஆர்மோனியப் பெட்டியின் அருகே போய், அதனை வாசிப்பவர் போல் உட்கார்ந்து கொண்டு, தன் நண்பரைப் பார்த்து,

"நான் ஆர்மோனியம் வாசிக்கப் போகிறேன், எனக்கு எத்தனை கட்டை" எனக் கேட்டார்.

"புத்தி" என்றார் மற்ற நண்பர்.

(கேள்வி கேட்டவர் கவியரசு கண்ணதாசன். பதில் அளித்தவர் டாக்டர் கலைஞர்.)

இந்தியா-டுடே தானே!

1996-ம் ஆண்டு சட்டமன்றத் தேர்தல் நடைபெறவிருந்த நேரம். பல பத்திரிகைகளும் தேர்தல் கணிப்பை வெளியிட்டு வந்தன. அதில் 'இந்தியா டுடே' என்ற பத்திரிகை, அ.தி.மு.க. அமோக வெற்றி பெறும் என வெளியிட்டிருந்தது. அச்சமயம் கலைஞர் அவர்களைத் தேர்தல் சுற்றுப் பயணத்தின் போது பத்திரிகையாளர்கள் சந்தித்தனர். ஒரு பத்திரிகையாளர்...

"வரும் தேர்தலில், அ.தி.மு.க.வுக்கு அதிக இடங்கள் கிடைக்கும் எனப் பத்திரிகை கணிப்பு வந்திருக்கிறதே" எனக் கேட்டார்.

உடனே கலைஞர் 'எந்தப் பத்திரிகை'யில் எனக் கேட்க, இந்தியா டுடே (Today)யில் எனச் சொல்ல,

கொஞ்சமும் பதட்டமில்லாமல்

"இந்தியா டுடே தானே எழுதியிருக்கிறது. இந்தியா Tomorrow-வில் எழுதவில்லையே" என்றார்.

(செய்தியாளர்கள் அனைவருமே அடுத்த கேள்விக்குப் போக மனமில்லாமல் சிரித்துக் கொண்டே விடைபெற்றார்களாம்).

என் மக்களுக்குச் சாப்பாடு ரெடியாக இல்லையே!

தலைவர் கலைஞர் அவர்கள் முதலமைச்சராக இருந்தபோது, உணவுப்பஞ்சம் உண்டானது. மைய அரசுடன் நேரடி பேச்சுவார்த்தை நடத்த நாஞ்சிலாருடன் டெல்லி சென்றார். அங்கே உணவு அமைச்சருடன் நீண்ட நேரம் விவாதம் நடத்தினார். ஏற்கனவே ஒப்புக் கொண்டபடி, அன்றைய உள்துறை அமைச்சர் பாபு ஜெகஜீவன்ராம் இல்லத்தில் மதிய உணவிற்காக இருவரும் அங்கு சென்றனர்.

அங்கே பாபு ஜெகஜீவன்ராம் அவர்களுடன், கலைஞரும், நாஞ்சிலாரும் பலவற்றைப் பற்றி நீண்ட நேரம் பேசிக் கொண்டிருக்கையில், ராம் அவர்களின் மகன், "சாப்பாடு ரெடி" எனக் குரல் கொடுத்தார்.

உடனே கலைஞர் "இங்கே ரெடி அங்கே அரிசி பற்றாக்குறையால் என் மக்களுக்கு என் தாய்நாட்டில் உணவு ரெடியாகவில்லையே" என்றார்.

(தனது முக்கிய கோரிக்கையை ஒரு முக்கிய அமைச்சரிடம் சரியான நேரத்தில் எவ்வளவு நயமாக எடுத்து வைத்தபோது, பாபுஜி அவர்கள் கைகுலுக்கிப் பாராட்ட, நாஞ்சிலார் கலைஞரின் நாவன்மையை நினைத்து சிரித்து மகிழ்ந்தனராம்).

துணிவே துணை

சட்டப்பேரவையில், பக்தவத்சலம் முதல்வராக இருந்தபோது, திருவள்ளுவர் படத்திறப்பு விழாவில், சட்டமன்ற உறுப்பினர் பொறுப்பில் கலைஞர் பேசியது,

"தூங்காமை, கல்வி, துணிவுடைமை இம்மூன்றும்

நீங்கட் நிலனாள்பவற்கு"

என்றார் வள்ளுவர். நமது முதலமைச்சர் பக்தவத்சலம் அவர்களிடம் இந்த மூன்றும் காணப்படுகிறது. துறையைப் பொறுத்த மட்டில் முதல்வர் பக்தவத்சலம் அவர்களுக்குத் தமிழகத்தின் உரிமையைக் காப்பதில், டில்லியை மிரட்டுவதில் சற்று துணிவு இல்லாமல் இருக்கலாம். ஆனால், எதிர்க்கட்சியை மிரட்டுவதில் அவர் யாருடைய துணிவுக்கும் இளைத்தவரல்ல"

எனக் கிண்டலாகிக் குறிப்பிட்டபோது, ஆளுங்கட்சி, எதிர்க்கட்சி என்ற பாகுபாடில்லாமல் அங்கே சிரிப்புடன், கைதட்டலும் எழுந்தனவாம்.

கிண்டலான கேள்வியும், கிண்டி விடும் கேள்வியும்

1967-ல் அறிஞர் அண்ணா முதலமைச்சர், கலைஞர் பொ.ப.து. அமைச்சராக பதவி வகித்த நேரம். சட்டப்பேரவையில் ஒருநாள்

மார்ட்டின் (காங்கிரஸ்) கிண்டலாக : தற்போது பேருந்துகள், தெருக்களில் ஓடாமல் நடைபாதையில் ஓடுவதால் பொது மக்களுக்கும் ஹெல்மெட் வழங்கப்படுமா?

கலைஞர் : இந்தக் கிண்டலான கேள்விக்கும் நான் பதில் கூறக் கடமைப்பட்டுள்ளேன். பேருந்துகளில் பயணம் செய்கிறவர்களுக்கும் ஹெல்மெட் என்றால் ரயிலில் பயணம் செய்பவர்களுக்கும் ஹெல்மெட் வழங்கத்தான் வேண்டும். இப்போதெல்லாம் பல இடங்களில் ரயில்கள் தண்டவாளங்களில் ஓடுவதில்லை. தாறுமாறாகத்தான் ஓடிக் கொண்டிருக்கு.

(சபையில் ஆரவாரம்- சிரிப்பு)

வேறு ஒரு உறுப்பினர் : எங்களுக்குத் தகவல் தெரியவே, கேள்வி கேட்கிறோம். தவறான பொருளில் அல்ல. அமைச்சர் அவர்கள் இதனைக் கிண்டலான கேள்வி என்பது நியாயமா?

கலைஞர் : கிண்டலான கேள்வி என்றால், பிரச்சினையைக் கிண்டி விடுகின்ற கேள்வி என்ற அர்த்தத்தில்தான் நான் அப்படிச் சொன்னேன்.

(சபையில் மீண்டும் சிரிப்பொலி)

தட்டுங்கள்- திறக்கப்படும்!

1969-ல் அண்ணா முதலமைச்சர். ஆளுநர் உரைக்கு நன்றி தெரிவிக்கும் தீர்மானம் 27.1.69 அன்று சட்டப் பேரவையில் எடுத்துக் கொள்ளப்பட்டது. அண்ணாவின் உடல்நிலை மோசமானதால், தீர்மானம் தள்ளி வைக்கப்பட்டது.

பின் அண்ணா மறைந்து, டாக்டர் கலைஞர் முதல்வரானார். ஒத்தி வைக்கப்பட்ட அந்தத் தீர்மானம் மீண்டும் 25.2.69-ல் பேரவைக்குக் கொண்டு வரப்பட்டது. அதில் பேசிய முதல்வர், "நான் சமுதாயத்தில் மிகவும் பின்தங்கிய வகுப்பைச் சேர்ந்தவன். அவர்களுக்காக நான் நிச்சயம் பாடுபடுவேன். எதிர்க்கட்சித் தலைவர் திரு.கருத்திருமன் அவர்கள், ''இதற்காகவாவது முதலமைச்சர் பொறுப்பேற்றிருக்கும் என்னை நிச்சயம் வாழ்த்துவார் என நம்பினேன். ஏமாந்தேன்'' எனப் பேசிக் கொண்டிருக்கும்போதே

கருத்திருமன் எழுந்து,

"புதிய முதலமைச்சருக்கு எனது மனப்பூர்வமான ஆசிகள், என் ஆசி எப்போதும் உண்டு'' என்றார்.

உடனே கலைஞர், "தட்டுங்கள் திறக்கப்படும், கேளுங்கள் கொடுக்கப்படும் என்ற வாசகத்தின் உண்மை யை இன்றுதான் தெரிந்து கொண்டேன்'' என்றதும்

(சபையிலுள்ள அனைவருமே தங்கள் சிரிப்பை அடக்க முடியாமல் தவித்தனராம்- குறிப்பாக கருத்திருமன்)

கதிரவன் இரவில் வரமாட்டான்

நெல்லைப் பகுதியில் கலைஞர் அவர்கள் சுற்றுப்பயணம் மேற்கொண்டிருந்த சமயம் திருநெல்வேலி நகரில் இரவில் பொதுக்கூட்டம். கலைஞர் அவர்கள், சட்டமன்ற உறுப்பினர் கதிரவன் அவர்களை வேறு பணிக்கு அனுப்பிவிட்டு, கூட்டம் நடைபெற்றுக் கொண்டிருக்கும் போது இடையில் தலைவர் மேடையேறினார்.

கூட்டத் தலைவர் : "இப்போது சட்ட மன்ற உறுப்பினர் கதிரவன் அவர்கள் பேசுவார்கள்'' என்றார்.

உடனே கலைஞர் : 'மைக் முன் வந்து, உங்களுக்கெல்லாம்' நன்கு தெரியும். கதிரவன் இரவில் தோன்றுவானா? தோன்ற மாட்டான் அல்லவா. எத்தனை முறை மைக்கில் கூப்பிட்டாலும், கதிரவன் இரவில் தலைகாட்ட மாட்டான். அதிலும் குறிப்பாக, இன்றிரவில் எனவே, இந்தக் கருணாநிதி உங்கள் முன் நிற்கிறேன், பேசுகிறேன்'' என்றதும் கூட்டத் திடலே கரவொலியில் பிளந்ததாம்.

நான் சிபாரிசை ஏற்க மாட்டேன்

1970-ம் ஆண்டு- சட்டப்பேரவையில் தாழ்த்தப்பட்டோர் மானியக் கோரிக்கையின் மீதான விவாதம்

வினாயகம் (காங்) : ஒரே அமைச்சர் தாழ்த்தப்பட்டோர் நலத்துறையையும், பிற்பட்டோர் நலத்துறையையும் ஒருசேர கவனிப்பது மிகவும் கடினம். இரண்டும் தனித்தனித் துறைகளாக்கப்பட்டு, இரண்டு அமைச்சர்கள் பொறுப்பில் வரவேண்டும் நான் குறிப்பிட்டு கோரிக்கை முன்பு வைத்தேன். தற்போது என் கோரிக்கை ஏற்கப்பட்டு, திரு.என்.வி.நடராசன் அவர்களுக்கு அமைச்சர் பதவி அளிக்கப்பட்டு, பிற்பட்டோர் நலத்துறையும் ஒதுக்கப்பட்டுள்ளன. அவர் பல்லாண்டு காலம் கழகத்திற்குப் பாடுபட்டவர் அல்லவா. அவருக்கும் ஏதாவது செய்யத்தானே வேண்டும். (சற்று கிண்டலாக).

என்.வி.என். : உறுப்பினர் வினாயகம் இங்கு வந்தால், என்னுடைய அமைச்சர் பதவியை அவருக்குத் தர முதல்வர் அவர்களிடம் சிபாரிசு செய்வேன்.

கலைஞர் : இந்த விசயத்தில் அவசரப்பட்டு, என்.வி.என். சிபாரிசை ஏற்பதாக இல்லை.

(என்றதும் சபையில் பெருத்த கரகோஷம்)

பனியும் - பணியும்

1989-ல் மூன்றாவது முறையாக முதல்வர் பொறுப்பில் அமர்ந்த பின்னர் டாக்டர் கலைஞர் அவர்கள் டெல்லிக்கு பயணம் சென்றார். அங்கே, தமிழ்நாடு இல்லத்தில் தங்குவதற்காக, ஏராளமான கூட்டம். மலர் மாலைகளும், மாணிக்கக் கிரீடங்களும் சூட்டியதுடன், வாழ்த்துரைகளும் நிரம்பி வழிந்தன. அனைத்தையும் மகிழ்வுடன் ஏற்றுக் கொண்ட தலைவர் தனக்கே உரித்தான புன்சிரிப்பில்,

"இனி பனிக்காலம், ஆகாயத்திலிருந்து நிறைய பனி கொட்டிக் கொண்டிருக்கிறது. எனக்கும் நிறைய பணிகள் காத்துக் கொண்டிருக்கின்றன. நாளை சந்திப்போம்" என்றதுடன், நிரம்ப ஐஸ் வைத்துப் பேசியதைச் சாடையாகக் குறிப்பிட்டதை எண்ணி, வந்திருந்த அனைவருமே சிரிப்பில் மூழ்கினராம்.

நெற்றியில் அல்ல... நெஞ்சில்...

திரு.கே.பாலச்சந்தர் இயக்கிய இருகோடுகள் திரைப்படத்தின் நூறாவது நாள் விழா கலைஞர் தலைமையில் சென்னையில் நடந்தது. படத்தைப் பாராட்டிப் பலர் பேசினார்கள். அதில் நாகேஷ் பேசும்போது:

"எல்லோருடைய நெற்றியிலும் ஒரு கோடு உண்டு- விபூதி இட்டிருப்பார்கள். இது இரு கோடுகளுக்குப் பாராட்டு விழா. பாராட்டிப் பரிசளிக்க வந்திருக்கும் கலைஞரின் நெற்றியில் மூன்று கோடுகள். அதாவது கடமை-கண்ணியம்-கட்டுப்பாடு என்ற மூன்று கோடுகளைத்தான் குறிப்பிட்டேன்'' என்றார்.

இறுதியுரையில் கலைஞர் :

''கடமை-கண்ணியம்-கட்டுப்பாடு ஆகிய மூன்று கோடுகள் என் நெற்றியில் இருப்பதாக நண்பர் நாகேஷ் அவர்கள் குறிப்பிட்டார்கள். அந்த மூன்றும் என் நெற்றியில் இல்லை. 25 வருடங்களாக என் நெஞ்சில் பதிக்கப்பட்டு விட்டன'' என்றதும் விழா மண்டபமே கரவொலியில் அதிர்ந்தனவாம்.

திருப்பினால் தி.மு.க. வரும்

ஒருமுறை தேர்தல் சுற்றுப் பயணத்தின் போது, கலைஞர் அவர்கள், காதர்பாட்சா என்ற வெள்ளைச்சாமி தேவர் அவர்களை ஆதரித்து, முதுகுளத்தூர் தொகுதிக்குட்பட்ட கமுதியில் பொதுக் கூட்டத்தில் கலைஞர் உரையாற்றினார்.

தேர்தல் பொதுக் கூட்டம் என்றில்லாமல் அது ஒரு மாவட்ட மாநாடு போல் மக்கள் வெள்ளம் திரண்டிருந்தது. கலைஞரின் வார்த்தைக்கு வார்த்தை அங்கே கரகோஷம்- சிரிப்பு- ஆரவாரமென பொங்கி வழிந்தது. இறுதியில் கலைஞர், "இங்கு கூடியுள்ள கூட்டத்தைப் பார்க்கும்போது, இந்த ஊர் முழுமைக்கும் தி.மு.க.வின் அசைக்க முடியாத கோட்டை போல் எனக்குப் படுகிறது. ஆம் இந்த ஊரின் பெயர் கமுதி. திருப்பினால் தி.மு.க. தானே" என்றதும்

"அந்த சந்தைப்பேட்டை மீண்டும் கரகோஷ ஆரவாரத்தில் பிளந்ததாம்.

திருக்குறளும் புதுக்குறளும்

1968-ம் ஆண்டு பேரறிஞர் முதலமைச்சர் கலைஞர் பொதுப்பணித்துறை அமைச்சர். அப்போது, அரசுப் பேருந்துகளில் திருவள்ளுவர் படமும், திருக்குறளும் எழுதப்பட்டு வந்தன. இச்சமயம் நடைபெற்ற சட்டப்பேரவைக் கூட்டத்தில், இதுபற்றிய விவாதம்,

காமராஜ் அவர்களின் நெருங்கிய நண்பரும், சட்டப்பேரவையில் அதிகக் கேள்விகளைக் கேட்டவருமான, தேனி தியாகராசன் அவர்கள் பேருந்துகளில் குறள் எழுதுவதைக் கிண்டல் செய்யும் நோக்கில் ''உழுதுண்டு வாழ்வாரே வாழ்வார்'' என்ற குறள்போல ''டை கட்டி வாழ்வாரே வாழ்வார் - மற்றெல்லாரும் கைகட்டிப் பின் செல்வர்'' என்ற குறளை அரசுப் பேருந்துகளிலும், ''பெரியாரைப் பேணா தொழுகிற பெரியாரால் பேரா இடும்பைத் தரும்'' என்ற குறளைப் பெரியார் வீட்டிலும் வைக்க இந்த அரசு முயற்சிக்குமா?

கலைஞர் : ''இனிய உளவாக இன்னாத கூறல் கனியிருப்ப காய் கவர்ந்தற்று'' என்ற குறளை எழுதி நண்பர் தேனி தியாகராசன் வீட்டில் வைக்க எண்ணு கிறோம். அதற்குத் தியாகராசன் அனுமதிப்பாரா?

(பேரவையில் குபீர் சிரிப்பு - ஆரவாரம் - தியாகராசனும் சிரிக்கத் தவறவில்லை).

கம்பர் கண்ட சாம்ராஜ்யத்தில் கள்வர் இல்லையா?

1969-ம் ஆண்டு, சட்டப்பேரவையில், கலைஞர் அவர்கள் முதல்வராக இருந்தபோது, காவல்துறைக்கான மானியக் கோரிக்கை மீதான விவாதத்தில், அப்போதைய எதிர்க்கட்சித் தலைவர் கருத்திருமன் அவர்கள், காவல்துறையைக் கடுமையாகச் சாடிப் பேசினார். பேரவைத் தலைவர் புலவர் கோவிந்தன் அவர்கள் இடைமறித்து, "எதிர்க்கட்சித் தலைவர் இலக்கியம் அறிந்தவர், கோவைக் கம்பன் எனப் பெயரெடுத்தவர். அவர் இப்படிப் பேசலாமா" என்றார்.

உடனே கருத்திருமன், "இங்கு கம்பன் ராஜ்ஜியம் போல ஆட்சி நடந்தால், நானும் கம்பரைப் போல் பேசியிருப்பேன். "கள்வர் இல்லாமையால் காவலரும் இல்லை" என்று கம்பன் கூறியது போல் அமைந்திருந்தால், நானும் கம்பனைப்போல பாராட்டியிருப்பேன். ஆனால், இன்றைய காவல்துறையின் நிலை அப்படி இல்லையே என்று நான் நினைப்பதால்தான் அவ்வாறு நான் சொன்னேன்" எனக் குறிப்பிட்டார்.

உடனே கலைஞர் எழுந்து, "கம்பன் கண்ட ராஜ்ஜியத்தில் கள்வர் இல்லை" என்கிறார் எதிர்க்கட்சித் தலைவர். ஆனால், சீதை கடத்தப்பட்டதாகத்தானே கம்பர் எழுதியிருக்கிறார். இதற்கு என்ன பதில் என்றதும்

(பேரவை இப்போது சிரிப்பில் சேரவில்லை. மாறாக, கலைஞரின் சொல்நயத்தில் சொக்கிப் போனதாம்).

ஆண்டவர் கைவிட்டாலும், ஆள்பவர் கைவிடமாட்டார்

1970-ம் ஆண்டு ஏப்ரல் திங்கள், சட்டப்பேரவையில், அறநிலையத்துறை தொடர்பான கேள்விகளுக்குப் பதில் அளித்து விவாதம் நடைபெற்றபோது:

ஹண்டே (சுதந்திரா) : முதலமைச்சர் அவர்கள் சுயமரியாதை வழி வந்தவராகினும், கோயில்கள் பால் கருணை உள்ளம் கொண்டவர். ஆகவே, அல்லல்படும் அர்ச்சகர் வாழ்வில் ஒளி ஏற்றுவாரா.

கலைஞர் : அர்ச்சகர்களை, அவர்களது "ஆண்டவன்" கவனிக்காவிட்டாலும், இப்போது "ஆளுகின்ற நான் நிச்சயம் கவனிப்பேன்".

(பேரவை சிரிப்பில் மிதந்தது)

தடி தேவையில்லை!

1996-ல் கலைஞர் முதல்வராக இருந்த நேரம். ஆளுநர் உரைக்கு நன்றி தெரிவிக்கும் தீர்மானத்தின் மீதான விவாதத்தில்...

அழகிரி (காங்.) : ராஜாஜி முதல்வராக இருந்தபோது கையில் ஒரு கைத்தடி வைத்திருந்தார். அது முதுமைக்காக அல்ல. 'கட்சிக்காரர்கள் அரசு அலுவலகங்களில் சுற்றிக்கொண்டிருந்தால், இந்தத் தடிகொண்டு விரட்டுவேன்' என்றார். அதுபோல, முதல்வருக்கும் அப்படியொரு தடி தேவைப்பட்டால், நாங்கள் தரத் தயாராகவுள்ளோம்.

கலைஞர் : நாஞ்சிலார் கையில் எப்போதுமே தடி வைத்திருப்பார். எனக்குத் தடி தேவைப்பட்டால், நாஞ்சிலார் அவர்களிடமிருந்து பெற்றுக்கொள்கிறேன். அழகிரி இதற்காக அலையவேண்டி அவதிப்படத் தேவையில்லை.

(சபையின் சிரிப்பொலி தலைமைச் செயலகம் முழுவதும் வியாபித்து நின்றதாம்)

பாராட்டுரையல்ல... பாதுகாப்புரை!

திரு.பழனிவேல்ராஜன் அவர்கள் சட்டப்பேரவைத் தலைவராகப் பதவியேற்றதும், சர்வ கட்சி உறுப்பினர்களும் அவரைப் பாராட்டிப் பேசினார்கள். அப்போது திருநாவுக்கரசு பேசும்போது...

"இதுவரை இந்தப் பேரவைத் தலைவர்களாக இருந்த பி.எச்.பாண்டியன், தமிழ்க்குடிமகன், சேடபட்டி முத்தையா ஆகியோர்களில் யார் சிறப்பாக செயல்பட்டார்களோ அவர்களை நீங்கள் பின்பற்ற வேண்டும்''.

உடனே பி.டி.ஆர். அவர்கள்... "யாரைப் பின்பற்ற வேண்டும் என உறுப்பினர் திருநாவுக்கரசு சொன்னார். யார், யாரைப் பின்பற்றக்கூடாதென்ற பட்டியலை அவர், என் அறைக்கு வந்து தரவேண்டுகிறேன். (கைத்தட்டல்)

திருநாவுக்கரசு : நான் பட்டியல் தரவில்லை. முந்தைய தலைவர்கள் வழங்கிய தீர்ப்புகளைத் தாங்கள் பின்பற்ற வேண்டும் என்ற அர்த்தத்தில் கூறினேன்.

உடனே கலைஞர் எழுந்து...

"உறுப்பினர் திருநாவுக்கரசு முன்னர் வழங்கியது 'பாராட்டுரை.' இப்போது வழங்கியிருப்பதோ பாதுகாப்புரை' என எடுத்துக்கொள்ளலாம்.''

(சபை சிரிப்பில் கலகலத்தது)

இளமையின் ரகசியம்!

(1997-ம் ஆண்டு மே திங்கள் - சட்டப் பேரவையில்)

அழகிரி : பேராசிரியரும் கலைஞரும் இவ்வளவு இளமை கண்டு நாங்கள் பொறாமைப்படுகிறோம். அதற்கான ரகசியத்தைத் தெரிவித்தால், நாங்களும் அப்படியே...

கலைஞர் : இந்த நாட்டையும் சமுதாயத்தையும் காப்பாற்ற அழகிரி போன்ற இளைஞர்கள் இருப்பதை எண்ணி மகிழ்வதால்தான் எங்களை இளமைக்கு இழுத்துச் செல்கிறது.

(கேட்கவா வேண்டும் சிரிப்புக்கு)

அதிகாலையில் எழுந்திருக்க முடியுமா?

1996 ஜூன் திங்களில் சட்டப்பேரவையில் மக்கள் நல்வாழ்வுத்துறையின் மானியக் கோரிக்கை மீதான விவாதத்தின்போது...

ஆற்காடு வீராசாமி : சித்த மருத்துவம் சிறந்த மருத்துவம். யோகா பயிற்சி செய்தால் உடல் நலத்திற்கு நன்மையே விளைவிக்கும். எனக்கு ஏற்பட்ட மூச்சுத்திணறல் யோகாவால் நிவாரண மானது. முதல்வரும் தினமும் பதினைந்து நிமிடங்கள் யோகா பயிற்சி செய்து வருகிறார்.

திருநாவுக்கரசு : அமைச்சர் ஆற்காடு வீராசாமி அவர்கள் நல்ல செய்தியைச் சொன்னார். எங்களுக்கும் அந்த யோகா பயிற்சி கிடைக்க முதல்வர் சொல்லிக் கொடுப்பார்களா?

முதல்வர் கலைஞர் : யோகா என்பது அதிகாலையில் செய்ய வேண்டிய பயிற்சி. அதற்குக் காலையில் 5 மணிக்கு எழுந்திருக்க வேண்டும். யோகா பயிற்சியை நான் சொல்லித் தருவேன். அதிகாலையில் எழுந்திருக்கும் பயிற்சியை உறுப்பினருக்கு யார் சொல்லித் தருவது.

(சபையில் சிரிப்புச் சத்தம்)

விழா முதலமைச்சர்!

சட்டப்பேரவையின் பவளவிழாக் கொண்டாட்டம், 14.7.97 அன்று சென்னைப் பல்கலைக்கழக நூற்றாண்டு விழா மண்டபத்தில் வெகு சிறப்பாகக் கொண்டாடப்பட்டது.

அப்போது பேசிய கலைஞர் அவர்கள், "1972-ம் ஆண்டு இந்திய சுதந்திர தின வெள்ளிவிழாவைக் கொண்டாடும்போது நான்தான் முதலமைச்சரா இருந்தேன்; 1989-ம் ஆண்டு சட்டப்பேரவை பொன்விழாவைக் கொண்டாடும்போதும் நான்தான் முதல்வர்; பின் இந்திய நாட்டின் சுதந்திரப் பொன் விழாவைக் கொண்டாடும்போதும் நான்தான் முதல்வர்; இன்று இந்த பவளவிழாவைக் கொண்டாடிக் கொண்டிருக்கும்போதும் நான்தான் முதல்வராக இருக்கிறேன். எனவே எனக்கு 'விழா முதலமைச்சர்' பட்டம் கொடுக்கலாம். ஏனென்றால் நான் 'விழாத முதலமைச்சராக்கும்' என்றார்.

(விழாவில் எழுந்த ஆரவாரத்தால் பல்கலைக்கழகமே அண்ணா சதுக்கம் நோக்கிப் பயணித்ததாம்)

மொட்டை அடித்தது தணிக்கைக்குழு!

கலைஞரின் 'பூமாலை' திரைப்படத்தில் பெரும்பகுதி தணிக்கைக் குழுவால் வெட்டப்பட்ட செய்தி அறிந்து, கலைஞர் அவர்களே, திரைப்படத் தணிக்கைக்குழு அலுவலகத்திற்கு நேரில் வந்தார். கலைஞரின் வருகை அறிந்து, தணிக்கைக் குழு அலுவலர்கள் அவரை வரவேற்று மாடிக்கு அழைத்துச் சென்றனர். அங்கு...

கலைஞர் : என்ன சார், எங்களையெல்லாம் மாடி ஏறி இறங்க வைத்து வேடிக்கைப் பார்க்கிறீர்கள்?

த.அ : நீங்கள் எல்லாம் நாத்திகவாதிகள். பழனி, திருப்பதி என்று மலைக்குப் போய் ஏறி இறங்க மாட்டீர்கள். அதனால்தான் இந்த ஏற்பாடு.

கலைஞர் : அங்கே போனாலும் மொட்டை தான். இங்கேயும் நீங்கள் அதைத்தான் செய்துகொண்டிருக்கிறீர்கள்...

(என்றதும், முதன்முறையாக தணிக்கைக்குழு அலுவலர்கள் அங்கே வாய்விட்டுச் சிரித்தார்களாம்)

தேரோட்டம் ஏன்?

கலைஞர் முதல்வராக இருந்த சமயத்தில் பல ஆண்டுகளாக ஓடாமல் இருந்த திருவாரூர் தேரைப் புதுப்பித்து ஊர்வலமாகக் கொண்டுவர ஏற்பாடுகள் நடந்துகொண்டிருந்த சமயம். அப்போது சட்டப்பேரவையில் ஒரு எதிர்க்கட்சி உறுப்பினர்...

"முன்பு திருவாரூர் தேர் இழுப்பதற்கு எதிராகப் பாட்டே பாடியவர் நீங்கள். 'ஏரோட்டும் உழவர் எல்லாம் ஏங்கித் தவிக்கையிலே தேரோட்டம் ஏன் உனக்கு தியாகராஜா?' என்று பாட்டுப் பாடினீர்கள். இப்போது நீங்களே முன்னின்று..."

கலைஞர் (எழுந்து) : இதற்கு முன்பிருந்த ஆட்சியில் ஏரோட்டும் உழவர்கள் ஏங்கித் தவித்தார்கள். அதனால் தேரோட்டம் ஏன் தியாகராஜா எனக்கேட்டேன். ஆனால் இப்போது ஏரோட்டும் உழவர்களின் ஏக்கமெல்லாம் தணிந்துவிட்டதால் தியாகராஜருக்கு தேரோட்டம் வேண்டியதுதான் என்று நினைத்துத்தான் அந்தத் தேரோட்டப் பணிகள்...

(என முடிப்பதற்குள், பேரவையில் கரவொலி எழும்பியபோது, கலைஞரின் வாதத்திறமையை எண்ணி எதிர்க்கட்சியினரும் வாய்விட்டுச் சிரிக்கத் தவறவில்லை.)

கடவுளை நம்பாதவர்களா?

35 ஆண்டுகளுக்கு முன்பு கலைஞர் அவர்கள், கண் சிகிச்சைக்காக மருத்துவமனையில் அனுமதிக்கப்பட்டிருந்த வேளையில் ஒரு செவிலியர்...

"கடவுளை நம்பாததால்தான் இவ்வளவு சோதனை. எனவே இனியாவது கடவுளை நம்புங்கள் ஐயா" என்றார்.

உடனே கலைஞர், "உங்கள் அன்புக்கு எனது நன்றி. அதுசரி... இங்குள்ள மற்றவர்களும் அதுபோலத்தானா?" எனக்கேட்டதும் அவர் தங்கியிருந்த அந்த அறை அன்றைக்குத்தான் சிரிப்பால் மகிழ்ந்ததாம்.

பழைய டப்பாவில்தான் வாசனை இருக்கும்!

1980-ம் ஆண்டு நாடாளுமன்றத் தேர்தல்- வேட்பாளர் தேர்வு மும்முரமாக நடைபெற்ற நேரத்தில், நெல்லையில் தி.மு.க. வேட்பாளராக சிவப்பிரகாசத்தை நிறுத்தத் தலைவரே முடிவெடுத்திருந்தார். நெல்லை சுற்றுலா மாளிகையில் நடந்த உரையாடல் இதோ..

க : உங்களால் எவ்வளவு செலவு செய்ய முடியும்.?

சி : மிகச் சொற்பமே!

க : நான் கேட்பது பாராளுமன்றத்திற்கு... பஞ்சாயத்து யூனியனுக்கல்ல...

சி : உண்மைதான் தலைவரே. அதிகமாகச் செலவு செய்ய எனக்கு இப்போது வசதியில்லை. நான் பழைய பெருங்காய டப்பாதானே...

க : பழைய டப்பாவாக இருந்தாலும் வாசம் இருக்குமே! அதுதான் தேர்தல் வெற்றிக்குத் தேவை. அதையே நான் பயன்படுத்திக் கொள்கிறேன்.

இதனைக் கேட்ட சிவப்பிரகாசம் அவர்கள், நம்பிக்கையோடு சிரித்த முகத்துடன் விடை பெற்றார்.

சிக்கல் தஞ்சைக்குப் பக்கத்தில்தானே!

ஒருமுறை விவசாயிகளின் போராட்டம் கலவரமாக வெடிக்கும் அளவிற்குத் தஞ்சையில் நடைபெற்றது. பலமுறை பேச்சுவார்த்தை நடத்தியும் விவசாயச் சங்கத் தலைவர்களும் மற்றவர்களும் ஒரு சுமுகமான முடிவுக்கு வராமல் போராட்டம் நீடித்துக் கொண்டிருந்த வேளையில்... சென்னையில் செய்தியாளர்கள் கூட்டம் நடந்தது. அப்போது ஒரு பத்திரிகையாளர்...

"தஞ்சாவூரில் நடக்கும் போராட்டத்திற்கு தீர்வு காண்பதில் என்ன சிக்கல்?"

உடனே கலைஞர்...

"தஞ்சாவூருக்கு அருகில்தானே சிக்கல் இருக்கிறது" என்றதும், நிருபர்கள் கூட்டத்தில் பெரிய சிரிப்பலை எழுந்ததில் வியப்பேதும் இல்லைதானே?"

அரசைப் போட்டால் அரசு கிடைக்கும்!

அறிவாலயத்தில் நடைபெற்ற ஒருவிழாவில் கலைஞர் பேசியது:-

"சென்னை மாநகராட்சிக்கான தேர்தலில் தி.மு.க. கவுன்சிலர்கள் பெருமளவில் வெற்றி பெற்றதையொட்டி, மேயருக்கான தேர்வில் அண்ணா தீவிர ஆலோசனையில் இருந்த நேரம். அச்சமயம் அண்ணா எனது இல்லத்திற்கு வந்து, மேயர் தேர்தல் பற்றிப் பேசும்போது, பலரது பெயர்கள் பரிசீலிக்கப்பட்ட நிலையில், என் தாயார் அஞ்சுகத்தாய் இடையில் குறுக்கிட்டு "அரசைப் போடுங்கள் அரசு கிடைக்கும்" என்றார்கள். இன்றைக்கு கழகத்திற்கு மாநில அரசும் கிடைத்துள்ளது. மத்திய அரசும் கிடைத்துள்ளது. உலக வர்த்தக மையத்தில் தம்பி முரசொலிமாறன் பங்குபெற்றதை நினைத்துப் பார்க்கையில்... என முடிக்கும் முன்பே அறிவாலயம் ஆரவாரத்தில் பொங்கி எழுந்ததாம்.

என்னிடம் சொல்லியதைப் பிள்ளைகளிடம் சொல்லியிருக்கிறீர்களா?

திருச்சி சட்டமன்ற உறுப்பினராக இருந்த நாகசுந்தரம் அவர்களது புதல்வனின் திருமணம் கலைஞர் அவர்களின் தலைமையில் தீர்மானிக்கப் பட்டிருந்தது. மணவிழாவோ திருச்சி மலைக்கோட்டை உச்சிப்பிள்ளையார் திருமண மண்டபத்தில். கலைஞரும் இதர முன்னணித் தலைவர்களும் தோழர்கள் புடைசூழ மலைப்படிகளில் ஏறிக் கொண்டிருந்தார்கள்.

பயணக் களைப்பைப் போக்க கலைஞர் பல சுவாரஸ்யமானவற்றைப் பேசிக்கொண்டே நடந்து சென்றபோது, எங்கே தடுமாற்றம் ஏற்பட்டுவிடுமோ என்ற அச்சத்தில், 'தலைவரே படி...படி' என அருகில் வந்துகொண்டிருந்த நாகசுந்தரம் குரல் கொடுத்தார்.

உடனே கலைஞர், "இப்படிப் படி படி என என்னிடம் சொல்வதற்குப் பதிலாக என்றைக்காவது உங்கள் பிள்ளைகளிடம் சொல்லியதுண்டா?" என கேட்டவுடனே கலைஞரோடு பயணித்தவர்கள் மட்டுமல்ல... படிக்கற்களும் சிரித்தபடியே கூட்டத்துடன் கூடவே சேர்ந்து வந்தனவாம்.

நல்ல பெயரை வாங்கி வாருங்கள்!

கவிஞர் கண்ணதாசன் அவர்கள் ஒருமுறை சிங்கப்பூர் பயணம் மேற்கொள்ளவிருந்த நேரம். புறப்படுமுன் கலைஞரை சந்தித்து, "நான் சிங்கப்பூர் சென்று வருகிறேன். வரும்போது நான் என்ன வாங்கி வரவேண்டும்'' எனக் கேட்டார்.

சிறிதும் தயக்கமில்லாமல் கலைஞர், "நல்ல பெயரை..."

(சிரிப்பொலிக்கு அங்கு பஞ்சமா இருக்கும்?)

சென்னை மாநகராட்சியில் சுதந்திரப் பொன்விழா நிகழ்ச்சியில்
(15.8.97)

இங்கே மாமன்றத்தில் ஆளுகிற தரப்பில் மன்றத்தின் தலைவராக இருப்பவருக்குப் பெயர் மலையன். எதிர்க்கட்சித் தலைவராக இருப்பவருக்குப் பெயர் வெற்றிவேல். எதிர்க்கட்சி வேலாக இருப்பதால்தான் மலையை ஆளுங்கட்சித் தலைவராக அமர்த்தியிருக்கிறோம். மலையை வேல் பிளந்த புராணக் கதை எல்லாம் உண்டு என்றாலுங்கூட இந்த வேல் அப்படிப்பட்ட வேல் அல்ல. இது பழனி மலையின்மீது அடக்கமாக அமர்ந்திருக்கின்ற பழனிவேலைப் போன்ற வேல், இந்த வெற்றிவேலாகும்.

இங்கு தனிமைதானா?

தமிழுக்கு நிறம் உண்டு என்ற இந்தக் கவிதைத் தொகுப்பை நான் பலமுறை படித்து உங்கள் முன்னால் விளக்குகின்ற வித்தியாசமான மேடை என்று தங்கை பொன்மணி வைரமுத்து குறிப்பிட்டார். ஆமாம்... என்னை அறிந்தவர்களுக்கு நான் எப்போதும் நான்கைந்து பேரோடு இருந்துதான் பழக்கப்பட்டவன்; மேடையிலேகூட.

(இந்த விழா மேடையில் ஒரேயொரு நாற்காலி மட்டும் போடப்பட்டு கலைஞர் மட்டும் அமர வைக்கப்பட்டிருந்தார்.)

என்னை உணர்ந்துகொண்ட பெரியவர் பக்தவத்சலம் அவர்கள் என்னைத் தனிமைப்படுத்தி 65-ம் ஆண்டு பாளை சிறையில் வைத்தார். அதற்குப் பிறகு அந்தப் பணியை தம்பி வைரமுத்து தங்கை பொன்மணி ஆகியோர் இங்கே செய்திருக்கிறார்கள். பாளையங்கோட்டையை நினைவூட்டியதற்காக அவர்களுக்கு நன்றி கூறிக்கொள்கிறேன்.

கவிஞர் வைரமுத்துவின் தமிழுக்கு நிறம் உண்டு என்ற கவிதை நூல் வெளியீட்டு விழாவில் கலைஞர் பேசியது:-

எடுத்த எடுப்பில் முன்னுரையைத் தொடர்ந்து தமிழ்த்தாய் வாழ்த்து.

அதில் எழுதுகிறார்.

'விழித்துப் பார்க்கும்
விடியல் ஒவ்வொன்றிலும்
தலையணை மீது
தலையிருந்ததில்லை'

இது ஒவ்வொருவருக்கும் அனுபவந்தான். படுத்துத் தூங்குவோம். காலையில் எழுந்து பார்க்கும்போது தலை, தலையணை மீது இருக்காது. அவரவர்களுடைய அனுபவம் அவர்களுக்கே தெரியும். வைரமுத்துவிற்குத் தலை எங்கேயிருந்தது என்று எனக்குத் தெரியாது.

'சீப்போடு என்னதான்
சிநேகம் பிடித்தாலும்
ஒரே வகிர்வில்
வகிடு கொண்டதில்லை'

-இது எனக்கு இப்போதைக்குத் தேவையில்லை. வைரமுத்துவின் அனுபவத்தைக் கூறுகிறார். அந்த அனுபவம் எனக்கும் ஒரு காலத்தில் இருந்தது.

'ஓடும் ரயிலில்
பிடிமானமில்லாமல்
சிறுநீர் கழிக்கும் திறனுமில்லை'
ரயில் வேகமாக ஓடிக்கொண்டிருக்கும் போது சிறுநீர் கழிக்கச் சென்றால் ஏதாவது ஒரு பிடியை பிடித்துக்கொண்டுதான்... அது எந்தப்பிடி என்பது அவருக்குத்தான் தெரியும். நிற்க முடியும். ஏனென்றால் அவர் ஏராளமான காதல் கவிதைகள் எழுதியிருப்பதால் என் பேச்சும் இன்று அப்படித்தான் இருக்கும்.

'இப்போது போலிருக்கும் இளமை கேட்பேன்
இருந்தாலும் அறிவுக்கு நரை கேட்பேன்'

-மிக உயர்ந்த வரிகள். நான் நினைத்து நினைத்து மகிழ்ந்த வரிகள். இப்போது போலிருக்கும் இளமை கேட்பேன் என்பது பேராசை. யார்தான் கேட்கமாட்டார்கள். நான்கூடக் கேட்பேன். இங்கே அமர்ந்திருக்கும் சாவி கூடக் கேட்பார். அவரும் அவருடைய துணைவியாரும் அமர்ந்திருப்பதைப் பார்த்தால், அந்த இளமையோடு உட்கார்ந்திருப்பது போலத்தான் தெரிகிறது.

அறிவுக்கு நரைகள் கேட்பேன் என்கிறார். மிக உயர்ந்த சொல்லாட்சி. இது கிழத்தன்மைக்கு அல்ல; முதிர்ந்த அறிவு கேட்பேன் என்பதைத் தம்பி வைரமுத்து தனக்கே உரிய அந்த அழகோடு குறிப்பிட்டுள்ளார். அவர், இந்த இளமையிலேயே அவருடைய அறிவுக்கு நரை வந்துவிட்ட காரணத்தினால்தான் அவரால் எழுத முடிந்தது என்று கருதுகிறேன்.

தன் ஊரிலே ஓடிய நதியைப் பற்றி பரிதாபமாக ஒரு கவிதை எழுதியுள்ளார்.

'மலைக்கிழவி போட்டுத் துப்பிய
தாம்பூலச் சாறுபோல
செஞ்சாத்துக் குழம்பாய்ச்
சிவப்பாய் ஓடியதும்...'

மலைக்கிழவி போட்டுத் துப்பிய தாம்பூலச்சாறாம். ஏன்

கவிஞர் தெய்வச்சிலை | 213

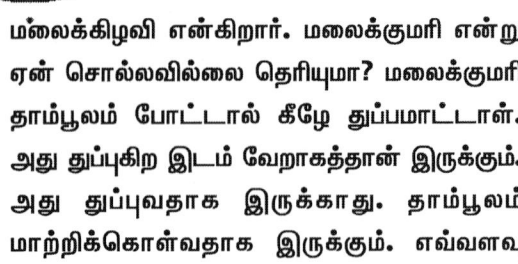

மலைக்கிழவி என்கிறார். மலைக்குமரி என்று ஏன் சொல்லவில்லை தெரியுமா? மலைக்குமரி தாம்பூலம் போட்டால் கீழே துப்பமாட்டாள். அது துப்புகிற இடம் வேறாகத்தான் இருக்கும். அது துப்புவதாக இருக்காது. தாம்பூலம் மாற்றிக்கொள்வதாக இருக்கும். எவ்வளவு எச்சரிக்கையாகச் சொல்லுகிறார்.

இன்னொன்றும் கூறுகிறார்:-

'இன்று

கழுதைகளின்

ஒற்றையடிப் பாதையானதும்

இந்த நதிதான்"

தம்பி இது எந்த நதி என்று சொன்னால், பி.டபுள்யூ.டி. மினிஸ்டர் இங்கே இருக்கிறார். இதுகுறித்து எழுதி ஒரு விண்ணப்பமாகத் தந்தால், அடுத்த மாதமே அந்த நதியை பழைய நதியாக ஆக்கி, அங்கே தம்பியை உலவவிட்டு அதற்குப்பின், ஒரு கவிதையை உன்னிடம் எழுதி வாங்கிக்கொள்கிறேன் என்ற உறுதியை வழங்குகிறேன்.

"எங்கே உனக்கு முன்

மனிதர் விழிப்பரோ

அங்கே தோன்றுக கதிரவனே!

என்றார் கவிஞர்.

இதற்கொரு சம்பவத்தைச் சொல்ல விரும்புகிறேன். ஒருமுறை நிருபர்கள் மகாத்மா காந்தி, ஜனாப் ஜின்னா, அண்ணல் அம்பேத்கர் ஆகியோர்களிடம் நேரம் கேட்டிருந்தனர். காந்தியடிகள் பத்து மணிக்கும், ஜின்னா 11 மணிக்கும், டாக்டர் அம்பேத்கர் 12 மணிக்கும் ஒத்துக்கொண்டனர். நிருபர்கள் முதலில் காந்தியடிகளைப் பார்க்கச் சென்று சந்திக்க அரைமணி நேரம் தாமதமாகிவிட்டது. அடிகள் இல்லத்தில் இருந்தவர்கள், அவர்

உறங்கப் போய்விட்டார் எனச் சொல்லி விட்டார்கள். பிறகு ஜின்னா வீட்டிற்குப் போனபோது, அங்கேயும் "நீங்கள் தாமதமாக வந்திருக்கிறீர்கள். ஜின்னா உறங்கச் சென்று அரைமணியாயிற்று என்றார்கள். மூன்றாவதாக அம்பேத்கர் வீட்டுக்குச் சென்றபோது அவர் விழித்துக்கொண்டிருந்தார்.

அங்கே போனதும் டாக்டரைப் பார்த்து அவர்கள் கேட்ட கேள்வி, "காந்தியடிகளைப் பார்க்கச் சென்றோம். அவர் தூங்கிவிட்டார். ஜின்னாவைப் பார்க்கச் சென்றோம். அவரும் தூங்கிவிட்டார். நீங்கள் மாத்திரம் விழித்துக்கொண்டிருக் கிறீர்களே, என்ன காரணம்?" எனக்கேட்டபோது அம்பேத்கர் சொன்னாராம். "காந்தியடிகளின் மக்களும் ஜனாப் ஜின்னாவின் மக்களும் விழித்துக்கொண்டிருக்கிறார்கள். எனவே இவர்கள் தூங்கிவிட்டார்கள். ஆனால் என்னுடைய மக்கள் தூங்கிக்கொண்டி ருக்கிறார்கள். ஆகவே நான் விழித்துக்கொண்டிருக்கிறேன்." இந்த உள்ளுணர்வை வைத்துத்தான் தம்பி வைரமுத்து "எங்கே எனக்கு முன் மனிதர் விழிப்பரோ அங்கே தோன்றுக கதிரவனே' என்று பாடுகிறார்.

இருபது கட்டளைகள் என்ற தலைப்பில் உள்ள கவிதை பற்றி இங்கே பொன்மணி வடித்து, அந்தக் கட்டளைகள் எவையெவை என்பதையும் இங்கே வெளியிட்டுள்ளார்.

"எங்கே ஊர்களில்
ஜாதி இல்லையோ
அங்கே கூவுக சேவல்களே"
என்கிறார்.

அப்படியென்றால் தமிழ்நாட்டில் சேவல்களே கூவமுடியாதுதானே. (கைதட்டல்)

சாதி என்பதே தமிழில் இல்லை!

பாப்பாபட்டி, கீரிப்பட்டி ஊராட்சி மன்றத் தலைவர்களைப் பாராட்டி, சென்னை கலைவாணர் அரங்கில் சமத்துவபுரப் பெருவிழாவாக கலைஞர் தலைமையில் சமீபத்தில் நடந்தேறியது.

விழாவில் பேசிய அனைவருமே சாதி பாகுபாட்டைப் பற்றியே பேசினார்கள். ஊராட்சிமன்றத் தலைவர்களுக்கு கலைஞர் அவர்கள், பரிசும் பாராட்டுரையும் வழங்கி நிறைவுரை ஆற்றும்போது, ''தமிழில் சாதி என்றொரு வார்த்தையே கிடையாது. சதி என்ற வார்த்தைதான் உண்டு. அன்றைய மேல்தட்டு மக்கள் 'சதி'யைச் சதிசெய்து நீட்டி முழக்கி, 'சாதி'யாக்கி விட்டார்'' என சாதிக்குப் புதிய பொருளைத் தந்த கலைஞரின் சொல்நயத்தை மீண்டும் மீண்டும் கேட்டு கலைவாணர் அரங்கம் அப்படியே வியந்து போற்றியது.

நடராஜனும் சிதம்பரசாமியும் ஒருவரே!

சமீபத்திய உள்ளாட்சி மன்றத் தேர்தலுக்காக கலைஞர் அவர்கள் கோவைக்குப் பயணம் மேற்கொண்டிருந்தபோது, பத்திரிகையாளர்களின் சந்திப்பிற்கு ஏற்பாடாகியிருந்தது.

அதில் ஒருவர், "மதுரை மாநகரக் காவல்துறை ஆணையர் சிதம்பரசாமி, மத்திய தேர்தல் ஆணையத்தால் இடமாற்றம் செய்தது பற்றி கேள்வி எழுப்பினார்.

அதற்குக் கலைஞர், "இது ஒன்றும் புதிதல்ல. தேர்தல் ஆணையம் பலமுறை தலையிட்டு அதிகாரிகளை மாறுதல் செய்துள்ளன. சென்ற சட்டப்பேரவைத் தேர்தலில் சென்னை மாநகரக் காவல் துறை ஆணையர் நடராசன் மாற்றப் பட்டார். இந்தமுறை சிதம்பரசாமி. தேர்தல் ஆணையத்திற்கும், நடராசனுக்கும் (சிதம்பரத்தி லுள்ள முதன்மைத் தெய்வம்) ஏதோ ஒருவிதத்தில் ஒட்டுறவு இருக்க வேண்டும். சிதம்பரசாமிதானே நடராஜர்.

(நிருபர்கள் கூட்டம் சிரிப்பலையில் மிதந்தது.)

சிக்குன் குனியா மக்களைப் பாதிக்கவில்லை!

நடந்து முடிந்த உள்ளாட்சி மன்றத் தேர்தலில் கலைஞர் அவர்களின் தேர்தல் அறிக்கை கதாநாயகனாக தமிழகமெங்கும் வலம் வந்துகொண்டிருக்க... அ.தி.மு.க. கூட்டணியோ மக்களிடம் சொல்ல எதுவுமில்லாமல், 'சிக்குன் குனியா' என்ற நோய் பற்றியே மேடைதோறும் புலம்பிக்கொண்டிருந்தது. தேர்தல் முடிவுகள் மீண்டும் கலைஞரை முதல்வர் பதவியில் அமர்த்தியவேளையில் மீண்டும் உள்ளாட்சி மன்றத் தேர்தல் முடிவுகளுக்குப் பின்னரும் செய்தியாளர்களின் சந்திப்பு அறிவாலயத்தில் நடைபெற்றது.

பல்வேறு விஷயங்களுக்கு மத்தியில் ஒருவர் : "இவ்வளவு தோல்விக்குப் பின்னரும் இன்னும் அந்த அம்மையார் சிக்குன் குனியாவால் மக்கள் பெரும் பாதிப்பிற்கு ஆளாகியுள்ளனரே என்கிறார்களே?"

கலைஞர் : சிக்குன் குனியாவால் மக்கள் பாதிக்கப்படவில்லை. அந்த அம்மையாரின் கட்சிதான் அந்தக் குனியாவால் குனிந்து கிடக்கிறது.

என்னையே அர்ப்பணித்துவிட்டேன்!

நடந்து முடிந்த சட்டப்பேரவைத் தேர்தலுக்காக கலைஞர் இருகட்ட சுற்றுப்பயணத்தை வெற்றிகரமாக முடித்துக்கொண்டு, மூன்றாம் கட்டப் பயணத்திற்குத் தயாராகவிருந்த சமயத்தில், பத்திரிகையாளர்களின் சந்திப்பிற்கு ஏற்பாடாகியிருந்தது.

அங்கே ஒரு நிருபர், "நீங்கள் கிலோ அரிசி இரண்டு ரூபாய் என்றால் அந்த அம்மையார் பத்துகிலோ இலவசம் என்கிறார். நீங்கள் கூட்டுறவுக் கடன் ரத்து என்றால் அவரும், நானும் ரத்து செய்கிறேன் என்கிறார். நீங்கள் தொலைக்காட்சிப் பெட்டி இலவசம் என்றால் அந்த அம்மையார் கம்ப்யூட்டர் இலவசமாகத் தருகிறேன் என நீங்கள் சொல்வதையெல்லாம் அப்படியே அப்பட்டமாகக் காப்பி அடித்துச் சொல்கிறார்களே; இது பற்றி நீங்கள் என்ன சொல்கிறீர்கள்" என்றார்.

கலைஞர் சிறிதும் தாமதிக்காமல், "நான் அரசியலில் தீவிரமாக ஈடுபட்ட காலத்திலே என் உடல், பொருள், ஆவி என அனைத்தையும் நான் பிறந்த மண்ணுக்கே அர்ப்பணித்துவிட்டேன் எனச்சொல்லியுள்ளேன். மீண்டும் சொல்கிறேன்... என் தமிழ் மக்களுக்கு என்னையே அர்ப்பணித்துவிட்டேன் போதுமா" எனச்சொல்லி, கொஞ்ச நேரம் மௌனமாகி பின் பத்திரிகையாளர்களைப் பார்த்து "இதை அந்த அம்மையார் காப்பியடித்துச் சொல்ல முடியுமா" என்றதும்..

(நிருபர்கள் சிரிப்பை அடக்க முடியாமல் தவித்து நின்றனராம்.)

சுவையான பேட்டி!

சென்னையில் நடைபெற்ற பத்திரிகையாளர்களின் சந்திப்பின்போது, (ஆகஸ்ட் திங்கள் 2006)

நிருபர் : தமிழக சட்டப்பேரவையில் சர்வாதிகாரம் என்று சிலர் கூறுவது பற்றி...

கலைஞர் : சிலர்தான் கூறுவார்கள். சீலர்கள் கூறமாட்டார்கள். (சிரிப்பு)

நிருபர் : நீங்கள் வெளிநாடு போகப்போவதாக செய்திகள் வருகிறதே?

கலைஞர் : ஆம்! சந்திரமண்டலம் போகிறேன். (சிரிப்பு)

நிருபர் : ஆட்சியின் 100 நாட்கள் முடிவுற்ற நிலையில் எத்தனை அமைச்சர்கள் பாஸ் மார்க் பெற்றிருக்கிறார்கள்.

கலைஞர் : எனக்குத்தான் பாஸ் மார்க். ஏனென்றால் நான்தானே 'பாஸ்' (முதல்வர்) ஆகவே நான் பாசாகிவிட்டேன்.

(வார்த்தைச் சித்தரின் ஜாலங்களில் நிருபர்கள் மெய்மறந்து சிரித்தார்கள்)

பதவி பெரிதல்ல!

பதவியொரு முள்மாலை; இலக்கியப் பணி எனக்கு முல்லைச்சரம்.

பதவியொரு நெடும்பள்ளம்; பொதுப்பணி எனக்குப் பொதிகைக் குன்றம்.

மானமா; மகுடமா எனக்கேட்டால் மானத்தை மட்டுமே மதிக்கும் மனிதன் நான்.

கிரீடமா; தலையா எனக்கேட்டால் நான் கிரீடமே போதுமென இளிக்கின்ற கிறுக்கனல்ல நான்.

அதனால்தான் உறவுக்குக் கைகொடுப்போம் என்றுரைத்துப் பதவி துறவுக்கும் தயாராகப் பத்தாண்டுக்கும் மேல் கழித்தவன் நான்.

பணிபுரிநும் வாய்ப்புத்தான் பதவி.

பதவி, பவிசு, படோடோபம் எல்லாமே ஊதிய பலூனைப்போல் வெடித்துவிடும்;

பண்பார்ந்த தொண்டொன்றே வானைப்போல் நிலைத்து நிற்கும்.

(தொலைக்காட்சியில் கலைஞர் அவர்கள் பாடிய 'சித்திரைத் திருநாள்' கவிதையிலிருந்து - 14.4.90)

புகழே நீ ஒரு புதிர்!

புகழே நீ ஒரு பனிக்கட்டி! உன்னைக் கைக்குள் வைத்துக் கெட்டியாய் பிடித்திருந்தாலும் நீராகக் கரைந்து மறைந்துவிடுகிறாய்.

புகழே நீ ஒரு மதுக்கலயம்! உன்பால் வீழ்ந்த ஈக்கள் எழுந்ததே இல்லை.

புகழே நீ ஒரு நிழல்! உன்னைப் பற்றிக் கவலைப்படாதவர்களைத் தொடர்ந்துகொண்டேயிருப்பாய்.

புகழே நீ ஒரு புதிர்! உன்னைப் பற்றி விளக்கவே என்னால் முடியாது.

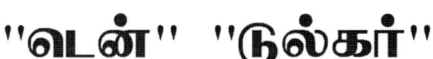

"டென்" "டுல்கர்"

கேள்வி: இப்படியே ஆடிக் கொண்டிருந்தால் இந்தியா உலகக் கோப்பையை மறந்துவிடலாம் என்று கவாஸ்கர் கூறியுள்ளாரே?

கலைஞர்: "கிரிக்கெட்டையே மறந்து விடலாம்" என்று சொல்வதற்குப் பதிலாக "உலகக் கோப்பை" என்று சொல்லிவிட்டார் போலும்.

கேள்வி: அண்மைக்காலமாக "டெண்டுல்கர்" கிரிக்கெட் ஆட்டங்களில் பத்து ரன்களுடன் வெளியேறிவிடுகிறாரே?

கலைஞர்: அதனால்தான் "டென்" "டுல்கர்" என்று பெயர் போலும்.

முரசொலி
03-12-2006

'ஹைக்கூ கவிதைகள்' ஆராய்ச்சி நூல் வெளியீட்டு விழாவில்
(3.8.97)

தம்பி வசந்த் ஒரு கருத்தை இங்கே சொன்னார். இரண்டு உதடுகள். ஆனால் ஒரே முத்தம்தான் என்றார். அவர் ஒன்றை மறந்து விட்டார். முத்தத்திற்கு நான்கு உதடுகள் தேவை என்பதை அவர் மறந்துவிட்டார். முத்த மயக்கம் அவருக்கு அவ்வளவுதான்.

வெளியேறியது
வெளியேற்றத்தான்
சட்டப்பேரவை நிகழ்ச்சி

தமிழக சட்டப் பேரவையில், 30.11.07 அன்று நிதிநிலை அறிக்கை மீதான விவாதத்தில் கலந்து கொண்டு ஓபன்னீர்செல்வம் பேசிக் கொண்டிருந்தார். அப்போது கலைஞர் அவர்கள், வெகு அவசரமாக அவையிலிருந்து வெளியே சென்றார். உடனே அ.தி.மு.க. உறுப்பினர் ஜெயக்குமார், 'முதலமைச்சர் வெளிநடப்பு செய்கிறாரா என்று அமர்ந்த நிலையிலே' ஒலிபெருக்கி இல்லாமலே கிண்டலாகக் கேட்டார்.

உடனே அமைச்சர் துரைமுருகன் அவர்கள், அ.தி.மு.க. உறுப்பினரின் அநாகரிகச் செயல்பாட்டை வன்மையாகவே கண்டித்துப் பேசினார். இதனால் சபையில் விவாதமும் அமளியும் ஏற்பட்டது.

சிறிது நேரத்திலே கலைஞர் அவர்கள் அவைக்குள் வந்து, நடந்தவற்றை அறிந்து, "நான் பேரவையில் மரியாதைக் குறைவோடு நடந்து கொண்டதில்லை. முன்னாள் அமைச்சர் ஓ.பி. பேசும்போது, நான் வெளிநடப்பு செய்ய வேண்டிய அவசியமே இல்லை. நான் வெளியே சென்றது யாரையும் அவமதிப்பதற்காகச் செல்லவில்லை. வெளியே அனுப்புவதற்காகத்தான் வெளியே சென்றேன். இப்போது புரிகிறதா நான் ஏன் அவசரமாக வெளியேறிச் சென்றேன் என்று" எனச் சொன்னதும் பேரவை

சிரிப்பலையில் மூழ்கியது: ('வெளிநடப்பு' என்ற போர்வையில்... எதிர்க்கட்சி உறுப்பினர் விவாதத்தில் இறங்கியதை வைத்து, வெளியேற்றத்தான் (சிறுநீர் கழிப்பதை) என தனக்கே உரிய நகைச்சுவை பாணியில் தெரிவித்து கலைஞரின் சொற்றிறனைப் பாராட்டும் வகையில் ஓ.ப. அவர்களே புன்னகை பூத்தார்).

தமிழில்தான்...

இலங்கைப் பிரச்சனைக்குத் தீர்வு காண மைய அரசுக்குக் கெடுவிதித்து, தி.மு.க. எம்.பி.க்கள் தங்களது பதவிகளை ராஜினாமா செய்வதாக முதல்வர் கலைஞரிடம் கடிதம் கொடுத்துள்ளனர். தி.மு.க.வைச் சேர்ந்த எம்.பியான தயாநிதிமாறன், தனது ராஜினாமா கடிதத்தை 09.10.08 அன்று முதல்வரிடம் கொடுத்தார். இதன்பின் நிருபர்களுக்கு முதல்வர் அளித்த பேட்டி

கேள்வி: தயாநிதி உங்களிடம் எப்படிப் பேசினார்?

கலைஞர்: தமிழில்தான் பேசினார்.

கேள்வி: இந்தச் சந்திப்பு உங்களுக்கு எப்படி இருந்தது?

கலைஞர்: எல்லா சந்திப்பும் ஒன்றுதான். எந்த நிந்திப்பும் கிடையாது.

(எதையோ மெல்ல நினைத்த நிருபர்கள், கலைஞரின் சமயோசித பதிலால் சிரித்தபடியே விடைபெற்றுச் சென்றனர்).

போலிச் சாமியார்

கலைஞர் அவர்கள், ஒருமுறை, "போலிச் சாமியார்களின் நடமாட்டம் அதிகமாகிவிட்டதே என என்னிடம் இன்று சந்தித்த நிருபர்கள் கேட்டார்கள். அதற்கான பதிலை, இந்தக் கூட்டத்தின் மூலம் தெரிவிக்கக் கடமைப்பட்டுள்ளேன்.

தந்தை பெரியாரும், பேரறிஞர் அண்ணாவும் ஒருமுறை வடநாடு முழுவதும் சுற்றுப்பயணம் செய்தார்கள். ஒருநாள் காசி நகரில் தங்கினார்கள். மறுநாள் காலை பெரியார் அவர்கள், "இங்குள்ள ஆற்றின் பக்கம் சென்று வரலாம்" என அண்ணாவை அழைத்தார்கள்.

பெரியார், குளிருக்கு ஏற்ற கோட் அணிந்து மேலே சால்வையைப் போர்த்தியபடியும், உடலில் மெல்லிய சட்டையோடு அண்ணாவும் கரையோரமாகச் சென்றனர். அங்கே குளிரில் அண்ணாவின் உடல் நடுங்கியது தன் இரு கைகளையும் நெஞ்சோடு இறுக அணைத்துக் கொண்டு குளிரால் நடுங்கியபடி தந்தையைப் பின் தொடர்ந்து நடந்து சென்றார்.

எதிரே வந்து கொண்டிருந்த மக்கள் இருவரையும் பார்த்துவிட்டு, முன்னால் போகும் தாடி வைத்தவர் பெரிய குரு. போலிருக்கிறது என நினைத்து விழுந்து விழுந்து கும்பிடத் தொடங்கினார்கள். குரு பின்னால் நடுங்கியபடி சென்ற அண்ணாவைப் பார்த்து, "எவ்வளவு பணிவான சிஷ்யன், எப்படி கையைக் கட்டிக் கொண்டு குருவுக்குப் பயந்து நடுங்கியபடியே பயபக்தியுடன் போகின்றான் பாருங்கள் இப்படியல்லவா இருக்கவேண்டும் குரு-சிஷ்யன் உறவு" என்றார்கள்.

அந்தக் குளிரிலும் அண்ணாவால் சிரிப்பை அடக்க முடியவில்லை என முடித்தார் கலைஞர்.

(காலம் இடத்திற்கேற்றவாறு நகைச்சுவை ததும்பப் பேசிய தலைவரின் உரையைக் கேட்டு வந்திருந்த கூட்டம் பெரும் சிரிப்பில் மூழ்கித் திளைத்தனர்).

தண்ணீரே இல்லை. எப்படிக் குளித்தது?

தலைவர் கலைஞர் அவர்கள் சென்னை செம்புதாஸ் தெருவிலுள்ள பெனார் அச்சகத்தில் பணியாற்றிய காலம். நண்பர்களுடன் ஒருமுறை மாமல்லபுரம் சென்று பின் அவர்களது வற்புறுத்தலின் பேரில், திருக்கழுக்குன்றம் சென்றார். அங்கு கழுகுகள் காலமுறையாக வந்து சோறு உண்பதைக் காணலாம். எனத் தெரிவித்தனர்.

அங்கே ஒருவர் தொலைநோக்குக் கருவியை வைத்து வானத்தை நோட்டமிட்டவாறு இருந்தார். அவரிடம் சென்ற கலைஞர், "என்ன பார்க்கிறீர்கள்" எனக் கேட்டார். அவரோ, 'கழுகுகள் காசியிலிருந்து வருகின்றன. அதைப் பார்க்கிறேன்" என்றார்.

உடனே கலைஞர், "காசியிலிருந்தா வருகின்றன" எனக் கேட்க சற்றும் தாமதியாமல் அவர், "அதிலென்ன சந்தேகம் காசியிலிருந்து நேராக ராமேஸ்வரம் போய் கடலில் நீராடிவிட்டு, அங்கிருந்து இங்கே வந்து, எதிரேயுள்ள தெப்பக்குளத்தில் குளித்துவிட்டு, இங்குள்ள குளத்திலும் குளித்துவிட்டுப் பின், இங்கு வந்து சோறைச் சாப்பிடும்" என்று நீண்ட கதை சொன்னார்.

அப்போது குன்றின் மறைவிலிருந்து இரண்டு கழுகுகள் வந்தன. பானையிலிருந்த சோறைக் கொத்தித் தின்றன. பின் பறந்து போயின. எஞ்சியிருந்த சோறைப் பெற பக்தர்கள் கூட்டம் அலைமோதியது.

இதனைப் பார்த்தபின் கலைஞர் அவரிடம், "உண்மையிலே காசியில் நீராடி ராமேஸ்வரம் சென்று அங்கும் நீராடி இங்கு திரும்பி தெப்பக்குளத்தில் நீராடி, மீண்டும் குளத்தில் குளித்துவிட்டுத்தான் வருகிறதா?" எனக் கேட்டார்.

அவரும், "ஆமாம் அப்படியேதான்" என்றார். உடனே கலைஞர், அது சரி, காசி, இராமேஸ்வரம் எல்லாம் இருக்கட்டும். எதிரேயுள்ள தெப்பக்குளத்திலும் தண்ணி இல்லை. குளமும் வற்றிக் கிடக்கிறது. எருமை மாடு, கழுதைகள் நீரே இல்லாமல் வெடித்துப்போன கட்டாந்தரையில் புல் மேய்ந்து படுத்துக் கிடக்கிறது. எப்படி இந்த பட்சிகள் குளித்தன" எனக் கேட்டதும், அந்த மெய்யன்பர் மாயமாகிப் போனது ஒருபுறம். சோற்றைப் பயபக்தியோடு சாப்பிட்ட ஆன்மீக அன்பர்களும், கலைஞரின் வினாவில் சொக்கிப் போய் ரசித்துச் சிரித்தார்களாம். கழுகுகள் கேட்டதால்தானோ என்னவோ இப்பொழுது அவைகள் திருக்கழுக்குன்றம் பக்கமே எட்டிப் பார்ப்பதில்லையாம்.

ராஜா என்றால் தேரில்தானே வருவார்

இலங்கைத் தமிழர்கள் படும் இன்னல்களையும் கொடுமைகளையும் சிங்கள ராணுவத்தின் அட்டுழியங்களையும் உலகுக்கு எடுத்துக் காட்டும் வகையில் மனித சங்கிலி என்னும் . அறப் போராட்டத்தை நடத்திட கலைஞர் அவர்கள் வேண்டுகோள் விடுத்திருந்தார். அவரது கோர்க்கையினை ஏற்று, கின்னஸ் புத்தகத்தில் இடம் பெறும் அளாவுக்கு பிரம்மாண்டமான சங்கிலி ஊர்வலம் 24.10.08 அன்று நடைபெற்றது. கொட்டும் மழையில் அணிவகுத்து நின்ற ஊர்வலத்தைக் கலைஞர் அவர்கள் துறைமுகத்திலிருந்து தனது காரில் சுறப்பட்டு வந்தார். அவரது இருக்கைளின் பின்புறம் மத்திய அமைச்சர் ராசா அவர்களும் இருந்தார்கள்.

துறைமுக நுழைவாயிலின் எதிரே பேராசிரியர் கை கோர்த்து நிற்க, அருகே நடிகை ராதிகாவும் நின்றிருந்தார் கலைஞரின் வாகனம் அவர்கள் அருகே வந்தபோது மகிழ்ச்சி ஆரவாரத்துடன் அவரை வரவேற்றனர். அப்போது ராசா அமர்ந்திருந்ததைப் பார்த்து, இவரென்ன மனித சங்கிலியில் பங்கேற்காமல் காரில் பவனி வருகிறாரே'' என நடிகை ராதிகா கேட்க 'அவர் ராஜாவாயிற்றே பவனி வரத்தானே செய்வார் எனச்சிரித்தபடியே சொன்னார் கலைஞர்.

(இந்தச் செய்தி அதாவது அந்தக் காலத்து ராஜா தேரில் பவனி வந்தார். இவர் இந்தக் காலத்து ராஜாவாயிற்றே! காரில் பவனி வருகிறார்' என்ற செய்தி செங்கல்பட்டு வரை நீண்டிருந்த மனிதச் சங்கிலியில் பங்கேற்ற அனைத்துக் தமிழ் உணர்வாளர்களுக்கும் தெரிந்து சிரித்து மகிழ்ந்தனர்).

கலைவது நாமாக இருப்போம்!

நிருபர்கள் சந்திப்பு முடிந்து கலைஞர் இருக்கையை விட்டு எழுந்து நின்றபோது, 'கடைசியாக ஒரு கேள்வி' என ஒரு நிருபர் கேட்டார்.

"கனத்த டென்ஷனோடு டெல்லிப் பட்டண அரசியல் தவித்துக் கொண்டிருக்கிறது. தாங்கள் அலட்டிக் கொள்ளாமல் இங்கு இருக்கிறீர்கள். நம்பிக்கை கோரும் தீர்மானம் ஒருவேளை நாடாளுமன்றத்தில் தோற்கடிக்கப்பட்டால் மன்மோகன்சிங் அரசு கலைக்கப்படுமா?"

கலைஞர் கொஞ்சமும் பதட்டமில்லாமல், நாம் இப்போது கலையலாம்" என்றார்.

நிருபர்கள் மட்டுமல்லாது தலைமைச் செயலகப் பணியாளர்களும் இதனைக் கேள்விப்பட்டு சிரிப்பில் மிதந்தார்களாம்.

வாழ்த்தினால் ஆபத்துதான்!

முதல்வர் கலைஞரின் மூத்த மகன் முத்து அவர்களின் மகன் அறிவுநிதியாகும். ஒரு திரைப்படத்திற்கான அவருடைய பாடல் ஒலிப்பதிவு நிகழ்ச்சியில் கலைஞர் பங்கேற்றார். பலரது வாழ்த்துரைகளுக்குப் பின் கலைஞர் பேசியது:

இப்போதெல்லாம் பேரனை வாழ்த்துவதென்றாலே பயம் மட்டுமல்ல; ஆபத்தானதும்கூட" என்றதுமே, ஒலிப்பதிவு கூடம் மட்டுமல்லாது, அந்தப் படப்பிடிப்பு நிலையமே ஆரவாரச் சிரிப்பில் அதிர்ந்ததாம்).

கைவலி தீர இதோ ஒரு மருந்து

நூறு நாட்களை நெருங்கி, பல திரையரங்குகளில் வெற்றிகரமாக ஓடிக்கொண்டிருக்கும் 'உளியின் ஓசை' திரைப்படத்திற்கு கதை, வசனம் எழுதியவர் முதல்வர் கலைஞர் அவர்கள். படத்தின் இயக்குநர் இளவேனில் அவர்கள்.

கலைத்துறையில் 50 ஆண்டுகளுக்கு மேலாக பல்வேறு பொறுப்புகளை ஏற்று சாதனை படைத்தவர் கலைஞர் அவர்கள் நீண்ட இடைவெளிக்குப் பிறகு தான் கதை, வசனம் எழுதிய படத்தின் இயக்கம், காட்சி அமைப்புகள், பாடல்கள் ஆகியவை பற்றி அவ்வப்பொழுது இயக்குநரிடம் விவாதித்து உரிய ஆலோசனை தெரிவித்து வந்தார்.

ஒருசமயம், படப்பிடிப்பில் இயக்குநர் மற்றும்

தொழில்நுட்ப கலைஞர்கள் மும்முரமாக ஈடுபட்டிருந்தபோது, கலைஞர் அங்கு வந்து சேர்ந்தார். கலைஞர் வந்தவுடன், அங்கு நிலவிய பரபரப்பு சற்று அடங்கியது. இயக்குநர் இளவேனிலை அழைத்து, "நல்ல வேலைக்காரப் பையனை வைத்திருக்கிறீர்கள்" எனக் கலைஞர் கேட்க, பதறிப் போன இயக்குநர், 'என்ன தலைவரே' எனக் கேட்டார். "கையில் சிலசமயம் வலி எடுக்கிறதே' என நான் எனது நண்பர்களிடமும் உதவியாளர்களிடமும் சொல்லிக் கொண்டிருக்கும் போது, உனது பையன் 'ஐயா எழுதுறதை நிறுத்துங்க, எல்லாம் சரியாயிடும் ஐயா' என எனக்கு நல்ல சிகிச்சை சொன்னாய்யா. நான் உயிர் வாழ்வதே இந்த எழுத்துப் பணிக்குத்தான். என் உயிரை வாங்க இப்படியொரு தந்திரமா என்றார். (படப்பிடிப்பு நிலையமே சிரிப்புச் சத்தத்தில் மிதந்தது)

பதில் தர ஆபீஸ் பையனே போதும்

முதல்வர் கலைஞர் அவர்கள், பத்திரிகையாளர்கள் கூட்டத்தைக் காலமுறையாகக் கூட்டி, அவர்களது கேள்விகளுக்குச் சளைக்காமல் பதில் அளித்து அவர்களுடன் சகஜமாக உரையாடுயது என்பது கலைஞர் அவர்களின் இயல்பான செயல்பாடாகும் இதில் அவர்களுக்கு இணை எவருமே இல்லை. என்று கூடச் சொல்லலாம்.

இத்துடன் அல்லாமல் அன்றாட அரசியல், சமூகவியல், கலை, பொருளாதாரம் என பலதரப்பட்ட இனங்களுக்குக் கலைஞர் அவர்களே கேள்வியினை உருவாக்கி அதற்கான பதிலையும் தயாரித்துப் பத்திரிகைகளில் வெளிவரச்

செய்வதென்பதும், இந்திய அரசியல் தலைவர்களிலே சுலைஞர் அவர்களுக்கு மட்டுமே வாய்த்த கைவந்த கலையாகும். அந்த வகையில், பா.ம.க. நிறுவனர் இராமதாசின் புலம்பல்களுக்கு பதில் அளிக்க அறிவாலய ஆபீஸ் பையனே போதுமெனக் கருதி, அவன் பெயரிலே பதில்கள் அளித்திருப்பது கலைஞரின் ஆளுமைக்கும் அரசியல் சாணக்யத்தனத்திற்கும் மீண்டும் நல்ல எடுத்துக்காட்டாக விளங்கி நிற்பதைப் படித்துச் சுவையுங்கள்.

இதோ-

ராமதாஸ்; எம்.ஒ.யு., கலைஞர்' என்று நான் கலைஞருக்கு ஒரு ஒட்டப்பெயர் கொடுக்கிறேன்.

ஆபீஸ் பையன்; ஜெயலலிதா 'மரம் வெட்டி' என்ற பட்டப்பெயரை ராமநாகக்குக் கொடுத்ததுபோல இது இல்லையே!

ராமதாஸ்; இரண்டு வருடமாக தமிழக அரசு ரியல் எஸ்டேட் வியாபாரம்தான் செய்து வருகிறது.

ஆபீஸ் பையன்: பணக்கார முதலாளிகளை பயமுறுத்தி கமிஷன் வியாபாரம் நடத்துகிறவர்கள், இப்படித்தான் பிறர் மீது சேறு வாரி இறைப்பர். மருத்துவக் கல்லூரிக்கு இவர்கள் வாங்குகிற கமிஷன் யாருக்கும் தெரியாது என்று நினைப்பா?

ராமதாஸ்; குரு பெரியதை ஒட்டுக் கேட்டதற்காக, 'ஒட்டுக் கேட்பு புகழ் கலைஞர்' என்று அழைக்கிறேன்.

ஆபீஸ் பையன்: குருவிற்கு ஆதரவாக எப்போதும் ராமதாஸ் பேசுகிறார் என்பதால், "சண்டியர் புகழ் ராமதாஸ்" என்று நாமும் அழைக்கலாமே!

ராமதாஸ்; இசை வேளாளர் சமுதாயத்தை மிகப் பிற்படுத்தப்பட்டோர் பட்டியலில் சேர்க்க நான்தான் காரணம்!

ஆபீஸ் பையன்: இசை வேளாளர் சமுதாயம் மிகப் பிற்படுத்தப்பட்டோர் பட்டியலில் இடம் பெற்றது காமராஜர் ஆட்சியில் இருந்தபோதுதான். பொய் சொன்னாலும் பொருத்தமாகச் சொல்ல வேண்டாமா?

ராமதாஸ்: இட ஒதுக்கீட்டிற்காக 10 முறை சிறை சென்றிருக்கிறேன்.

ஆபீஸ் பையன்: தைலாபுரம் போய் வந்ததை எல்லாம் சிறை என்கிறார் போலும்! ஒரே ஒருமுறை ஜெயலலிதா இவரைப் பிடித்து உள்ளே போட்டதும், ஜெயலலிதாவிடம் சமரசத்திற்கு மனைவியையே அனுப்பிய வீராதி வீரர் அல்லவா இவர்!

ராமதாஸ்: வன்னியர்கள் யாரும் உயர்ந்த பொறுப்பில் இல்லை.

ஆபீஸ் பையன்: தேர்வாணையத்தில் வன்னியர் யாரும் உறுப்பினராக இல்லை என்று நீங்கள் கடிதம் எழுதி, ராமசாமி என்பவரை நியமிக்க வேண்டுமென்று சிபாரிசு செய்ததும், அவரை நியமித்து ஆணை பிறப்பித்தவர் கலைஞர்.

தேர்தல் ஆணையத் தலைவராகவும் பணி நீட்டிப்பு கொடுத்து ஒரு வன்னியரைத் தான் கலைஞர் நியமித்திருக்கிறார். சேலம், திருநெல்வேலி பல்கலைக் கழகங்களில் வன்னியர்கள்தான் துணைவேந்தர்களாக நியமிக்கப்பட்டுள்ளனர். மூன்று அமைச்சர்களாக வன்னியர் இடம் பெற்றிருப்பதே இந்த ஆட்சியிலே தானே?

ராமதாஸ்: தேசிய பாதுகாப்புச் சட்டத்தில் போட வேண்டும் என்றால் தி.மு.க.வில் 90 சதவீதம் பேரை போடலாம்.

ஆபீஸ் பையன்: திமுகவிலே உள்ள பேச்சாளர்கள் எல்லாம். அவனைக் கொலை செய்வேன். இவனைக் கொலை செய்வேன், எவனும் மயிரைப் புடுங்க முடியாது'' என்றெல்லாம். வாய்க்கொழுப்பெடுத்தா பேசுகின்றனர்? கட்சிக்காரனை மரியாதையாகப் பேசச் சொல்லி கண்டிக்க யோக்கியதை இல்லை, இதில் வறட்டு ஜம்பத்திற்கு ஒன்றும் குறைச்சல் இல்லை.

ராமதாஸ்: நாங்கள் தி.மு.க.வினரை பல ஆபத்துகளில் இருந்து தப்பிக்க வைத்திருக்கிறோம்.

ஆபீஸ் பையன்: திண்டிவனம் கொலை வழக்கிலிருந்து தப்பிய கதை மறந்துவிட்டதா அய்யாவுக்கு?

ராமதாஸ்: தமிழகத்தில் நந்திகிராமம் வராமல் தடுத்தது பா.ம.க.தான்.

ஆபீஸ் பையன்: தமிழக அரசின் ஒவ்வொரு சாதனைக்கும் நந்தியாக நீங்களே இருக்கும்போது, நந்தி கிராமம் எப்படி வரும்?

ராமதாஸ்: தமிழகத்தில் தற்போது நிலவும் மின்வெட்டு ஆற்காட்டிற்கு அனைத்துத் தரப்பினரும் சாபம்!

ஆபீஸ் பையன்: நீங்கள் ஜெயலலிதாவிற்கு கொடுத்த சாபங்களை விடவா? பார்ப்பதற்கு நேரம் கொடுக்காமல் அலைக்கழித்தார் என்று நீங்கள் கொடுத்த சாப அறிக்கைகள் இன்றும் பழைய ஏடுகளில் உள்ளதே!

ராமதாஸ்; நீங்கள் ஐந்து முறை தமிழக முதல்வராக வந்திருக்கிறீர்கள். இதுவரை என்ன சாதனை செய்திருக்கிறீர்கள்? மேடை போட்டுப் பேச நான் தயார், நீங்கள் தயாரா?

ஆபீஸ் பையன்: உங்களோடு வாதாட முதல்வர் வேண்டாம். நானே தயார்! எப்போது வைத்துக் கொள்ளலாம்? கலைஞர் தான் சாதனையே செய்யவில்லையே. பிறகு ஏதற்காக 2006-ம் ஆண்டு

தேர்தல் உறவு கொள்ள வந்தீர்கள்? எப்படியாவது வெற்றி கிடைத்துவிடும் என்ற அற்ப புத்தியினால்தானே? மேடைக்கு மேடை வானளாவ புகழ்ந்தீரே, பாராட்டிக் கடிதம் எழுதினீரே. அதெல்லாம் மனதில் வைத்துக் கொண்டு வாய்ஜாலம் காட்டிய வஞ்சகமா?

ராமதாஸ்: மரக்காணத்தில் அனல் மின்நிலையம் அமைக்கப்போவதாகச் சொல்கிறீர்கள். இதை காதில் பூ வைத்தவன்கூட நம்ப மாட்டான்.

ஆபீஸ் பையன்: ஆமாம். நீங்கள் நம்பத்தான் மாட்டீர்கள்

ராமதாஸ்: உங்கள் அதிகாரிகளுக்கு வகுப்பெடுக்க நாங்கள் தயாராக இருக்கிறோம்.

ஆபீஸ் பையன்: வகுப்பெடுத்துக் கொள்ளத்தான் யாரும் தயாராக இல்லை. எப்படிப் பேசுவது, எப்படி அறிக்கை விடுவது, எப்படிப் பழகுவது என்பதற்கு யாரிடமாவது முதலில் நீங்கள் வகுப்பெடுத்துக் கொள்வது நல்லது.

ராமதாஸ்: தி.மு.க கூட்டணியில் பாமக என்ற பேச்சுக்கே இடமில்லை.

ஆபீஸ் பையன்: தி.மு.க, பட்டது போதாதா?

ராமதாஸ்: பா.ம.க.வின் கொள்கை மற்றும் தி.மு.க.வின் கொள்கை பற்றிப் பேசத் தயாரா?

ஆபீஸ் பையன்: பா.ம.க.விற்குக் கொள்கையா? பலே- பேஷ்!

கடவுள் இருக்கிறாரா? இல்லையா?

சன் தொலைக்காட்சியில் 2006 அக்டோபர் திங்களில் நேருக்கு நேர் என்ற நிகழ்ச்சியில் கலைத்துறை சுத்தப்பட்டவர்களின் கேள்விகளுக்கு கலைஞர் அவர்கள் பதில் அளித்தார்

ஒருவர்: உங்களுடைய இத்தனை ஆண்டு வாழ்க்கையில் என்றைக்காவது ஒரு கணம், ஒரு நிமிடம், கடவுள் இருந்தாலும் இருப்பார்னு எப்பவாவது உங்களுக்குத் தோனியிருக்குமா?

கலைஞர்: என் வாழ்க்கையில் அந்த ஒரு கணம் குறுக்கே வராததற்கு அந்தக் கடவுள்தான் காரணமோ என்னமோ தெரியவில்லை

(தொலைக்காட்சி படப்பிடிப்பு அரங்கமே கலைஞரின் கன நேரத்துப் பதிலால் கொஞ்சம் சிரித்து மகிழ்ந்து ஓய்ந்ததாம்).

எதை மீட்டுக் கொண்டிருந்தார்?

ஒரு சமயம் முரசொலி அலுவலகத்திற்கு வருகை தந்து ஒரு சில எழுத்துப் பணிகளை முடித்துவிட்டு, நெருங்கியவர்களிடம் கலைஞர் உரையாடிக் கொண்டிருந்தார். அப்போது அன்றைய அரசியல் நிலவரம் பற்றிய பேச்சில், ஒருவர், 'நான் மட்டும் ஆட்சியில் இருந்தால் ஒரு தீர்மானத்திலே கச்சத்தீவை மீட்டிருப்பேன் என எதிர்க்கட்சித் தலைவர் ஜெயலலிதா சொல்லி யிருக்கிறாரே' எனத் தெரிவித்தார்.

"அது சரி! இரண்டுமுறை அதாவது பத்தாண்டு காலம் அவர் முதலமைச்சராகத்தானே இருந்திருக்கிறார். அப்போது கச்சத்தீவை மீட்காமல் வேறு எதை மீட்டுக் கொண்டிருந்தார்" எனப் படாரென்று தெரிவித்தார் கலைஞர்.

(கூடியிருந்தவர்கள் சிரித்து மகிழ்ந்துகொண்டிருக்க, முரசொலி மற்றும் ரைசிங் சன் பத்திரிகை அலுவலகங்களும் களைகட்டியது).

கண்களில் கண்ணீர் எப்படி?

தலைவர் கலைஞர் அவர்களின் தலைமையில், தஞ்சை மாவட்டம், செம்மணார் கோயிலில், டாக்டர் மு.வ. எழுதிய கரித்துண்டு என்ற கதையை, மறைந்த திரையுலக நட்சத்திரம் வளையாபதி முத்துகிருஷ்ணன் அவர்களால் நாடகமாக நடைபெற இருந்தது. ஆனால், நாடகக் குழு வந்த வேன் விபத்துக்குள்ளாகி நாடகம் நடைபெறுமா என்ற சந்தேகம் பரவத்

தொடங்கியது கலைஞர்கள் ஒருவழியாக தாமதமாக வந்து சேர்ந்ததால் நாடகம் மறுநாள்தான் நடந்தது.

நாடகத்திற்கு ஏற்பாடு செய்த விளநகர் கணேசனோ சுலங்கியபடியே இருந்தார். நாடகத்தின் இடையில் பேசிய கலைஞர் அவர்கள், நான் நேற்று முதல் விளநகர் கணேசனை கவனித்துக் கொண்டுதான் இருக்கிறேன். அவர் கண்களில் கண்ணீர் வழிந்தோடியதையும் கண்டேன். இப்படிக் கலங்குவதற்கு என்ன காரணம் என நான் கண்டறிந்தபோது, "ஒருவேளை "கரித்துண்டு அவர் கண்களில் விழுந்து விட்டதோ" எனச் சொல்லி முடிப்பதற்குள் நாடக் கொட்டகை மேல் இடி விழுந்தது போல், ரசிகப் பெருமக்களின் ஆரவாரமும் சிரிப்பொலியும் அடங்கவில்லை. நாடகக் கலைஞர்கள் சிரித்தது இருக்கட்டும். விபத்து பயத்தினால் கண்கள் குளமாகிப்போன கணேசன் தான் முதலில் சிரித்தாராம்.

அள்ளிக் கொடுப்பதும், கிள்ளிக் கொடுப்பதும்!

திருவாரூரிலே சுருணாநிதி அச்சகம் என்று ஒரு அச்சகம். அதன் உரிமையாளர் கருணை எம்.ஜமால் என்பவர். அவர் கலைஞரின் நெருங்கிய நண்பராவார். ஆனால், ஜமால் அவர்கள் மிகவும் சிக்கனமாக செலவிடும் குணம் கொண்டவர். அவரை, அவாது நண்பர்கள் 'கஞ்சன்' என்றுகூட கிண்டல் செய்வார்கள். அவருக்கு ஒரு மகன் அவரையும் தன்னைப் போலவே சிக்கனமாக இருக்கும்படி எச்சரிக்கை செய்து வந்தார் ஜமால்.

அந்த மகனுக்குத் திருமணம், தலைவர் கலைஞர் அவர்கள் தலைமையில் நடைபெற்றது. கலைஞர் அவர்கள் வாழ்த்துரை வழங்கும்போது, "ஜமாலைப் பற்றி பலரும் உங்களிடம் பேசினார்கள். நான் அவரைப் பற்றி சொல்ல விரும்புவது, அவர் ஊதாரியல்ல தேவைக்கு மட்டுமே செலவு செய்பவர். அவரைப் போலத்தான் அவரது மகனும் அப்பா அள்ளிக் கொடுக்க மாட்டார் மகனோ கிள்ளியும் கொடுக்க மாட்டார்" என்றார்.

(மணவிழா மண்டபமே சிரிப்பில் மூழ்கியது. ஆயிரம் கனவுகளோடு மணமகளாக அமர்ந்திருந்த மணமகள், தனது கணவரின் "வள்ளல்தன்மை" கேட்டுச் சிரிப்பை அடக்க முடியாமல் ரொம்பவே தவித்துப் போனாராம்).

பாசம் காட்டும் தாய்தான்!
பன்றி அல்ல

1967-ம் ஆண்டு, சென்னை விருகம்பாக்கத்தில் திராவிட முன்னேற்றக் கழகத்தின் மாநில மாநாடு நடைபெற்றது. அந்த மாநாட்டில், அடுத்து வரவிருந்த சட்டமன்றத் தேர்தலில் போட்டியிடப்போகும் வேட்பாளர்களின் பெயர்கள் அறிவிக்கப்பட இருந்தன. அப்போது தேர்தல் நிதியாக கட்சிப் பொருளாளராக இருந்த கலைஞர் அவர்கள், 11 லட்சம் ரூபாயைத் திரட்டியிருந்தது குறிப்பிடத்தக்கது.

1962-ம் ஆண்டு தஞ்சாவூர் தொகுதியிலே வெற்றி பெற்றிருந்த கலைஞர் அவர்கள், 1967-ல் சென்னை சைதாப்பேட்டை தொகுதியிலேயே வேட்பாளராகப் போட்டியிட முடிவு செய்திருந்தார். அண்ணா அவர்களும் அதை மாநாட்டிலே அறிவிக்க இருந்தார்கள். அதுபோல் தஞ்சை தொகுதியில், தஞ்சாவூர் நடராசன் அவர்களை நிறுத்த அண்ணா முடிவு செய்திருந்தார். அதே நேரத்தில், மற்றொரு கட்சித் தோழரான ஏ.வி.பதி அவர்களும், தஞ்சையில் நிற்க விரும்பினார். ஆனால் அண்ணா அவர்களோ, தஞ்சாவூர் நடராசர் பெயரையே அறிவித்ததோடு, சைதாப்பேட்டை தொகுதியைப் பற்றி அறிவிக்கும்போது சைதாப்பேட்டை-11 லட்சம் என்று அறிவித்தார். தனக்கு வேட்பாளராக வாய்ப்புக் கிடைக்க வில்லையே என்ற கவலையில் இருந்த ஏ.வி.பதி அவர்களை சமாதானம்செய்து கலைஞரிடம் அழைத்துச் சென்றார்கள், மன்னையும் பண்ணைமுத்தக் கிருஷ்ணனும் தென்னன் அவர்களும்.

கலைஞரைச் சந்தித்த பதி அவர்கள், "கலைஞரே நான் எத்தனை காலமாக கட்சிக்குப் பாடுபட்டு வருகிறேன். நீங்கள் தாய்போல் இருக்க வேண்டியவர் பால் கொடுத்து ஊட்டி வளர்க்க வேண்டிய பிள்ளையைப் போல் நானிருக்கிறேன்.

அண்ணாவிடம் நீங்களே சொல்லியிருக்கக் கூடாதா இது நியாயமா" என்று கேட்டார்.

உடனே கலைஞர் அவர்கள், "நீங்கள் சொல்வது போல், நான் தாய் நிலையிலிருந்து பாலூட்டி வளர்க்க வேண்டியவன் தான். ஆனால், தாய் ஒவ்வொரு குழந்தையாகத்தானே பாலூட்ட முடியும்? நான் தாய்தான். ஆனால் பன்றியல்லவே? பன்றித்தான் அது படுத்துக்கொள்ள, ஒரே சமயத்தில் பல குட்டிகள் அதன்மடியில் பால் குடிக்கும். ஆனால் என்னால் அவ்வாறு முடியுமா? இந்த முறை நடராஜன், அடுத்தமுறை பதி என்றுதானே நான் பாலூட்ட முடியும்" என்றதும் சண்டை போடவந்த பதியே சிரித்து சமாதானமடைந்து விட்டார். வேட்பாளர் வாய்ப்பு கேட்டு வந்திருந்த மற்ற கழக நண்பர்களோ, கோரிக்கை ஏதும் வைக்காமல், கலைஞரின் சாமர்த்தியமான பேச்சைக்கேட்டு மவுனமாக சிரித்து மகிழ்ந்தனர்.

மன்னனுக்குப் பெயர்வரக் காரணம்!

தலைவர் கலைஞர் அவர்கள், பொதுப்பணித்துறை அமைச்சராகப் பணியாற்றியபோது, (10.6.67-ல்) அறந்தாங்கியில் ஒரு வரவேற்புக் கூட்டம் ஏற்பாடு செய்யப்பட்டிருந்தது. கூட்டத்தில் பொதுமக்கள் கலைஞர் அவர்களிடம் ஏராளமான மனுக்களை கொடுத்தார்கள்.

மனுக்கள் அதிகமான அளவில் குவிந்த காரணத்தால், கலைஞர் அவர்கள் பேசும்போது, ஒரு சோழ மன்னன், அந்த மன்னனுக்கு ஒரு சிறப்புப் பெயரும் உண்டு. அந்தப் பெயர் வந்த காரணம் என்ன என்பது இப்போதுதான் எனக்குப் புரிகிறது. அவனிடமும் இதுபோல் நிறைய மனுக்கள் தரப்படும். மனுக்களைப் பெற்றுக் கொண்டு, அவைகளைப் படித்து, அப்போதைக்கப்போது, நீதி வழங்கிக் கொண்டிருந்தான். அதனால்தான் அவன் 'மனுநீதிச் சோழன்" என்று பெயர் வந்திருக்குமோ" என வேடிக்கையாகக் குறிப்பிட்டார்.

(மனுநீதிக்கு, நடப்பு காலத்திற்கேற்றவாறு, மனுக்களைப் பெற்று நீதி வழங்குவது என்ற புதிய விளக்கம் கேட்டு கூட்டத்தினர் கைதட்டி ஆரவாரம் செய்ததில் ஆச்சரியம் இல்லைதானே).

என் பேனாவை ஏன் கொடுத்தேன்!

தலைவர் கலைஞர் அவர்கள், திருவாரூர் உயர்நிலைப் பள்ளியில் படித்தபோது நடந்த நிகழ்ச்சிகளில் பல சிரிக்க வைப்பவையாகும் என அவரது நண்பர்கள் தெரிவித்த செய்தியாகும். அவற்றில்..

"ஊரிலேயே 'பெரிய பண்ணை' என்று அழைக்கப்படும் ராமானுஜர், ரங்கநாதர் ஆகிய இருவரும் அண்ணன் தம்பிகள். ஆனால், இருவருக்கும் எப்போதும் போட்டிதான்.

அருகாமையில் இருந்த உயர்நிலைப் பள்ளியில் படிக்கும் மாணவர்கள் ஏதேனும் நிகழ்ச்சி என்றால் நிதி வசூல் செய்வதில் அவர்களை விட்டு வைப்பதில்லை. இதில் வேடிக்கை என்னவென்றால் ராமானுஜர் 2 ரூபாய் நிதி அளித்தால் ரங்கநாதரோ 5 ரூபாய் அளிப்பார்.

அந்தப் பள்ளியில் படித்துக்கொண்டிருந்த கலைஞர் அவர்கள், ஒருமுறை மாணவர் ஆண்டுவிழா நடத்துவது என்றும், அதற்கு பேராசிரியர் அன்பழகன், நாவலர் நெடுஞ்செழியன் ஆகிய இருவரையும் அழைப்பது என்றும் முடிவு செய்தார். அவரும் அவருடைய நண்பரும் வசூலுக்காக பெரிய பண்ணைக்குச் சென்றார்கள்.

முதலில் ராமானுஜர் வீடு. அவரிடம் சென்று விவரத்தைச் சொல்லி, நோட்டு புத்தகத்தை நீட்டினார்கள். அவர் பக்கத்தில் மேஜையின் மேலிருந்த தன்னுடைய பேனாவை எடுக்க முயற்சித்தார். உடனே கலைஞர் அவர்கள், தனது பேனாவைத் திறந்து, அவரிடம் நீட்டினார். அவர் அந்தப் பேனாவை வாங்கி அதனாலேயே, 5 ரூபாய் என்று எழுதிவிட்டார். எழுதிய தொகையையும் தந்துவிட்டார்.

அடுத்தபடியாக ரங்கநாதர் வீடு. அங்கு போகும்போது, நண்பர் கேட்டார். அவரிடம்தான் பேனா இருந்ததே அவர் அதை எடுக்கவும் சென்றாரே ஏன் நீ உன்னுடைய பேனாவை நீட்டினாய்“ எனக் கேட்டார்.

உடனே கலைஞர் அவர்கள், 'அந்த நோட்டுப் புத்தகத்தைத் திறந்து, ராமானுஜர் “5 ரூபாய் என்று எழுதியிருந்ததற்கு முன்னால் ஒன்று என எழுதி தொகையை 15 ரூபாயாக மாற்றிவிட்டார் அதற்குள் ரங்கநாதர் வீடும் வந்துவிட்டது. அவர் நோட்டுப் புத்தகத்தை வாங்கி தனது சகோதரன் 15 ரூபாய் வழங்கியிருப்பதைப் பார்த்துவிட்டு 25 ரூபாய் என்று எழுதினார். அப்படியே நிதியையும் அளித்தார். வெளியே வந்தவுடன் கலைஞர் தன் நண்பரிடம் என் என்னுடைய பேனாவைக் கொடுத்து முதல் சகோதரரை எழுத வைத்தேன் என்று இப்போது புரிகிறதா. அவர் போட்ட 5 என்ற எண், என் பேனாவில் உள்ள மையாக இருந்ததால்தான், நான் பக்கத்திலே ஒன்று போடும்போது, மை வித்தியாசம் தெரியாமல் அவர் போட்டது 15 தான் என்று நினைத்து எந்த சந்தேகமும் இல்லாமல், அவரது சகோதரர் 25 ரூபாய் என்று எழுதிவிட்டார் என்றார். புன்னகையுடன். கலைஞரின் சாதுர்யத்தை நினைத்து மகிழ்ந்தார் நண்பர்.

முற்றமா முத்தமா!

முன்னாள் அமைச்சரும் தலைவரின் நெருங்கிய நண்பருமான மன்னை நாராயணசாமி அவர்கள், கலைஞர் அவர்களைத் தனது இல்லத்திற்கு அழைத்திருந்தார். கலைஞருடன் முகருணாநிதி, தென்னரசு ஆகியோரும் சென்றனர்.

முதன் முறையாக அவரது வீட்டிற்குச் சென்ற தன் நண்பர்களிடம் மன்னையார், தனது வீட்டைச் சுற்றிக் காட்டித் தன் பால்யகால நினைவு கூர்ந்து, 'இது திண்ணை, இது கூடம், இது தாழ்வாரம் எனச் சொல்லிக்கொண்டே வந்தவர். இது முத்தம். (முற்றத்தைக் கிராமப்புறங்களில் இப்படித்தான் அழைப்பது வழக்கம்) -இந்த முத்தத்தில்தான் நான் பிறந்தேன் என்றார். உடனே கலைஞர் சற்றும் தாமதியாமல் ‘‘நீங்கள் மட்டுமா? எல்லாருமே முத்தத்தில்தான் பிறந்தார்கள்“ என்றதும், மன்னை உட்பட அனைவருமே நகர முடியாமல், சிரித்தபடியே இருந்தனராம்.

ஏ.சி.யைக் கண்டு நடுங்கிய டி.ஜி.பி.

காவல்துறை அலுவலர்களின் திறனாய்வுக் கூட்டம் முதல்வர் கலைஞர் தலைமையில், சென்னைத் தலைமைச் செயலகத்தில் நடைபெற்றது.

இறுதியாக, டி.ஜி.பி.ராஜ்மோகன் அவர்கள் பேச்சைத் துவங்கிய சிறிது நேரத்திலே நடுக்கம் கண்டதுபோல தென்பட்டார். நடுங்கியபடிதான் தொடர்ந்து கொண்டிருந்தார். முதல்வர் முன்னிலை என்பதால்தான், டி.ஜி.பி நடுங்குகிறாரோ என இதர காவல்துறை அதிகாரிகளும், தலைமைச் செயலர் உட்பட இதர துறைச் செயலாளர்களும் அவரை அந்த நோக்கில் கவனித்துக் கொண்டிருந்ததை உணர்ந்த ராஜ்மோகன், சுதாரித்துக் கொண்டு "முதல்வர் இருக்கிறார் என்பதற்காக எனக்கு நடுக்கம் வரவில்லை. ஏ.சியைக் கண்டுதான் நடுக்கம் ஏற்பட்டது" என்றார்.

உடனே கலைஞர் மைக்கைப் பிடித்து, நீங்களே டிஜிபி. ஏ.சி.யைக் கண்டு நடுங்கலாமா? என இடைமறித்துக் கேட்டவுடன் காக்கிச் சட்டைகளுக்கும் கவித்துவம் உண்டு என்பதை நிரூபணம் செய்வதுபோல அனைவருமே டென்ஷன் விடுத்துச் சிரிப்பில் ஆழ்ந்தனர்.

தையல் கலைஞர்களுக்கு நன்றி!

தி.மு.கழகம் முதன்முதலில் ஆட்சிக்கு வந்த சமயத்தில் திருச்சியில் நடைபெற்ற பொதுக்கூட்டத்தில் கலைஞர் அவர்கள் இப்படிப் பேசினார்கள்.

"மதுரையைச் சேர்ந்த ஒரு எதிர்க்கட்சிப் பேச்சாளர் தனது இல்லத்தில் மல்லிகை அரும்புகளைப்போல் வெண்மையாக இருந்த தூய உணவை உண்டுவிட்டு, ஒரு கூட்டத்தில் பேசுவதற்காகத் திருச்சிக்குப் புறப்பட்ட அரசுப் பேருந்தில் அமர்கிறார். பேருந்து புறப்பட்டதும் நடத்துநர் பயணச்சீட்டுக்காக வரும்போது வழக்கம்போல் திருச்சிக்கான கட்டணத் தொகையை நீட்டுகிறார். நடத்துநரும் பயணச்சீட்டைக் கொடுத்துவிட்டு, மீதி ரூபாய் மூன்றை அவர் கையில் திணிக்கிறார். அவர், என்ன இது? தெரியாமல் கொடுத்து விட்டீர்களா? எனக் கேட்டதும், ஐயா நடப்பது கழக ஆட்சி, பஸ் கட்டணம் குறைந்துவிட்டது. தெரியாதா உங்களுக்கு" எனச் சொன்னதும், பேச்சாளர் மவுனமானார். ரூபரய் மூன்றும் சட்டைப் பையில் போய்ச் சேர்ந்தது.

திருச்சிக் கூட்டத்தில் அவர் பேசும்போது,'என்ன சாதித்தான். கழகத்தான்? என்ன கிழித்தான் கழகத்தான், என ஆவேசமாக முழங்கினார். காலையில் உண்ட உணவு இப்போது அவர் வயிற்றில் டமார் என இடித்ததுபோல் "தும்பைப் பூ போல உணவு உண்டாய்.. உங்க ஆட்சியில் நீ போட்ட அரிசியை மறந்து விட்டாயா?" எனக் கேலி பேசியது.

மேடையில் சோடாவைக் குடித்துவிட்டு, எல்லாவற்றையும் மறந்துவிட்டு, அவர் மீண்டும் அதே பாணியில் முழக்கமிடத் தொடங்கினார். இப்போது அவரது சட்டைப் பையில் இருந்த மூன்று ரூபாய் அவரை நெஞ்சில் இடித்தது. "அடப்பாவி, காலையில் தானே இந்த அரசால் மூன்று ரூபாய் வரவு வந்தது. அதை மறந்துவிட்டு பழிசுமத்துவாய் என்பதால்தான். தையல் கலைஞர்கள் சட்டைப் பையை இதயத்துக்கு மேலே தைக்கிறார்கள் போலிருக்கிறது. அவர்களுக்கு என் நன்றி மறந்தாய் இந்தா வாங்கிக்கொள் என மீண்டும் ஒரு முறை இடித்தது.

பேச்சாளர் வயிற்றையும் மார்பையும் பிடித்துக் கொண்டு அமர்ந்து விடுகிறார். இவ்வாறு கழக ஆட்சியின் சாதனைகளை நகைச்சுவையாகக் குறிப்பிட்டார்கள்.

"வாளும் கேடயமும்" -நூல் பிறந்த கதை!

தலைவர் கலைஞர் அவர்கள் பெயரில் "வாளும் கேடலமும்" என்ற நூல் வெளிவந்த சமயம். அதனைக் காவல்துறையினர் பறிமுதல் செய்துவிட்டனர். அந்த நூல் எப்படி வந்தது என்பதைக் கலைஞர் அவர்களே வெளியிட்ட சுவாரஸ்யமான செய்தி இதுவே.

1975-ல் மிசா சட்டம் நாடு அமல்படுத்தப்பட்டபோது, சுழகத்தவர்கள் கடுமையான முழுவதும் கொடுமைக்கு ஆளாக்கப்பட்டனர். எமர்ஜென்சியை எதிர்த்து மக்களைத் திரட்டியது கழகம். ஜெயப்பிரகாஷ் நாராயணன் மொரார்ஜி தேசாய் போன்ற தலைவர்கள் சிறையில் அடைத்ததை எதிர்த்தும் கண்டித்தும் கூட்டங்களில் கலைஞர் பேசி வந்தார்.

அப்போது தி.மு.க. ஆட்சியைக் கண்டித்து சட்டமன்றத்தில், எதிர்க்கட்சித் தலைவர் ஏ.ஆர்.மாரிமுத்து அவர்கள் முன்மொழிய கே.டி.கே.தங்கமணி அவர்கள் வழிமொழியக் கொண்டுவந்த தீர்மானத்தின் மீது விவாதம் நடைபெற்றது.

அப்போது அவையிலிருந்த ஒரு அதிமுக உறுப்பினர் நீங்கள் நெருக்கடியைக் கண்டித்து செயற்குழு, பொதுக்குழு மற்றும் பத்திரிகை நிருபர்களிடமும் தொடர்ந்து பேசி வருகிறீர்கள். இந்த அவையின் மூலம் ஒரு தீர்மானத்தை நிறைவேற்றி ஏன் அனுப்பக்கூடாது எனக் கேள்வி எழுப்பினார்.

உடனே கலைஞர் எழுந்து, 'களம் செல்லும் வீரனுக்குத் தெரியும் எந்தக் கையில் வாள் ஏந்துவது, எந்தக் கையில் கேடயம் தாங்குவது" எனக் குறிப்பிட்டு விளக்கவுரை ஆற்றினார்.

(அனைத்தையும் மறந்து சபை சிரிப்பில் மூழ்கியது).

"அந்த கதைதான்" வாளும், கேடயமும் என்ற நூலாக வெளிவந்தது.

தூங்குவது போல் கிடைக்காதா?

16.3.2005 அன்று காலை தலைவர் கலைஞர் அவர்கள் சட்டமன்ற வளாகத்தில் எதிர்க்கட்சித் தலைவர். பேராசிரியர் அவர்களின் தனி அறைக்குச் சென்றார். செய்தியறிந்ததும் கழக சட்டமன்ற உறுப்பினர்களும், தோழமைக் கட்சி உறுப்பினர்களும் அவரைச் சந்திக்க வந்தனர். சட்டமன்றத்தில் நடைபெற்று வரும் விரும்பத்தகாத நிகழ்ச்சிகள் குறித்துப் பேசிக் கொண்டிருந்தார்கள்.

கலைஞர் அவர்கள் வந்திருக்கும் செய்தியறிந்த தொலைக்காட்சி நிருபர்கள் புகைப்பட நிருபர்கள் பலரும் அங்கே குழுமிவிட்டனர். அங்கிருந்த அனைவரையும் அவர்கள் படம் எடுத்தபடி இருந்தனர்.

பிளாஷ் விளக்குகளின் ஒளி கண்ணை உறுத்திக் கொண்டேயிருந்ததால், கழகப் பொருளாளர் ஆற்காடு வீராசாமி அவர்கள், "என் மேலும் மேலும் ஏராளமான படங்களை எடுத்துக்கொண்டே இருக்கிறீர்கள்? போதும் நிறுத்துங்கள் பத்திரிகையிலே ஒரே ஒரு படம்தானே போடப் போகிறீர்கள்" என்றார்.

உடனே கலைஞர் அவர்கள் நிறையப் படம் எடுக்கிறார்களே ஏன் தெரியுமா? அதில் ஏதாவது ஒரு படத்தில், யாராவது ஒருவர் தூங்குவதுபோல் ஒரு காட்சி கிடைத்து விடாதா என்றுதான். நிறையப் படம் எடுத்துக் கொண்டிருக்கிறார்கள்" என்றார்.

அம்மையாரின் புளுகுக்கும். பத்திரிகைக்கும் அந்த மாதிரி படங்கள் பயன்படும் என்பதையறிந்த தோழமைக் கட்சித் தோழர்களும், புகைப்பட செய்தியாளர்களும் வாய்விட்டுச் சிரித்து விட்டனர்.

பக்கவாத்தியக்காரர்கள் சரியில்லை!

ஒருமுறை கலைஞர் அவர்கள் திருச்சி மாவட்டத்தில் சுற்றுப்பயணம் செய்தபோது, நிருபர்களின் சந்திப்பு நடந்தது. பல்வேறு கேள்விகளில் ஒரு நிருபர், “மத்திய அமைச்சர் ப.சிதம்பரம் அவர்கள், தி.மு.க. ஆட்சி தொடக்கத்தில் நன்றாக இருந்தது. ஆனால், தற்போது அதன் செயல்பாடுகள், இசையில் அபஸ்வரம் ஏற்படுவதுபோல ஏற்பட்டு வருகின்றன எனக் கூறி இருக்கிறாரே. (முந்தைய காலச் செய்தி இது)

கலைஞர்: “எங்களைப் பொருத்தவரை, பாடுகிறவர்கள் முறையாக, ஒழுங்காக, நன்றாகவே பாடிக் கொண்டிருக்கிறார்கள். ஆனால், பக்கவாத்தியக்காரர்கள் சுருதி தாளத்தில் பேதத்தை ஏற்படுத்தினால், அதற்கான முயற்சிகளில் ஈடுபட்டால், அதற்கு நாங்கள் எப்படிப் பொறுப்பாக முடியும்? (ப.சி.யின் பாணியிலேயே நயத்துடன் கலைஞர் அளித்த பதிலைக் கேட்டு நிருபர்கள் கூட்டம் சிரிப்பில் மிதந்தனர்).

உங்களுக்குத் தேவையானது எதுவுமில்லை!

தமிழக சட்டசபையின் குளிர்காலக் கூட்டத் தொடச் தொடங்குவதை முன்னிட்டு, கழக சட்டப்பேரவை உறுப்பினர்கள் கூட்டம் அறிவாலய கலைஞர் அரங்கில் (221198) நடைபெற்றது. கூட்டத்தில், அமைச்சர்கள், பேரவை உறுப்பினர்களின் பங்கு எதிர்க்கட்சி உறுப்பினர்களின் வாதங்களைச் சமாளிப்பது எப்படி என்பது போன்று பேசப்பட்டது. கூட்டம் முடிந்து முதல்வர் கலைஞர் வெளியே வரும்போது, நிருபர்கள் சூழ்ந்துகொண்டனர்.

சிரித்தபடியே கலைஞர், “எங்களுக்குத் தேவையானதைப் பற்றித்தான் பேசினோம். உங்களுக்குத் தேவையானது இப்போதைக்கு எதுவுமில்லை“ என்றார்.

(பெருத்த ஏமாற்றமாக இருந்தபோதிலும், கலைஞரின் சாமர்த்தியமான நகைச்சுவை கலந்த பதிலே போதுமானது என்ற திருப்தியோடு நிருபர்கள் சிரித்தபடி கலைந்து சென்றனர்).

விலாவில்தான், இடுப்பில் அல்ல...

ஒருசமயம், முதுகுவலி காரணமாக கலைஞர் அவர்கள் அப்பல்லோ மருத்துவமனையில் சோதனைக்காக அனுமதிக்கப்பட்டிருந்தார். மருத்துவர்கள் பரிசோதித்தபோது, கலைஞர் தன் விலாப்புறத்தைக் காட்டி "இங்கேதான் அவ்வப்போது வலி ஏற்படுகிறது" என்றார்.

சோதனையில் ஈடுபட்டிருந்த மருத்துவர், "விலாப்புறத்தில் தான் வலியா" எனக் கேட்டபோது, உடனிருந்த கலைஞரின் உதவியாளர், "இல்லை, இல்லை இடுப்பிலே வலி, இடுப்புவலி தான்" என்றார்.

உடனே தலைவர், "ஏம்ப்பா எனக்கு ஏன் இடுப்புவலி வரப் போகுது" என்றார்.

(உடம்பு வலிக்கான பரிசோதனையின்போது கூட, தனது இயல்பான தன்மையிலிருந்து சிறிதும் விலகாமல், மனத்தை இறுக்கமாக்கிக் கொள்ளாமல், நகைச்சுவையைப் பரிமாறும் கலைஞரின் பதிலால் அந்த அறை பெருஞ்சிரிப்பில் அதிர்ந்ததாம்):

பிடில் வாசிப்பது இதற்குத்தானா?

கும்பகோணம் வயலின் வித்வான் ராஜமாணிக்கம் பிள்ளையின் நூறாவது விழா 261198-ல் கலைஞர் தலைமையில் நடைபெற்றது. அங்கே.

"இசை என்றாலே சங்கீதம் என்று மாத்திரம் பொருள் அல்ல. புகழ் என்றும் அதற்கு மற்றொரு பொருள் உண்டு. ஈதல் இசைபட வாழ்தல் என்று வள்ளுவர் கூறியுள்ளார். இசைபட வாழ்தல் என்றால், புகழோடு வாழ்வது என்ற பொருளில்தான் அங்கே இசை வருகிறது. அத்தகைய இசைக்கு ஏந்தலாக, புகழுக்கு உரியவராக வாழ்ந்து மறைந்து நம் நெஞ்சமெல்லாம் நிறைந்திருக்கிறார். கும்பகோணம் ராஜமாணிக்கம்பிள்ளை.

இவர் கையாண்ட இசைக்கருவி பிடில் நாம் ஒரு செய்தி கேள்விப்பட்டிருக்கிறோம் இந்த பிடிலைப் பற்றி, "ரோம் நகரம் தீப்பற்றி எரிந்தபோது, நீரோ மன்னன் பிடில் வாசித்தானாம். இப்போதுதான் புரிகிறது. எவ்வளவு பெரிய துக்ககரமான சம்பவம் நடைபெற்றாலும் பேசாமல் பிடில் வாசித்துக கொண்டிருந்தால், அந்தத் துக்கம் மறைந்து போய்விடும் என்பதை எடுத்துக்க காட்டத்தான், ரோம் நகரம் எரியும்போது நீரோ மன்னன் பிடில் வாசித்தான் என்ற வாசகம் பிறந்திருக்குமோ என்று நான் நினைக்கிறேன்" எனக் கூறி முடிப்பதற்குள், இசை அரங்கமே ஆரவாரச் சிரிப்பில் மெய்மறந்து போனது.

முறையல்ல...!

1998-99-வாக்கில் கலைஞர் அவர்கள் சிங்கப்பூர் பயணம் மேற்கொண்டிருந்தார். அங்கே பத்திரிகையாளர்களின் சந்திப்பிற்கு ஏற்பாடு செய்யப்பட்டிருந்தது. அப்போது ஒரு நிருபர்:

வாஜ்பாய் அரசு பற்றி என்ன நினைக்கிறீர்கள்?

கலைஞர்: நான் என்னுடைய நாட்டைப் பற்றி இன்னொரு நாட்டில் பேசுவதும், விமர்சிப்பதும் முறையல்ல எனக் கருதுபவன். (அரசியல் நாகரீகத்தின் அடிப்படை தர்மத்தை உணர்ந்து பேசிய கலைஞரின் பதிலைக் கேட்டு வெளிநாட்டு நிருபர்களும் சிரிக்கத் தவறவில்லை).

தனித்து விடமாட்டேன்

சிங்கப்பூர் பயணத்தின்போது, தமிழ் மன்றம் நடத்திய, வரவேற்பு விழாவில் கலைஞர்:

இன்று சிங்கப்பூரில் நடைபெறுகின்ற இந்த விழா மேடையில் ஏற்பட்டுள்ள அனுபவம் தனி அனுபவமே. மேடையில் இருப்பார்கள். ஆனால், இன்று என்னைத் தன்னந்தனியா மேடையில் அமர்த்தி வேடிக்கை பார்க்கிறீர்கள்.

நீங்கள் என்னதான் என்னைத் தன்னந்தனியாக நிறுத்தினாலும், உங்களைத் தன்னந்தனியனாக ஆக்கமாட்டேன் என்ற உறுதிமொழியை இந்த நல்ல நிகழ்ச்சியில் தெரிவித்துக் கொள்கிறேன்" என்றதும் கடல் கடந்து வாழும் தமிழ் நெஞ்சங்களின் ஆர்ப்பாட்டத்திற்கும், சிரிப்புக்கும் பஞ்சமா ஏற்படும்!

நிருபர்கள் கூட்டம்!

ஒரு செய்தியாளர்: உலகக் கோப்பை பந்து விளையாட்டை செட்டாப் பாக்ஸ் வைத்திருப்பவர்கள் மட்டும்தான் சென்னையில் பார்க்க முடியும் என்பதால், கலாநிதிமாறன் அதை இலவசமாக ஒளிபரப்ப முன்வரவேண்டும் என்று கோரிக்கை வைத்துள்ளார்களே.

கலைஞர்: கலாநிதிமாறன் பற்றிக் கேட்டால் தயாநிதி மாறனாலே சொல்ல முடியாதே! நான் எப்படி!?

(சிரிப்பலை)

செய்தியாளர்: அதற்கு வாய்ப்புள்ளதா?"

கலைஞர்: முகவரி தவறிக் கேட்டால் எப்படி பதில் கூற முடியும்?

(நெத்தியடி பதிலைக் கூட தனக்கே உரிய முறையில் மனதை இலகுவாக்கிக் கொண்டு நகைச்சுவை ததும்ப அளிக்கும் கலைஞர் பதிலைக் கேட்டு நரசிம்மராவ் போன்றவர்கள் கூட சிரிக்காமல் இருக்க முடியாதுதானே.)

நான் கார் ஓட்டுகிறேன், நீ மேடையேறு!

வேலூர் மாவட்டத்தில் தேர்தல் கூட்டங்களில் பங்கேற்பதற்காக கலைஞர் வேலூர் நகரில் முகாமிட்டிருந்தார்.

ஒருநாள் பகல் வேளை நல்ல வெயில் நேரம். கலைஞர் காரோட்டியிடம் மோர் கேட்க, அவரும் அங்கே தயாராகவிருந்த மோரை டம்ளர் நிறையக் கொடுத்தார். பாதி குடித்துவிட்டு டம்ளரை மீண்டும் கார் ஓட்டுநரிடம் கொடுத்துவிட்டு அவசரகதியில் அடுத்த பகுதிக்குப் புறப்படலானார் கலைஞர். அந்தக் கூட்டத்தில் பேசி முடித்துவிட்டு மீண்டும் ஓட்டுநரிடம் மோர் கேட்க, அவரோ, டம்ளரில் இருந்த மீதி மோரை தான் குடித்துவிட்டதாகத் தெரிவித்தார்.

கொஞ்சங்கூட முகம் கோணாமல், "அப்படியா, அப்படியானால் ஒன்று செய்வோம். நான் கார் ஓட்டுகிறேன். நீ போய் கூட்டத்தில் பேசிவிட்டு வந்து விடேன்" என்றதும் அடுத்த கூட்டத்திற்கு அழைத்துப் போக வந்திருந்த உடன்பிறப்புகள் கேட்டுவிட்டு சிரிப்பை அடக்க முடியாமல் தவித்தனராம். ஓட்டுனருந்தான்!

புதிய மாத்திரை எதற்கு?

அப்பல்லோ மருத்துவமனையில் தனக்கான அஜீரணக் கோளாறு காரணமாக ஒரு மருத்துவ பரிசோதனைக்கு சென்றிருந்தார் கலைஞர் அவர்கள். அவருடைய தனி மருத்துவர் கோபால், ஒரு மாத்திரையைக் கொடுத்துச் சாப்பிடச் சொன்னார். அதற்குக் கலைஞர், "இது என்ன மாத்திரை, புதிய கலரில் இருக்கிறதே. எதற்கு டாக்டர்?" எனக் கேட்டார்.

"Free Motion போவதற்காக" என்று பதிலளித்தார் டாக்டர்.

"இப்போது நான் என்ன கட்டணம் கொடுத்துவிட்டா கழிப்பிடத்திற்குப் போகிறேன்" எனக் கலைஞர் சொன்னதும், அந்த அறை முழுவதும் சிரிப்பொலி நீண்ட நேரம் ஆக்ரமித்ததாம்.

நான் மு.க.தான்!

திருச்சியில் முகாமிட்டிருந்த கலைஞர் பல்வேறு பணிகளை வந்த ஆற்றியபின், வந்திருந்த அனைவரையும் அனுப்பிவிட்டு, இரவில் தூங்குவதற்கு ஆயத்தமானார். தன்னுடன் ஒரு பணியாளரையும் உடன் தங்கிக்கொள்ள இறுத்திக் கொண்டார். பணியாளருக்கோ, ஒரு விதத் தயக்கம். ஏன் பயம்கூட தலைவரோடு ஒரே அறையில் படுப்பதற்கு, தலைவர் கட்டிலில் படுத்து உறங்கியபிறகே அந்தப் பணியாளர், அறையின் ஒரு பக்கத்தில் தூங்கினார். நள்ளிரவில் அவரது முனகல் சத்தம் கேட்டு கலைஞர் விழித்துப் பார்த்தார். அவரோ, "ஏ.சி. யின் குளிரில் தூங்க முடியாமல்'', முருகா முருகாவென கூறிக் கொண்டு சுருண்டு கிடந்தார்.

ஒரு சால்வையை எடுத்து வந்து அவரை தட்டி எழுப்பிய கலைஞர், நான் மூக்காதான் (மு.க.) முருகா இல்லை. இந்தா சால்வையை போர்த்திக் கொள்" என அதை அவரிடம் கொடுத்து மீண்டும் உறங்கச் சொன்னார்.

காலையில் தலைவரைத் தேடி வந்த மாவட்ட கழகநிர்வாகிகளிடம் இந்த செய்தியைத் தெரிவித்தார். நள்ளிரவிலும் தலைவர். கலைஞரின் மென்மைத்தன்மையையும் நகைச்சுவையுணர்வையும் கண்டு சிரித்து மகிழ்ந்தார்கள்.

பேச்சு இல்லாதவர்

திருமணம் ஆகாதவர்களை 'பேச்சிலர் (Bachelor) என்று ஆங்கிலத்தில் சொல்வதுண்டு அதனைக் கலைஞர் கையாண்டவிதம் பற்றிய ஒரு செய்தி ஒரு மணவிழாவில் கலைஞர் மணமக்களை வாழ்த்திப் பேசும்போது:

பொதுவாக ஆண்மகனை திருமணமாவதற்கு முன்பு "பேச்சிலர்" (Bachelor) என்று சொல்வார்கள். ஆனால், ஒரு சில ஆண்கள் திருமணம் செய்துகொண்ட பின்பும் பேச்சிலர்களாக" அதாவது பேச்சு இல்லாதவர்களாக ஆகிவிடுகிறார்கள் என்று குறிப்பிட்டுப் பேசியதும் மணவிழா மண்டபம் சிரிப்பொலியிலும். கரவொலியிலும் அதிர்ந்து போயிற்று. மணமகள் மட்டும் தனது மணவாளனும் அப்படியே ஆகிப் போனால் தனக்கு நிம்மதி என்ற நினைப்பில், சிரிப்பை அடக்க முடியாமல் தவித்து நின்றாராம்.

இந்தியா "டுமாரோ"வைப் பாருங்கள்

1996-ம் ஆண்டு நடைபெறவிருந்த சட்டமன்றத் தேர்தல் பற்றி, 'இந்தியா டுடே" என்ற பத்திரிகை ஓர் கணிப்பை வெளியிட்டிருந்தது. அதில் அ.தி.மு.க. அமோக வெற்றிபெறும் எனத் தெரிவிக்கப்பட்டிருந்தது. அந்தச் சமயத்தில், பத்திரிகை யாளர்களின் சந்திப்பு, அறிவாலயத்தில் நடந்தது.

ஒரு நிருபர்: வரும் தேர்தலில் அ.திமுகவுக்கு அதிக இடங்க கிடைக்கும் என பத்திரிகை கணிப்பு வந்திருக்கிறதே?

கலைஞர்: எந்தப் பத்திரிகை?

நிருபர்: 'இந்தியா டுடே' (India Today)

கலைஞர்: இந்தியா டுடே (India Today) தானே எழுதியிருக்கிறது. இந்தியா டுமாரோ (India Tomorrow)வில் எழுதவில்லையே.

(இந்தியா டுடேயில் வந்துள்ள செய்தி கழகத்திற்கு பாதகமாக இருந்தபோதிலும், அதைப் பற்றிக் கொஞ்சம்கூட அலட்டிக் கொள்ளாமல், தன் மீதும் தனது உடன்பிறப்புக்கள் மீதுமே நம்பிக்கை கொண்டு தேர்தலை எதிர்கொண்ட கலைஞரின் பதிலைவிட அதில் அடங்கியிருக்கும் நகைச்சுவையோடு கூடிய கிண்டலை நிருபர்கள் வெகுவாகவே ரசித்துச் சிரித்து விடைபெற்றுச் சென்றனர்).

கேள்வி பதில்

முரசொலி 2-11-98

கேள்வி: சாதி என்பது எப்படி முளைத்தது?

கலைஞர் பதில்: தமிழர்களைப் பல கூறுகளாகப் பிரித்து ஆதிக்கம் செலுத்துவதற்கு வஞ்சகர்கள் வகுத்த 'சதி'க்கு கால் முளைத்துச் 'சாதி'யாகி விட்டது.

கேள்வி (22.03.07): தமிழக சட்டப் பேரவையை முதலைப் பண்ணை என்பதைப் போல ஜெயலலிதா சொல்லியிருக்கிறாரே?

பதில்: அவர் வரும்போது வேண்டுமானால் அப்படி யிருக்கலாம். மற்ற நேரங்களில் அப்படி அல்ல.

தோலுக்கே இந்த கதி என்றால்...!

திருவொற்றியூரில் நடைபெற்ற கழகப் பொதுக்கூட்டத்தில் (1.11.85) கலைஞரின் சிறப்புரையில் (எதிர்க்கட்சித் தலைவராக இருந்தபோது)

அமைச்சர்கள் பிச்சைக்காரர்களா என்று சிலர் நினைப்பீர்கள் முதலமைச்சர் சேர்த்து வைத்திருக்கிற பணத்துடன் ஒப்பிட்டால் அமைச்சர்கள் எல்லாம் பிச்சைக்காரர்கள்தான். ஏனென்றால், முதலமைச்சரிடம் இருக்கின்ற லஞ்சப்பணம் கோடானுகோடி. அமைச்சர்களிடம் இருப்பது லட்சோப லட்சங்கள்தான்.

இவர்கள் லட்சாதிபதி பிச்சைக்காரர்கள். எனவே இவர்கள் மீது நடவடிக்கை எடுத்தால், அவர்கள் திருப்பிக் கேட்பார்கள்.

தோலைச் சாப்பிட்ட எங்களுக்கே இந்தக் கதி என்றால், பழத்தைச் சாப்பிட்ட உங்களுக்கு என்ன கதி என்று கேட்கத்தானே செய்வார்கள்" என்றார்.. (கூட்டத்தில் பலத்த சிரிப்பு)

K.M. என்றால் என்ன?

கண்ணியத்திற்குரிய காயிதேமில்லத் அவர்களின் நூற்றாண்டு நிறைவு விழா. சென்னையில் மிகச் சிறப்பாகக் கொண்டாடப்பட்டது. விழாவில் நிறைவுப் பேருரையாற்றிய கலைஞர்,

"மத்திய அரசு அமைவதற்கு காரணமாக இருந்தவர்கள் கருணாநிதியும் மூப்பனாரும்தான். ஆகவே அவர்கள்தான் கிங்மேக்கர்களாவர் என்று சுலைமான் சேட் அவர்கள் குறிப்பிட்டார்கள். நாங்கள் கிங்மேக்கர்களா, அதை நாங்கள் ஒத்துக் கொள்கிறோமா, இல்லையா என்பது வேறு. ஆனால் நாங்கள் இருவரும் டெல்லிக்குச் சென்று, ஆட்சி அமைவதற்குக் காரணகர்த்தாக்களோடு சேர்ந்து நாங்களும் பங்கேற்றோம். பாடுபட்டோம் என்பதுதான் உண்மை. கிங்மேக்கர்ஸ் என்ற வார்த்தையைக் கொஞ்சம் ஆராய்ந்தால், கிங் என்ற சொல்லின் முதல் எழுத்து (கே) மேக்கர்ஸ் என்ற சொல்லின் முதல் எழுத்து (எம்). ஆக K. என்பது கருணாநிதி M. என்பது மூப்பனார் என்பதைத் தானே குறிப்பிடுகிறது" என்றார்.

(கண நேரத்தில் உருவான சொல் விளையாட்டைப் பாராட்டி ரசிக்காதவர்களே அங்கு இல்லை. அதிலும் குறிப்பாக சேட் அவர்கள் ரொம்பவே இதனை ரசித்துச் சிரித்தார்கள்).

பாயிண்ட் ஆப் ஆர்டர்

என்னதால் படித்தவர்கள் பட்டம் பெற்றவர்கள் மத்தியில் ஒருசிலர் பேசும் போது தமிழில் ல,ள,ழ எழுத்துக்களை உச்சரிக்கும்போது அவள்-அவல், கல்வி-கள்வி, தமிழ்-தமில் என்பதைக் கேட்டு முகம் சுளித்திருக்கிறோம்.

அப்போது முதல்வர் காமராஜ் அவை முன்னவர் சிசுப்பிரமணியல் போவைத் தலைவர் யுகிருஷ்ணாராவ்.

ஒருநாள் பேரவையில் பேரறிஞர் கூறிய கருத்துக்களை மறுக்கும் வகையில் சேலம் தொகுதி சட்டமன்ற உறுப்பினர் மாரியப்பன் தி.மு.க.வைச் சாடும் வகையில் ஆவேசமாகப் பேசிக் கொண்டிருந்தார். அவருக்கு ல-ள-ழ கரத் தொல்லையுண்டு.

அவரது பேச்சில் பலமுறை திருவள்ளுவரை எடுத்துக் கொல்லுங்கள். திருமூலரை எடுத்துக் கொல்லுங்கள் என்பன போன்ற கருத்துக்களை அடுக்கிக்கொண்டே இருந்தார்.

ஒரு கட்டத்தில் தமிழ் கொல்லப்படுவதைக் கேட்டு, கலைஞர் எழுந்து, "சபாநாயகர் அவர்களே ஒரு ல்ர்ண்ய்ற் ர்ச் ர்ழ்க்ஞ்ற் என்றார். சபாநாயகர் ராவ் அவர்களும் என்ன ட.ஞு.ஞு. எனக் கேட்க, "உறுப்பினர் அவர்கள் இந்த அவையில் கொல்லுங்கள்... கொல்லுங்கள் என்ற வார்த்தையைப் பலமுறை பயன்படுத்தியுள்ளார். அப்படி பயன்படுத்தலாமா" எனக் கேட்டார்.

உடனே உறுப்பினர் மாரியப்பன் பதறிப்போய் அப்படி ஏதும் தான் சொல்லவில்லையே" என்றார்.

மாரியப்பனின் ல, ள, ழ சுரப் பிரச்சனையை, சபாநாயகர் முன்னரே புரிந்து வைத்திருந்ததால், கலைஞர் எழுப்பிய ட.ஞு.ஞு. பற்றி விசாரணை மேற்கொள்ளாமல் சிரிப்பில் மூழ்கி விட்டார்.

அவையிலிருந்த முதல்வர் காமராஜ் அவர்களும், கலைஞரின் சொல் விளையாட்டில் மயங்கி, புன்னகையைப் பரிசாக அளித்து மகிழ்ந்தாராம்.

தேர்தலா..!
சாப்பாட்டைக் குறையுங்கள்!

சென்னை மாநகராட்சித் தேர்தலுக்கு முன் நடைபெற்ற ஒரு கூட்டத்தில் கலைஞர் பேசும்போது:

தென்சென்னை தேர்தல் வெற்றியினால் நாம் பொங்கலும் இட்டிலியும் சாப்பிட்டோம். சங்ககிரி தேர்தல் முடிவில், பிரியாணி சாப்பிட்டோம். தென்சென்னை தேர்தல் முடிவில், அதிரசமும், அல்வாவும் சாப்பிட்டோம். இப்போது சென்னை மாநகராட்சித்

தேர்தலைச் சந்திக்கவுள்ளோம். இது முடிந்தபிறகும், ஏதாவது விருந்து சாப்பிட வேண்டுமென விரும்பினால், இப்போது முதலே உணவைக் குறைத்துக் கொள்ள வேண்டும் அப்போதுதான் உண்ட களைப்பு நீங்கி, உடல்நிலை சீரடைந்து கலகலப்பாகத் தேர்தல் பணிகளில் ஈடுபட்டு, பெரும் வெற்றியைப் பெற முடியும்" என்றார்.

(உள்ளபடியே, இது தேர்தல் யுக்திதான் என்ற போதிலும் முந்தைய தேர்தல் முடிவுகளையொட்டி வழங்கப்பட்ட பலகாரங்களையும், உணவு வகையினைப் பட்டியலிட்டு அறிவுரை வழங்கிய கலைஞரின் சொல்லாட்சியில் நனைந்து, தொண்டர் கூட்டம் ரசித்து சிரித்து மகிழ்ந்ததில் வியப்பேதுமில்லைதானே.!!

இது ஒத்திகைதான்

1957-ல் நடைபெற்ற தேர்தலில் கழகத்தின் சார்பாக 15 பேர் சட்டமன்ற உறுப்பினர்களாகத் தேர்ந்தெடுக்கப்பட்டனர் கலைஞர் அவர்கள் குளித்தலை தொகுதியிலிருந்து தேர்ந்தெடுக்கப்பட்டார்.

அப்போது குளித்தலை தொகுதிக்குட்பட்ட நங்கவரத்தில் விவசாயிகளின் போராட்டம் வெடித்தது "நாடு பாதி, நங்கவரம் பாதி என்று சொல்லிக் கொள்ளும் அளவில் பெறும் செல்வாக்குப் பெற்றிருந்த நங்கவரம் பண்ணையாரை எதிர்த்து நடைபெற்ற போராட்டத்திற்குக் கலைஞர்தான் தலைமை ஏற்றிருந்தார்.

அப்போது, கலைஞர் இல்லத்தில், சட்டமன்ற உறுப்பினர்கள் கூட்டம். சிற்றுண்டி எடுத்தபடியே நாவலரும், மதியழகன் அவர்களும், நங்கவரம் போராட்டம் பற்றி கலைஞரிடம் கேட்டனர். கலைஞரும், நீண்ட நேரம் அந்தப் போராட்டம் பற்றி விளக்கினார்.

கலைஞர் பேசுவதையும், நாவலரும், மதியும் உன்னிப்பாசு கவனிப்பதையும் பார்த்த பேரறிஞர் அண்ணா அவர்கள். நாவலர் முதுகைத்தட்டி, நெடுஞ்செழியனே! உனக்கும் மதிக்கும் நங்கவரம் பிரச்சனை பற்றிச் சொல்வதாக நினைக்காதே அதுதான் இல்லை. இன்று நடைபெறும் சட்டமன்றக் கூட்டத்தில் முதன்முறையாகப் பேசப் போகிறான். அதற்கான ஒத்திகைதான் இது' என்றார்.

(அது ஒத்திகைதான் என அறிந்தபோதிலும், கலைஞரின் நாவன்மையைப் பாராட்டியதோடு, கிடைத்த சந்தர்ப்பத்தை கலைஞர் பயன்படுத்திய விதம் கண்டு சிரித்தார்கள்),

கஞ்சி எப்போது?

ஒருமுறை சட்டப்பேரவையில் கேள்வி நேரத்தின் போது, உறுப்பினர் திரு.எல்.மூக்கையா அவர்கள், "தேனியில் உள்ள காவல்துறை கண்காணிப்பாளர் அலுவலகத்தைப் பெரியகுளத்திற்கு மாற்றப்போவது உண்மையா" என்ற கேள்வியை எழுப்பினார்.

முதல்வர் அவர்கள், அதுபற்றி அரசு பரிசீலித்து வருகிறது" என்றார்.

மீண்டும் திரு.மூக்கையா அவர்கள், பெரியகுளத்தில் குறிப்பிட்ட பகுதியில் காவல்நிலையம் ஏற்படுத்தித் தரமுடியுமா? எனக் கேட்டார்.

உடனே முதல்வர் கலைஞர் அவர்கள், "பாயசமே தரப்படும் என்று சொல்லிவிட்டேன். பிறகு அவர் கஞ்சியைக் கேட்கிறாரே என்றதும், பேரவை உறுப்பினர்கள் அனைவருமே பாயசம் சாப்பிட்டது போல், கலைஞரின் கணநேரத்து நகைச்சுவையை ருசித்து மகிழ்ந்தனர்.

'கள்'ளா இல்லை 'கல்'லா

தலைவர் கலைஞர் அவர்களின் தமக்கையார் பெரியநாயகம் அம்மையார் மறைந்த துயர நிகழ்ச்சியில் பங்கேற்க உடல்நிலை சரியில்லாத நிலையிலும், கலைஞர் அவர்களின் நண்பர் கு.தென்னன் அவர்கள் சென்னை வந்திருந்தார் அன்று காலை கோபாலபுரம் இல்லத்தில் கலைஞரை தென்னன் சந்தித்தபோது, "என்னய்யா உடல்நிலை எப்படியிருக்கிறது?' எனக் கேட்டார் கலைஞர்.

உடனே தென்னன், 'ஒன்றுமில்லை வயிற்றில் கல் இருப்பதாக மருத்துவர்கள் சொல்கிறார்கள்" என்றார். அதைக் கேட்டவுடன்

கலைஞர், சின்ன கல்லா-கள்ளா? சின்ன 'ல்'லா இல்லை பெரிய 'ள்'ளா என வினவியதும் பக்கத்திலிருந்த அனைவருமே சிரித்து விட்டார்கம்.

உடனே சுலைஞர், சின்ன 'ல்' ளை விட பெரிய 'ள்' இருந்தால் ஆபத்தய்யா' என மீண்டும் புன்னகையோடு தெரிவிக்க, தலைவர் இல்லயே யென சிரிப்புச் சத்தத்தில் திளைத்தது.

காரோடு புகாரும்

தலைவர் கலைஞர் அவர்கள் முதல்வராகப் பணியாற்றிய நேரம் திருவள்ளூரில், செங்கல்பட்டு மாவட்டச் செயலாளராகவும் சட்டமன்ற உறுப்பினராகவும் இருந்த திரு.சி.வி.எம். அண்ணாமலை அவர்களின் வசதிக்காக கார் வழங்கும் நிகழ்ச்சியில் கலைஞர் அவர்கள், காரின் சாவியை ஒப்படைத்தார்கள்.

சாவியைப் பெற்றுக்கொண்ட அவர் "எனக்குக் கார் கிடைத்துவிட்டது. ஆனால், காரில் செல்வதற்கான பாதைகள்தான் சரியில்லை. குண்டும் குழியுமாக இருக்கிறது. அதையும் முதல்வர் சரிசெய்ய வேண்டும் என்றார்.

கொஞ்சமும் தாமதிக்காமல், "நாள் கார்தான் கொடுக்க முடியும். நண்பருடைய புகாரை எல்லாம் அதிகாரிகள்தான் சரிசெய்ய முடியும். எனவே காரை வைத்துக்கொண்டு புகாரைத் திருப்பிப் பெற்றுக் கொள்ளுங்கள்" என்றார் கணுஞூக் (கைதட்டி ஆரவாரம். செய்த அண்ணாமலையும் சேர்ந்தே சிரித்து மகிழ்ந்தார் கூட்டத்தோடு

"தங்க"மான சிரிப்பு

ஒருமுறை சென்னை மாநகராட்சி தேர்தலுக்கான ஏற்பாடுகள் மிகத் தீவிரமாக நடைபெற்றுக்கொண்டிருந்த நேரம் அப்போது தலைவர் கலைஞரின் நெருங்கிய நண்பர் கை.பிரம்மையா என்பவர் தனக்கும் மாநகராட்சித் தேர்தலிலே நிற்பதற்கு வாய்ப்பளிக்க வேண்டும் என்ற கோரிக்கையைக் கலைஞரிடம் வைத்தார்.

கலைஞர்: உமக்கு செல்வாக்கு எப்படியுள்ளது. சீட்டு கொடுத்தால் வெற்றி பெறுவீரா?

பிரம்மையா: தொகுதியிலே எல்லாரையும் எனக்குத் தெரியும், எல்லோரிடமும் நான் நல்லவிதமாகச் சிரித்துப் பேசி நல்ல உறவை வைத்திருக்கிறேன். எனவே, நிச்சயம் வெற்றி பெற்று விடுவேன்.

கலைஞர்: அதாவது, பல்லைக் காட்டி வெற்றி பெறுவேன் என்கிறீர். அதுவும் வெறும் பல்லை அல்ல. தங்கப்பல் வேறு கட்டியிருக்கிறீர். தங்கத்தைக் காட்டி வாக்குகளை அள்ளிவிடுவேன் என்ற நம்பிக்கை உமக்கு இருந்தால் யோசிக்கலாம்.

(இந்த உரையாடல்களை உடனிருந்த அனைவரும் பல்லைக் காட்டி சிரித்தபோது, சிரிப்பை அடக்க முடியாமல், பிரம்மையா தங்கப் பல்லை மூடியபடி சிரித்துக் கொண்டே விடைபெற்றுச் சென்றுவிட்டார்).

தாய் வீடும் புகுந்த வீடும்

1996-ம் ஆண்டு திரைப்படக் கலைஞர்களுக்கான விருது வழங்கும் விழா நடைபெற்றது. அங்கே முதல்வர் அவர்கள்:

"ஏராளமான ஆட்சிப் பணிகளுக்கிடையே இந்த கலைத்துறைப் பணியையும் என்னால் எப்படி கவனிக்க முடிகிறது என்று சிலர் நினைக்கலாம். அரசியல் எனக்குத் தாய்வீடு. கலையுலகம் நான் புகுந்த வீடு. புகுந்த வீட்டில் என்னுடைய பணிகளை என்னால் இயன்ற அளவுக்கு நான் ஆற்றியிருந்தாலும், சில மருமகள்களைப் போல, தாய்வீட்டு நினைவுதான் அதிகம் வரும். அந்த நினைவின் காரணமாகத்தான் தாய்வீட்டுப் பாசத்தை மறக்க முடியாத காரணமாகத்தான், உங்கள் தொண்டனாக, உங்கள் ஊழியனாக இந்த நாட்டுக்குச் சேவை புரியும் சேவகனாக உங்கள் முன் நின்று கொண்டிருக்கிறேன்" என்றார்.

(அரங்கில் இருந்தவர்களின் மகிழ்ச்சி ஆரவாரத்தைச் சொல்லவும் வேண்டுமா) என்ன?.

அரசியல் நாகரீகம் இதுதான்!

1975-ம் ஆண்டு, தலைவர் கலைஞர் அவர்கள் முதல்வராக இருந்த சமயம்.

ஒருமுறை நடிகரும் எழுத்தாளருமான சோ தனது நாடகவிழா ஒன்றிற்குத் தலைமையேற்க அழைத்திருந்தார். அன்றைய நாடகத்தில், நமது மந்திரிகளுக்கு விழாக்களுக்குப் போவதை தவிர வேறு வேலையே இல்லை என்ற வசனம் பல இடங்களில் திரும்பத் திரும்பப் பேசப்பட்டது.

தலைமையேற்ற கலைஞர் தனது உரையில், "இன்றைய மந்திரிகளுக்கு விழாக்களுக்கு போவதைத் தவிர இல்லை என்று நண்பர் சோ கிண்டல் செய்திருக்கிறார். இன்று இந்த விழாவிற்கு நான் ஏன் வந்தேன்? எப்படி வந்தேன் தெரியுமா? நண்பர் சோ என்னை சுமார் ஆறு முறை தேடி வந்து கண்டிப்புடன் அழைத்தார். எனக்குள்ள வேலைப்பளுவை எடுத்துச் சொல்லி வரவியலாமைக்கு வருத்தம் தெரிவித்தேன். அவரோ விடுவதாக இல்லை. திரும்பத் திரும்ப என்னைத் தேடி வந்து கோரிக்கை வைத்தார். இதற்கு மேலும் ஒரு மனிதரைத் திருப்பி அனுப்புவது நாகரீகமாக இருக்காது என நினைத்துதான், எனது பயணப்பணியை அதற்கேற்றபடி மாற்றங்களைச் செய்துவிட்டுத்தான் இங்கே வந்திருக்கிறேன். இப்படி இருக்கும்போது, இந்த நாடக வசனத்தைச் கேட்டுவிட்டு என்ன செய்ய முடியும்? என்றார்.

(அன்றைய நாடகத்தின் வசனங்களைக் கேட்டு சிரிப்பில் மூழ்கியிருந்த கூட்டம், கலைஞரின் அதிரடி நகைச்சுவைப் பேச்சைக் கேட்டுச் சிரிப்பை அடக்க முடியாமல் தவித்துப் போயினர். கிண்டலுக்கும் கேலிக்கும் பெயர் போன சோவும் வெகுநேரம் கலைஞரின் பேச்சை ரசித்தபடி இருந்தார்).

பாட வேண்டாம் 'புலி'யைப் பற்றி

1954-ம் ஆண்டு சென்னை மாநகராட்சித் தேர்தல் நடந்த நேரம். கழகத்தவர் யாரும் நேரடியாகப் போட்டியிடவில்லை. என்றாலும், சுயேட்சைகளாகப் கழகத்தினர் சிலர் போட்டியிட்டனர். பின்னர் மேயராகப் பதவி வகித்த வி.முனுசாமி அவர்கள் வடசென்னை ஏழுகிணறு வட்டத்தில் சுயேட்சை வேட்பாளராக நின்றார்.

அவரை ஆதரித்துக் கலைஞர் அவர்களுடன் நடிப்பிசைப் புலவர் கே.ஆர்.இராமசாமி அவர்களும் தேர்தல் பிரச்சாரத்தில் ஈடுபட்டிருந்தனர். அப்போது கூட்டத்தினர் கே.ஆர்.ஆரைப் பாட்டுப்பாடும்படி வேண்டுகோள் விடுத்தார்கள். அவரும் பாடுவதற்காக எழுந்தார்.

அப்போது கலைஞர், ‘‘நீங்கள் எதைப் பாடினாலும் பரவாயில்லை. ஆனால், சொர்க்கவாசல் படத்தில் பாடிய ‘‘கன்னித்தமிழ் சாலையோரம்‘‘ என்ற பாடலை மட்டும் பாடிவிடாதீர்கள் ஆபத்தாகிவிடும்‘‘ என்றார் கலைஞர். ஏன் அந்தப் பாடலைப் பாட வேண்டாம் என சொல்கிறார் எனப் புரியாமல், கே.ஆர்.ஆர். அந்தப் பாடலையும் பாடியே விட்டார். அதே பாடலில் “சீறி வரும் புலியதனை முறத்தினாலே சிங்கார மறத்தி ஒருத்தி துரத்தினாலே என்ற அடிகள் வந்ததும், கூட்டத்தினர் அனைவரும் “கொல்‘‘லென்று சிரித்து விட்டார்கள். கலைஞர் ஏன் அந்தப் பாடலைப் பாட வேண்டாம் என்று சொன்னார் என அப்போதுதான் கே.ஆர்ஆருக்குப் புரிந்தது.

(ஆம். அந்தத் தேர்தலில் முனுசாமி அவர்களின் சின்னம் “புலிச் சின்னம்தான்‘‘ பின் புலியை விரட்டிவிட்டால் முனுசாமி எப்படித் தேறுவார்).

பிச்சையா! மாடிக்கு வா?

கடந்த சட்டமன்றத் தேர்தலின் போது, பல கட்சிகள் கலைஞர் தலைமையிலான ஐக்கிய முற்போக்குக் கூட்டணிக்குள் அங்கம் வகித்து, இடங்களும் தீர்மானிக்கப்பட்டு விட்டன. இங்கே கூட்டணியில் இடம்பெறாத கட்சிகளும் வேறு சில கட்சிகளின் தலைவர்களும், 'ஜெ' வீட்டு வாசலில் தவம் கிடந்து

திரும்பிய கதையை நாடே அறியும். இதனைப் பற்றி கலைஞரிடம் நண்பர்கள் தெரிவித்தபோது, அவர்களிடம் கலைஞர் இதனைத் தெரிவித்தார்.

துருக்கி நாட்டில், ஹோஜா என்ற தெனாலிராமன், தன் வீட்டு மாடியில் அமர்ந்து படித்துக்கொண்டிருந்தார். யாரோ வாசல் கதவைத் தட்டும் சத்தம்கேட்டது. உடனே மிக்க அவசரப்பட்டு, சிரமத்துடன் மாடியிலிருந்து இறங்கி வந்து கதவைத் திறந்தார் ஹோஜா.

"மிகவும் பசியாக இருக்கிறது. ஏதாவது தர்மம் செய்யுங்கள்" எனப் பிச்சைக்காரன் ஒருவன் கேட்டான். அவனை மாடிக்கு அழைத்துச் சென்று நாற்காலியில் அமரச் செய்தார் ஹோஜா அவனும் அமர்ந்தபடியே, மிக்க ஏக்கத்தோடு அவரைப் பார்த்தான்.

பின்னர் ஹோஜா அமைதியாக 'பிச்சை போட முடியாது' என்றார். அவனும் 'இந்தப் பதிலைச் சொல்லவா என்னைமாடிக்கு ஏறி வரச் செய்தீர்கள்?' எனக் கேட்டான்,

'நீ மட்டும் பிச்சை கேட்க பூட்டிய சுதவைத் தட்டி என்னை மாடியிலிருந்து இறங்கி வர அழைக்கவில்லையா' எனப் பாய்ந்தாராம். *இந்த நிகழ்ச்சியை எதிர்முகாம் அரசியலோடு இணைத்துப் பார்த்தால் புரிந்து கொள்ளலாம்" என்றாராம் கலைஞர் புன்னகையோடு.

(அன்றாட அரசியல் நிகழ்வோடு ஒரு பழமையான சம்பவத்தைச் சுவைபடத் தெரிவிப்பதில் கலைஞருக்கு நிகர் கலைஞர்தான் என நினைத்தபடி நண்பர்கள் குழாம் சிரிப்பில் மூழ்கியதாம்).

ஒரு பல்லவன் வந்தாச்சு. மற்றொரு பல்லவன் எங்கே?

'**கா**ஞ்சித் தலைவன்' படப்பிடிப்பின்போது நடந்த ஒரு சுவையான உரையாடல்.

அந்தப் படத்தின் கதை, வசனம் சுலைஞர். இயக்குநர் ஏ.காசிலிங்கம், உதவி இயக்குநர் மகேந்திரன், சுதாநாயகனாக எம்.ஜி.ஆர்.

ஒரு முக்கியமான நாளில், கலைஞர் உட்பட அனைவரும் படப்பிடிப்பு அரங்கில் கூடியிருந்தனர். எம்.ஜி.ஆரின் வருகைக்காக, அப்போது மகேந்திரன் அவர்கள் அரங்கினுள்

நுழைந்தவுடன், கலைஞர் அவர்கள், "இதோ ஒரு பல்லவன் வந்துவிட்டார். இன்னொரு பல்லவன் எப்போது வருவார். அதாவது நரசிம்ம பல்லவனுக்கு முன்பாக மகேந்திர பல்லவன் வந்துவிட்டார். என்றதும் சுலைஞரின் இயல்பான; ஆனால் சூழலையொட்டியுள்ள நகைச்சுவையுணர்வைக் கேட்டுப் பெரிதுமே ஆர்ப்பரித்து ரசித்து மகிழ்ந்தார்களாம்.

எம்.ஜி.ஆரின் பாத்திரம் நரசிம்ம பல்லவன் என்பதே இதில் அடங்கிய சிறப்புத் தகவலாகும்.

பிரண்டா? எனிமியா?

'**கா**ஞ்சித் தலைவன்' படப்பிடிப்பின் கதை வசனம் பொறுப்பை ஏற்றிருந்த கலைஞர் அவர்கள், இயக்குநர் காசிலிங்கத்துடன் உரையாடிக் கொண்டிருந்தார். படக் குழுவினர் அனைவரும் வந்துவிட்டனர். ஆனால் முக்கியமான உதவியாளர் ஒருவர் வரவில்லை. அவரை எதிர்பார்த்தபடி கலைஞர் உட்பட அனைவரும் காத்திருந்தனர்.

பரபரப்போடு அங்கே நுழைந்த அவர் 'ஃபிரண்ட் படத்துக்கு போகவேண்டியதாயிற்று' என்றார். (அந்தக் காலத்தில் ஃபிரண்ட் ராமசாமி எனும் நகைச்சுவை நடிகர் ஒருவர் இருந்தார் அவர் தலியாக ஒரு படத்தயாரிப்பிற்காக பூஜை போட்ட நேரம்) உடனே கலைஞர் "அப்படென்னா இது என்ன எனிமி படமா?" எனக் கேட்க, சலிப்பை மறந்து காத்திருந்த அனைவருமே வெடிச்சிரிப்பை உதிர்த்து ஆரவாரம் செய்தனராம்.

கவிஞர் தெய்வச்சிலை | 265

பேயரான வானம்!

சென்னை மாநகர மேயராக தளபதி ஸ்டாலின் பொறுப்பேற்ற சமயம் அது. ராஜீவ்காந்தி கொலை வழக்கை விசாரித்த கார்த்திகேயன் இல்லத் திருமணத்திற்கு நாங்கள் சென்று, கொண்டிருந்தோம். அப்போது சரியான மழை கொட்டிக் கொண்டிருந்தது.

ஆற்காடு வீராசாமி அவர்கள், கலைஞரிடம் ‘‘தம்பி ஸ்டாலின் மேயரான நாளிலிருந்து வானம் பெய்து கொண்டே இருக்கிறது” என்றார். உடனே கலைஞர் “புது மேயர் வந்ததும் வானம் பேயராகி விட்டது“ என்றார்.

கல்யாண வீடு கலகலத்துப் போனது.

(செய்தித்துறை அமைச்சர் திருபரிதி இளம்வழுதி சொன்னது)

கருத்தடை செய்திருந்தால் பீர் முகமது ஏது?

1968-ம் ஆண்டு தமிழக சட்டப் பேரவையில் நிதிநிலை அறிக்கையின் மீதான விவாதங்கள் சூடாக நடைபெற்ற சமயம், சட்டப்பேரவை உறுப்பினர் திருபீர்முகமது அவர்கள்:

“விவசாயக் கூலிகளுக்குக் கருத்தடை ஆபரேஷன்கள் அதிக அளவில் செய்யப்படுகிறது. இதனால் தமிழகத்தில் விவசாயிகளின் எண்ணிக்கை குறைந்து விடும் ஆபத்து இருக்கிறது. அரசு இதை உடனடியாகத் தடைசெய்ய நடவடிக்கை எடுக்க வேண்டும்“ என்றார்.

இதற்கு அன்றைய சுகாதாரத்துறை அமைச்சர் சாதிக்பாட்சா பதில் சொல்ல எழுவதற்குள், முதல்வர் கலைஞர் எழுந்து, “கருத்தடை செய்து கொள்ளவேண்டும் என்று அரசு யாரையும் கட்டாயப்படுத்தவில்லை. பீர் முகமது கூட, அவரது தந்தைக்கு 3-வது பிள்ளை, ஒருவேளை இந்தக் குடும்பக் கட்டுப்பாட்டுத் திட்டத்தை மனதளவில் அவரது தந்தை நிறைவேற்றி இருப்பாரானால் இந்த சபைக்கு பீர்முகமது கிடைத்திருப்பாரா?

எனச் சொல்லி முடிப்பதற்குள், பேரவை ஆரவாரத்தில் மூழ்கி ஓய்ந்த பின்னரும், அன்றைய சபை நடவடிக்கைகளைப் பார்ப்பதற்கு வந்து மாடத்தில் அமர்ந்திருந்த சட்டமன்ற உறுப்பினர் பீர்முகமதுவின் துணைவியார், தனது சிரிப்பை அடக்க முடியாமல் தவித்துக் கொண்டிருந்தாராம்.

காதலுக்குப் பச்சைக்கொடி

1969-ம் ஆண்டு மார்ச் திங்களில் சட்டப்பேரவை விவாதத்தின்போது திருத்தணி தொகுதி உறுப்பினர் திருகே.விநாயகம் அவர்கள், ‘‘மெரினா கடற்கரையில் ஒரு பகுதியில் “லவ்வர்ஸ் பார்க்“ (காதலர் பூங்கா) இருக்கிறது. அங்கு மற்றவர்கள் நுழையாமல் காதலர்கள் சுதந்திரமாக இருக்கும் நிலையை அரசு ஏற்படுத்தித் தருமா?

தருமா எனக் கேட்பதை விட ‘‘தரவேண்டும்‘‘ என வேண்டுகிறேன்.

சற்றும் தாமதியாமல், முதல்வர் கலைஞர் எழுந்து, இந்தவிஷயத்தில் விநாயகத்துக்கு எந்த இடைஞ்சலும் இல்லாமல் இந்த அரசு பார்த்துக்கொள்ளும்“ என்றார். சபையில் எழுந்த பேரலை, மெரினாவில் அமர்ந்திருந்த மற்ற காதலர்களைச் சீண்டிப் பார்த்துவிட்டுப் போயிற்றாம்.

உறுப்பினரின் ஒருதலைக்காதல்

1970-ம் ஆண்டு பிப்ரவரித் திங்களில் தமிழக சட்டப் பேரவையில், நிதிநிலை அறிக்கையின் மீதான துணை மான்ய கோரிக்கை விவாதத்தின்போது உறுப்பினர் திரு.ஜேம்ஸ் அவர்கள், ‘‘மத்திய-மாநில அரசுகளுக்கு இடையே அதிகாரங்களைப் பகிர்ந்து கொள்வதுபற்றி ஆராய அமைக்கப்பட்டு இருக்கும் ராஜமன்னார் குழு 'ஒன்சைடட் லவ்' 'ஒருதலைக்காதல்' போலத்தான் இருக்கிறது” என்று சொல்ல,

‘‘ஒன்சைட் லவ்'வின் கஷ்ட நஷ்டங்களை மாண்புமிகு உறுப்பினர் ஜேம்ஸ் அனுபவித்ததுபோல் நான் கண்டதில்லை” என்றார்.

பேரவைக் கட்டிடமே அதிர்ந்து விழுவதுபோல் சிரிப்பொலி எழுந்ததாம்.

(உடனே அருகிலிருந்த நாவலரிடம் கலைஞர், "சபையில் எழுந்த சிரிப்பலையைக் கேட்கும்போது, பெரும்பாலான உறுப்பினர்கள் இந்த 'ஒன் சைட் லவ்'வில் ரொம்பவே பாதிக்கப்பட்டிருப்பார்கள் போலிருக்கிறதே" என மெல்லிய குரலில் கிசுகிசுத்ததாகவும் சொல்லப்பட்ட.... ஆனால் வெளிவராத செய்தியாகும்).

முதலைக்கு முதலை

1971-ம் ஆண்டு டிசம்பர் திங்கள், எட்டாம் நாளில் சட்டப்பேரவை நடவடிக்கையின்போது, முஸ்லிம் லீக் உறுப்பினர் திருஅப்துல் லத்தீப் அவர்கள்,

கூவம் ஆற்றில் முதலைகள் இருப்பதாகச் செய்திகள் வருகின்றன. அதனால், அங்கே அசுத்தம் வெகுவாக குறைந்து வருகின்றது. எனவே முற்றிலுமாக அசுத்தத்தைப் போக்கு, கூவம் ஆற்றில் அரசு, முதலைகளை விடுவது பற்றி ஆலோசிக்குமா? என்றார். அதற்குப் பதில் அளிக்க கலைஞர் எழுந்து, ஏற்கனவே அரசாங்கம் ஒரு கோடி ரூபாய்க்கு மேல் "முதலை" கூவம் ஆற்றில் போட்டு இருக்கிறது. என முடிப்பதற்குள் கலைஞரின் 'கணநேரத்து நகைச்சுவைப் பதிலைக் கேட்டு, உறுப்பினர் பெருமக்கள் தங்கள் தொகுதி கவலை அனைத்தையும் மறந்து வெகுநேரம் ஆரவாரச் சிரிப்பில் திளைத்து மகிழ்ந்திருந்தனராம்.

ஆண்டவர்களைத் தேசியமயமாக்கல்

1971-ம் ஆண்டு டிசம்பரில் நடைபெற்ற சட்டப்பேரவை மாரிக் காலக்கூட்டத்தின்போது உறுப்பினர் கோவை செழியன்: ஆண்டவன் எல்லோருக்கும் சொந்தம். ஆகவே கோயில்களை எல்லாம் தேசியமயமாக்கி விட்டால் பிரச்சனை இருக்காது அல்லவா?

ஆலயம், ஆண்டவன், அர்ச்சகர், ஆராதனை என்றாலே கலைஞருக்கு அல்வா சாப்பிடுவது என்ற விபரம் அனைவரும் அறிந்த ஒன்றாகும். எனவே, இப்படியொரு கேள்வி சபையில் வெளிப்பட்டால் சும்மாவா இருப்பார் கலைஞர்? கொஞ்சமும்

தாமதியாமல்

"ஆண்டவர்களைத் தேசிய உடைமையாக்கும் உத்தேசம் அரசுக்கு இப்போதைக்கு இல்லை. ஆனால், ஆண்டவன்தான் அனைவரையும் தேசியமாக்கி ரட்சிக்க வேண்டும்" என்றார். சபையில் அமர்ந்திருந்த அப்துல் லத்தீப் மற்றும் ஜேம்ஸ் ஆகியவர் மட்டுமல்ல; வெங்கடேச தீட்சதரும் தங்கள் சிரிப்பை அடக்க முடியாமல் ரொம்பவே தவித்துப் போய்விட்டார்களாம்.

காங்கிரசை ஆட்சிக்கு வர முடியாமற் செய்த கலைஞரின் தந்திரம்!

பேரறிஞர் அண்ணாவின் மறைவுக்குப் பின், கலைஞர் அவர்கள் இரண்டாம் முறையாக, தமிழகத்தின் முதல்வராகி கோலோச்சிய காலம். 1971-க்குப் பிறகு அன்றைய கால தட்டங்களில், சட்டப் பேரவையில் சூடான விவாதங்களுக்கும் சுவையான செய்திகளுக்கும் பஞ்சமே இருக்காது.

1973 மார்ச் 23 அன்று.

முதல்வர் கலைஞர்: நாங்கள் விலைவாசிப் போராட்டத்தில் ஈடுபட்டோம். அதுவும் ஒருநாள் அடையாள மறியல்தான் செய்தோம். அதற்கே. எங்களைப் பிடித்து காங்கிரஸ்காரர்கள் மூன்று மாதம் ஜெயிலில் போட்டு விட்டார்கள்.

அனந்தநாயகி: அப்படிப் போட்டதால்தான் நீங்கள் இன்றைக்கு இங்கே வந்து உட்கார்ந்திருக்கிறீர்கள்.

கலைஞர்: அதனால்தான் நாங்கள் இப்போது அப்படிச் செய்யவில்லை. சிறையை எட்டிப் பார்த்த உடனே அனைவரையுமே நாங்கள் விடுதலை செய்துவிடுகிறோம்.

ஆளுங்கட்சி உறுப்பினர்கள் மட்டுமல்ல. எதிர்வரிசையில்

அமர்ந்திருந்த காங்கிரஸ் கட்சி உறுப்பினர்களின் சிரிப்பலையால் சட்டப்பேரவை மண்டபமே குலுங்கியதால், தலைமைச் செயலக பணியாளர்கள் விபரம் அறிய வெளிவரத் தொடங்கினார்களாம்.

மீனாட்சியும் காமாட்சியும்

1973 மார்ச் 14-ம் நாள் தமிழகத்திற்கான நிதிநிலை அறிக்கை தாக்கல் செய்யப்பட்டு அதற்கான விவாதத்தின் போது,

உறுப்பினர் திருமதி காமாட்சி: மதுரை மீனாட்சிக்கு வைரக் கிரீடம், வைர அட்டிகை, இன்னும் இருக்கிற பல நகைகளின் மொத்த மதிப்பு எவ்வளவு என மாண்புமிகு அமைச்சர் அவர்கள் தெரிவிப்பாரா?

கலைஞர்: அறநிலையத்துறை அமைச்சர் மீனாட்சிக்கு இருக்கிற சொத்தின் மதிப்பைச் சொன்னால், காமாட்சிக்குப் பொறாமை ஏற்படாதா?

பேரவை, ஆரவாரத்தில் மூழ்கியதைச் சொல்லவும் வேண்டுமோ. பெரும்பாலான உறுப்பினர்கள் காமாட்சி என முதல்வர் குறிப்பிட்டது பேரவை உறுப்பினர் காமாட்சியை மட்டுமல்ல, காஞ்சியில் வீற்றிருக்கும் அந்தக் காமாட்சியையும் சேர்த்துதான் என்பதைப் புரிந்துதான் சிரிப்பில் மூழ்கியிருந்தார்களாம்.

பெட்டி உடைந்ததால் வெற்றி போச்சு!

1957-ம் ஆண்டு பொதுத்தேர்தல் முடிந்து வாக்குகள் எண்ணிக்கை நடைபெற்றுக்கொண்டிருந்த நேரம். கழக வேட்பாளராக திருக்கோட்டியூர் தொகுதியில் போட்டியிட்ட நபர், சென்னையில் கழகத்தின் சார்பில் நடைபெற்ற தேர்தல் பொதுக்கூட்டத்தில், "வெற்றி பெற்று சட்டமன்றத்தில் நுழையப் போகும் முதல் எம்.எல்.ஏ. நான்தான்" என முழங்கினார். தேர்தல் முடிவு அறிவிக்கப்பட்டது. அவர் தேறவில்லை..

மறுநாள் அவரைச் சந்தித்தபோது கலைஞர் அவர்கள், "என்னய்யா நீர்தான் முதல் எம்.எல்.ஏ. என்றீர், தோற்றுவிட்டீரே எனக் கேட்டார். அதற்கு அவர், "பெட்டியை உடைத்து விட்டார்கள். இல்லாவிட்டால் நான்தான் வெற்றி பெற்றிருப்பேன்" எனச் சொன்னார்.

அதைக் கேட்ட கலைஞர், "பெட்டியை உடைத்தால்தானே ஒட்டுக்களை எண்ண முடியும்" எனச் சொல்லி முடிப்பதற்குள் தேர்தல் நிலவரம் அறியக் காத்திருந்த முக்கிய கழகத் தோழர்களின் சிரிப்பலையில், திருக்கோட்டியூர் வேட்பாளர் கண்ணதாசன் அவர்களும், தோற்ற சுகத்தை மறந்து சிரித்து மகிழ்ந்தாராம்.

எங்களைத் தீண்டாது

1967-ல் கழகம் முதன்முறையாக ஆட்சி அமைத்தது. பேரறிஞர் அண்ணா முதல்வர், டாக்டர் கலைஞர் பொதுப்பணித்துறை அமைச்சர்.

சட்டப் பேரவையில் போக்குவரத்துத்துறை மான்யக் கோரிக்கையின் மீதான விவாதத்தில்,

காங்கிரஸ் உறுப்பினர் சிதம்பரநாதன்: கலைஞர் அவர்களை நல்லவர். திறமைமிக்கவர். அழகாகப் பேசுவார். பேருந்துகளைத் தேசியமாக்குவது பற்றி அவர் சொல்லியிருக்கார். நல்ல கொள்கைதான். அந்தக் கொள்கை தேன்கூட்டில் கரடி கைநீட்டிய சுதைபோல் ஆகிவிடக் கூடாது என்று பேருந்துகளைத் தேசியமாக்குவதைக் கிண்டல் செய்து பேசினார்.

உடனே கலைஞர் எழுந்து, தேனை எப்படி எடுப்பது என்பது எங்களுக்கு நன்றாகவே தெரியும். எனவே, தேனை எடுப்போம் கட்டாயமாக தேனீக்களும் "கொட்டாது நிச்சயமாக" என பதிலடி கொடுத்தார்.

(நீண்ட இடைவெளிக்குப் பிறகு சட்டப்பேரவை கலகலப்பில் மிதந்ததை அறிந்து தலைமைச் செயலக ஊழியர்கள் தங்கள் இருக்கைகளை விட்டு வெளியேறி, விபரம் அறிந்து அவர்களும் சிரிப்பலையில் சங்கமித்தார்களாம்).

சுயமரியாதைக்கு ஆயுள் அதிகம்

இசைச் சித்தர் சிதம்பரம் ஜெயராமன் அவர்களுக்கு மயிலையில் திரைப்பட இசைக்கலைஞர்கள் சார்பில் நடைபெற்ற பாராட்டு விழாவில், தலைவர் கலைஞர் கலந்து கொண்டு பேசும்போது:

1944-ம் ஆண்டில் இசை சித்தரின் சகோதரி பத்மாவதியை என் வாழ்க்கைத் துணைவியாக ஏற்றேன். ஒரே நாளில்தான் எங்கள் இருவருக்கும் திருமணம் நடந்தது. அவரது திருமணம் புரோகிதர் புடைசூழ நடந்தது எனது திருமணம் நாவலர் தலைமையில் நடைபெற்றது.

திருமணம் முடிந்த மூன்றே மாதங்களில் இசை சிந்தர் தனது மனைவியை இழந்தார். ஆனால் நான் என் மனைவியோடு மூன்று ஆண்டுகள் வாழ்க்கை நடத்தினேன்.

இதை ஒருமுறை அவரிடம் வேடிக்கையாகச் சொன்னேன். "பார்த்தீர்களா? வைதீகத் திருமணத்தை விட, சீர்திருத்த திருமணத்திற்கு வயது அதிகம்" என்று

இந்த துயர சம்பவத்தையும் தனக்கே உரித்தான நகைச்சுவை உணர்வோடு சொல்லிய கலைஞரின் இயல்பை திரண்டிருந்த ஆன்மீக அன்பர்களும். வைதீகக் கூட்டமும் ரசித்துச் சிரித்தது).

அனாதை இல்லத்திற்கு அள்ளி வழங்கிய வள்ளல்

கல்விக் கொடை தந்த வள்ளல் டாக்டர் அழகப்ப செட்டியார் நினைவு அஞ்சல்தலை வெளியீட்டு விழா, சென்னை அறிவாலயம் 'கலைஞர் அரங்கில் அன்று நடைபெற்றது.

அழகப்பரின் அருமை பெருமைகளை, அரிய கல்விப் பணியினை அழகுறப் பட்டியலிட்டுக் கலைஞர் உரையாற்றியபோது "வள்ளல்" என்பது பட்டம் மட்டுமல்ல. உன் வள்ளல் தெரியாதா? என்கிறபோது உன் யோக்கியதை தெரியாதா என்ற அர்த்தமும் உண்டு. வள்ளல்தன்மை வாய்ந்தவர் என்று சொல்லப்பட்ட, புகழப்பட்ட ஒருவரிடத்திலே ஒருவன் சென்றான். அவரும், என்ன விசேஷம், எதற்கு வந்தாய் எனக் கேட்டார். வந்தவரும், "அனாதைகளுக்கு ஒரு ஆசிரமம் அமைக்கப் போகிறேன். நீங்களோ வள்ளல் என எல்லோரும் பேசுவதால், உங்களிடம் உதவி கேட்டு வந்துள்ளேன்" என்றார்.

அதற்கு அவர், "நிச்சயம் உதவி புரிகிறேன்" எனக் கணக்கப்பிள்ளையை வரச் சொல்லி, "இவருக்கு ஐந்து அனாதைப்

பிள்ளைகளை அனுப்பி வையுங்கள்" என்றார் இன்றைக்கு அப்படிப்பட்ட வள்ளல்கள்தான் நம்மிடையே நிறைய பேர் இருக்கிறார்கள்" என்றார்.

(சிரிப்புச் சத்தமும் கரவொலியும் அறிவாலய வளாகம் முழுவதும் பரவி நின்றன).

சட்டப் பேரவையில் நடந்தவை

அமரமூர்த்தி: கோவில் திருவிழாக்களை முன்னிட்டு ஜல்லிக் கட்டு போன்ற நிகழ்ச்சிகளை நடத்திக்கொள்ள முதல்வர் கலைஞர் அனுமதிப்பாரா?

கலைஞர்: பேரறிஞர் அண்ணா அவர்கள் திருமண விழாக்களில் ஒரு செய்தியோடு அறிவுரைகளையும் கூறுவார். அந்தக் காலத்தில், இலக்கிய காலத்தில், அகநானூறு, புறநானூறு போற்றப்பட்ட காலங்களில், ஒரு மணமகள் தனக்கான மணமகன் எப்படி இருக்க வேண்டுமென்று நிர்ணயிப்பார் என்றால் முரட்டுக் காளையை அடக்கி, அதன் கொம்பை ஒடித்து, அதைப்போல புலியை அடக்கி, அதன் பல்லைப் பிடுங்கி, தாலி கொண்டு வந்தால், அவரைத்தான் கட்டிக்கொள்வேன் என மணமகள் தெரிவிப்பாள். அப்படிப்பட்ட வீரமிக்க காலம் அது. ஆனால், இந்தக் காலத்தில் புலியை அடக்கினேன், மாட்டை மடக்கினேன் என்று யாராவது சொன்னால், அம்மாடியோவ் புலியும் மாடுமே இந்த ஆளிடம் இந்தப் பாடுபட்டால் நாம் என்ன பாடுபடுவோமோ? என் 'பல்' என்னாவது, கொம்பு இல்லாது போனாலும் தலையில் உள்ள முடி என்னாவது? போதுமடா சாமி எனப் புலம்பி விடுவாள் எனச் சொல்லி முடிப்பதற்குள், முதலில் மகளிர் பக்கமிருந்தே வெடிச்சிரிப்பும் மேஜை தட்டும் ஒலியும் வெளிக் கிளம்பியதாம்.

உடனே கலைஞர் மீண்டும் எழுந்து, "அப்படியொரு காளை அடக்கும் போட்டியும், புலிப்பல் கொண்டு வரவேண்டிய

கட்டாயமும் இன்றைக்கு இருந்தால், இங்கு அமர்ந்திருக்கும் எவருக்குமே அம்மையாரையும் சேர்த்தே திருமணமே நடந்திருக்க முடியாதுதானே" என முடிப்பதற்குள் பேரவை கட்டிடமே உறுப்பினர்களின் ஆரவாரச் சிரிப்பில் அதிர்ந்து போயிற்று

காவடிக்கு முற்றுப்புள்ளி

1976 *ஏப்ரல் சட்டமன்றத்தில் கழக அரசின் சார்பாக மாநில சுயாட்சித் தீர்மானம் நிறைவேற்றப்பட்டு, அதன்மீது நடைபெற்ற விவாதத்தின் போது..*

ஒரு உறுப்பினர்: இந்தத் தீர்மானத்தில் Inter State Council அமைக்க வேண்டுமெனக் கூறியுள்ளீர்கள். ஏற்கனவே அது அரசியல் சட்டத்தில் இருக்கிறதே.

கலைஞர்: அரசியல் சட்டத்தில் இருக்கிறதே தவிர இதுவரை அப்படியொரு சுவுன்சில் அமைக்கப்படவில்லை என்ற விபரம் மாண்புமிகு உறுப்பினருக்குத் தெரியுமா?

மீண்டும் அந்த சட்டமன்ற உறுப்பினர்: அதுதான் டெல்லிக்கு அடிக்கடி காவடி தூக்குகிறீர்களே. கேட்க வேண்டியதுதானே?

கலைஞர்: வந்தீர்களா வழிக்கு, காவடி தூக்கும் நிலைமை தமிழ்நாட்டில் மட்டும் இல்லை. எல்லா மாநிலங்களிலேயும் உள்ளது. அந்த நிலைமை மாற வேண்டாமா? அதற்குத்தான் கேட்கிறோம் மாநில சுயாட்சி.

(கலைஞரின் பதிலால் சட்டப்பேரவையில் எழுந்த ஆரவாரம் அடங்க வெகுநேரமாயிற்று. சிரிப்பலையில் அந்த உறுப்பினரும் சேர்ந்து கொண்டாராம்).

நான் தமிழனே தான்

1981 *ஏப்ரல்-16. சென்னை ரிசர்வ் வங்கி தமிழ் மன்றத்தின் சார்பில் நடைபெற்ற தமிழ்ப் புத்தாண்டு விழாவில் கலைஞரின் உரையில்..*

"இந்தியா கலந்து கொள்ளும் எந்த கிரிக்கெட் போட்டி என்றாலும், நான் ஆவலுடன் தொலைக்காட்சி பெட்டி முன்பாக அமர்ந்து ரசித்துப் பார்ப்பேன், நான் களத்தில் இறங்கி கிரிக்கெட் விளையாடுபவனல்ல. நமது நாடு வெற்றி பெற்றே தீரவேண்டும். என விரும்புவன். அதுவே என் ஆர்வத்திற்குக் காரணம்.

"தமிழ்-தமிழ்" என முழங்கும் நீங்கள் இப்படிப் பேசலாமா

எனக் கேட்கலாம். நீங்கள் இங்கே ஒன்றைப் புரிந்து கொள்ளவேண்டும் வெளிநாட்டுக்காரன் என்னைச் சந்தித்து நீ யார் எனக் கேட்டால், உலகத்தால் மனிதன், நாட்டால் இந்தியன், இனத்தால் திராவிடன், மொழியால் தமிழன் என்பேன் சரியாகச் சொல் என அவன் மீண்டும் "நீ யார்" எனக் கேட்டால் "நான் தமிழன்தான் என்பேன்" என்றார்.

(காகித நோட்டுகளோடும், காசுகளோடும் கைகலப்பு செய்யும் ரிசர்வ் வங்கி அலுவலர்களுக்கும் கவித்துவம் உண்டு என்பதை நிரூபிக்கும். வகையில் கரவொலியும் சிரிப்பொலியும் அடங்க வெகு நேரமாயிற்றாம்).

காதலுக்கு பச்சைக்கொடி காட்டிய கலைஞர்

கலைஞர் முதல்வர் பொறுப்பில் இருந்த சமயம், கலைஞர் அவர்கள் தெரிவித்த செய்தி! மிக நெருங்கிய நண்பர் ஒருவர். என்னிடம் வந்து தனக்கு ஒரு உதவி செய்ய வேண்டும் எனக் கேட்டார். என்ன வேண்டுமென நான் கேட்டபோது, அவர் தனது பையன் ஒரு ஆதிதிராவிடப் பெண்ணை காதலிக்கிறான். திருமணமும் செய்யப்போகிறான். அதை எப்படியாவது தடுக்க வேண்டும் எனக் கேட்டார். நான் திடுக்கிட்டேன். முதலில் மறுத்தேன். பின் அவரை அழைத்துக்கொண்டு எனது வீட்டிற்கு வந்தேன். பின் அடுப்பறைக்கு அவரை அழைத்துச் சென்றேன். அங்கே எனது மருமகள் காந்தி அழகிரியைச் சுட்டிக் காட்டினேன். அவர் ஆதிதிராவிட இனத்தைச் சேர்ந்தவர் நான் மனப்பூர்வமாக ஏற்றுத்தான் என் மகனுக்கு மணமுடித்தேன். நான் உங்கள் பேச்சைக் கேட்டால், அந்தப் பெண் என்னைக் கேட்க மாட்டாளா? 'ஏய்யா உங்கள் வீட்டில் ஆதி திராவிடப் பெண் மருமகளாக இருக்கும்போது, உங்கள் நண்பர் வீட்டு

அடுக்களையில், நான் இருக்கக்கூடாதா' என்று.

பின்னர், எனக்குத்தான் வெற்றி... இல்லை இல்லை. அந்தப் பெண்ணுக்குத்தான். இல்லை இல்லை. அந்த காதல் ஜோடிகளுக்குத்தான் வெற்றி. .

இந்த நிகழ்ச்சியை ஒரு அரங்கத்தில் நடைபெற்ற விழா ஒன்றில் கலைஞர் தெரிவித்து மேலும் பேசுகையில், "முதலமைச்சர் பொறுப்புகளில் ஆற்ற வேண்டிய அதிமுக்கிய சுடமைகளில், பணிகளில், நாட்டில் நடக்கும் காதலையும் கண்காணிக்க வேண்டும். பின் தடுக்க வேண்டும். இப்போது காதலைத் தடுப்பதும் எனது பணியாகி விட்டது போலும்" என முடித்தார். (கூட்டத்தில் எழுந்த சிரிப்பொலியும் ஆரவாரமும் அடங்க வெகுநேரம் ஆயிற்று என குறிப்பிடத்தான் வேண்டுமா).

பின்னால் வருபவர் பார்த்துக் கொள்வார்

காவிரி குடிநீர் திட்டத்திற்கான அடிக்கல் நாட்டுவிழா கலைஞர் தலைமையில் பரமக்குடியில் நடைபெற்றது. அவ்விழாவில் உதிர்ந்த முத்து இதோ..

ஒரு சமயம் கலைவாணர் என்.எஸ்.கிருஷ்ணன் காரில் பயணம்செய்து கொண்டிருக்கும்போது, வழியில் ஒரு சிறுவன் கல்லெடுத்து காரில் எறிந்தான். காரை நிறுத்தி, அந்தப் பையனை அழைத்து அவனைக் கண்டிக்காமல், திட்டாமல், ரூ.50/-ஐ அவனிடம் கொடுத்தார் கலைவாணர். அவரது நண்பர், இதென்ன முட்டாள்தனமாக இருக்கு என அவரைக் கடித்து கொண்டார். அவன் கல்லெடுத்து எறிந்ததற்கு நாம் 50 கொடுத்தோம் அல்லவா, அவன் 100-க்கு ஆசைப்பட்டு அடுத்து வரும் காரைக் குறிவைப்பான். அப்போது இவனை அவர்கள் பார்த்துக் கொள்வார்கள்" என்றாராம். அதுபோல கல்லெடுத்து அடிப்பவர்களைத் திருப்பி அடிக்காவிட்டாலும் கண்டு கொள்ளாமல் ஐம்பதைக் கொடுத்துவிட்டுப் போங்கள். நமது திட்டங்களே அந்த வன்மையாளர்களுக்குத் தக்க பதிலடி கொடுக்கும்" என்றார்.

(முகவை மாவட்ட மக்களின் தெடுதொள் கனவான குடிநீர்த் திட்டத்தைப் போற்றி வரவேற்று மகிழ்ந்த நாளில், கலைஞர் அவர்களின் நகைச்சுவை கலந்த அறிவுரையை, கட்டணையை இனிதே ஏற்று, சுவைத்து மகிழ்ந்தனர்).

எல்லாமே அளவோடுதான்...!

கழகம் தேர்தலில் வென்று ஆட்சிபீடம் ஏறியது. அமைச்சரவைக்கான ஏற்பாடுகள் முடிந்த நேரம். அப்போது சென்னை, மயிலையில் கழகத் தோழரின் திருமணம் கலைஞர் தலைமையில் நடைபெற்றது மணமக்களை வாழ்த்திப் பேசிய அன்பில் தர்மலிங்கம் அவர்கள், "மணமக்கள் அளவோடு பெற்றுக்கொள்ள வேண்டும் அப்போதுதான் வாழ்க்கை நன்றாக இருக்கும் எதிலுமே அளவைக் கடைபிடிப்பது மிகவும் அவசியம்" என அறிவுரைகள் வழங்கி அமர்ந்துவிட்டார்.

இறுதியுரையாற்றிய கலைஞர், "அன்பில் அவர்கள் எதிலும் அளவோடு இருக்க வேண்டும்" என அளவின் அவசியத்தை உறுதிபடச் சொன்னார். அதைத்தான் நானும் கடைப்பிடிக் கிறேன். அதை மனதில் வைத்துத்தான் எனது அமைச்சரவையை யும் அளவோடு வைத்திருக்கிறேன்" என்றார்.

(அமைச்சரவையில் இடம் கிடைக்காதா என்ற பெரும் ஆவலில் காத்திருந்த புதிய சட்டமன்ற உறுப்பினர்களுக்கு இது ஒருவகையில் ஏமாற்றம் அளித்தாலும், கலைஞரின் 'நாசுக்கான' உரையைக் கண்டு சிரிக்காமல் என்ன செய்வார்கள். திருமணக் கூடமே சிரிப்பில் மூழ்கியது மணமக்கள் உட்பட).

சட்டப்பேரவைக் கூட்டத்தில்

பேரவை உறுப்பினர் ஒருவர்: கலைஞர் முன்கோபக்காரர் எனக் கேள்விப்பட்டிருக்கிறேன். எனவே... (என அவர் முடிப்பதற்குள்)

கலைஞர் எழுந்து, உறுப்பினர் அவர்கள் நான் முன்பு ஒரு காலத்தில் கோபக்காரனாக இருந்தேன் என்ற பொருளில்தான் என்னை முன்கோபக்காரர் என்று குறிப்பிட்டார் எனக் கருதி, முன்னும் பின்பும் அவர் மீது கோபப்படமாட்டேன்" என்றார்.

(கலைஞரின் சுவையான பதிலைக் கேட்டு, பேரவை உறுப்பினர்கள் தங்கள் கோபத்தை விட்டொழித்து சிரிப்பில் மூழ்கினராம்).

மீதியை அடுத்த விபத்திற்கு

ஒருமுறை கலைஞர் அவர்கள் காரில் பயணிக்கும்போது விபத்தைச் சந்திக்க நேரிட்டது. அப்போது கலைஞரின் சட்டைப் பையில் 120 ரூபாய் இருந்தது. சிகிச்சை முடிந்து ஒருவாரம் கழித்து, நண்பர்களுடன் உரையாடிக் கொண்டிருக்கும்போது கலைஞர்,

"என் பையில் 120 ரூபாய் இருந்ததே? யார் எடுத்தது" எனக் கேட்டார். கலைஞருடன் பயணம் செய்த கவிஞர் கருணானந்தம், "ஏன், நான்தான் எடுத்தேன்" என்றார்.

உடனே கலைஞர், "எங்கே அந்தப் பணம்" எனக் கேட்க, கவிஞரோ, "விபத்து நடந்ததிலிருந்து இன்றுவரை, அதை வைத்துத்தான் செலவு செய்தேன்" என்றார்.

கலைஞர் சற்றும் தாமதியாமல் சிரித்துக்கொண்டே "அடுத்த விபத்துவரை அந்தப் பணம் போதுமா?" எனக் கேட்க, நண்பர்கள் குழாம் சிரித்து மகிழ்ந்ததை எழுதவும் வேண்டுமா என்ன?

கருணையும் நிதியும்

டாக்டர் கலைஞர் அவர்கள் பொதுப்பணித்துறை அமைச்சராக இருந்தபோது, நெல்லையில் நடைபெற்ற நீர்ப்பாசன மாநாட்டில் கலந்து கொள்ளச் சென்றிருந்தார். விழாவில், தாழையூத்து சங்கர்நகர் சிமெண்ட் ஆலை நிர்வாகத்தின் சார்பாக மக்கள் தொடர்பு அலுவலர் திருஎம்.எஸ்.ரெட்டியார் கலைஞருக்கு மாலை அணிவித்து, "கருணையும் நிதியும் ஒன்றாகச் சேர்ந்து இங்கே வந்திருக்கிறது.

நமக்கெல்லாம் நல்ல சேதி கிடைக்கும்" எனக் குறிப்பிட்டார். கலைஞர் அவர்கள், தனது உரையில், கருணை மூன்றெழுத்து, நிதி இரண்டெழுத்து எனவே கருணை என்னிடம் மிக அதிகம். நிதியோ மிகக் குறைவு" என்றார்.

எல்லாமே அவராகவே இருக்கட்டும்

'குமுதம்' வார இதழுக்குக் கலைஞர் அவர்கள், 19.11.02 அன்று அளித்த பேட்டியில் பல்வேறு விழாக்களுக்கு மத்தியில் இதுவும் ஒன்று.

குமுதம்: ஜெயலலிதா மீண்டும் நடித்தால் நீங்கள் வசனம் எழுதத் தயாரா?

கலைஞர்: மீண்டும் நடித்தால் என்ற கேள்விக்கே இடமில்லை. இப்போதும் அரசியலில் அதைத்தானே அவர் செய்து கொண்டிருக்கிறார். கதை, வசனம், இசை, பாடல், இயக்கம், தயாரிப்பு முக்கியமாக "வினியோகம்" எல்லாமே அவராக இருக்கும்போது என் போன்ற பழைய எழுத்தாளர்கள் எதற்கு.

(ஆண்டுகள் பல கடந்தபோதிலும், 'ஜெ' இன்னமும் அந்த 'நிலை'யிலிருந்து மாறாமல், விடுபடாமல் இருப்பதை எண்ணி 'குமுதம்' ஆசிரியர் குழு சிரிக்காமலா இருப்பார்கள்).

நட்சத்திர இரவு

கலைஞர் அவர்கள் முதல்வர் பதவியில் வீற்றிருந்த சமயம். தேசிய பாதுகாப்பு விழாவை முன்னிட்டு திரைப்பட நட்சத்திரங்கள் பங்கேற்ற நட்சத்திர இரவு நிகழ்ச்சியில் கலைஞர் பங்கேற்று ஆற்றிய உரையில்

"இங்கே நட்சத்திர இரவு நடக்கின்றது. இரவு என்றால் நட்சத்திரங்கள் இருக்கத்தானே செய்யும். அப்படி இருக்க நட்சத்திர இரவு என்றால் என்ன பொருள்? இரவு என்றால் ராத்திரி என்ற பொருள் உண்டு மற்றொரு பொருளும் உண்டு. அதாவது யாசிப்பு என்று ஆகவே இங்கே நடைபெறும் இந்த இரவு நட்சத்திர இரவு. அதாவது நட்சத்திரங்களையெல்லாம் திரட்டி தேசிய பாதுகாப்பு நிதியை யாசிக்கும் இரவு என்றுதான் எனக்குத் தோன்றுகிறது" எனக் குறிப்பிட்டுப் பேசினார்.

(இந்த நட்சத்திர இரவுக்கு இப்படியொரு அர்த்தத்தை

தனக்கே உரிய பாணியில் நகைச்சுவை உணர்வோடு கலைஞர் தெரிவித்ததை, இரவைக் கண்டுகளிக்க வந்த மக்கள் மட்டுமல்லாமல், நட்சத்திரக் கூட்டமே சிரிப்பலையில் மிதந்ததாம்),

இந்த தண்டனை போதுமா? இன்னும் கொஞ்சம் வேணுமா?

1989-ல் மீண்டும் கழக ஆட்சி வந்தது. கலைஞர் முதல்வர். தமிழ்க்குடிமான் பேரவைத் தலைவர்.

அரசின் முதல் நிதிநிலை அறிக்கையைப் படிக்கத் துவங்கிய உடனே, எதிர்க்கட்சி வரிசையில் அமர்ந்திருந்த அ.தி.மு.க. உறுப்பினர்கள், பட்ஜெட் புத்தகத்தைப் பிடுங்கி கிழித்தெறிந்தனர். இவற்றை அன்றைய ஆளுநர் அலெக்ஸாண்டருக்கும், பாரதப் பிரதமர் ராஜீவ்காந்திக்கும் தெரிவித்துப் பேரவைக் கலவரத்தை முன்னிறுத்தி ஆட்சியைக் கலைத்துவிடலாம் என்ற நப்பாசையால் தொடர்ந்து கலவரத்தை நடத்திக் கொண்டிருந்தார்கள்.

இந்தச் சூடான நாளில் எதிர்க்கட்சி உறுப்பினர்கள் அமர்க்களத்தில் இறங்கியபோது, பேரவைத் தலைவர் விதிமுறைகளை சுட்டிக் காட்டியும்; அமளி அடங்கவில்லை. தமிழ்க்குடிமகன் தனது இருக்கையில் அப்படியே சிலை போல் ஆடாமல் அசையாமல் அமர்ந்திருந்தார். கலைஞரோ அனுதாபத்தோடு அவரைப் பார்த்துக் கொண்டிருந்தார். அப்போது முதல்வர் ஒரு துண்டுத்தாளை அவை சேவகர் மூலமாக தமிழ்க்குடிமகனுக்கு அனுப்பி வைத்தார் அதை படித்துப் பார்த்தவுடன், இறுக்கமான அவரது முகம் லேசாயிற்று. அதில் "சுய புலம்பல்" என்ற தலைப்பில் ஒரு கவிதை எழுதியிருந்தார்.

"யாதவ கல்லூரி முதல்வராய் நான் யாருக்கும் தீங்கின்றி பணிபுரிந்தேன்.
பாதகர்(?) கலைஞருக்கு என் மீது என்ன கோபமோ?

ஆதவன் சின்னத்தில் அடியேனை நிற்க வைத்து
மோதுதல் இடத்தில் ஏன்தான் என்னையமர்த்தி

முகவாய் கட்டையில் கைவைக்க வைத்தாரோ
-தமிழ்க்குடிமகன்

(கண நேரத்தில் புனையப்பட்ட கவிதையைப் படித்த தமிழ் சான்றோரான, முனைவராகப் பல காலம் பணியாற்றிய தமிழ்க்குடிமகன் சுலைஞரின் சொல்லாட்சியைக் கண்டு வியந்துபோய், சபைக் கலவரத்தை மறந்து ரசித்தபடி இருந்தாராம்).

புல்லா... இல்லை... ...லா...!

1989-ம் ஆண்டு கலைஞர் மீண்டும் முதல்வராகி, அ.தி.மு.க. எதிர்வரிசையில் அமர்ந்த நேரம் 1989-ம் ஆண்டு, பிப்ரவரி, 16-ல் நடைபெற்ற சட்டப்பேரவைக் கூட்டத்தில் திரு.பி.எச்.பாண்டியன் ஒரு விவாதத்தின்போது,

*புலி பசித்தாலும் புல்லைத் தின்னாது" என்று சொல்லிக் கொண்டிருக்கும் போது, இடைமறித்த சுலைஞர்,

புல் என்பது புல்லா, அதாவது பசும்புல்லா இல்லை இன்ப் லா, இல்லை என்ப் ஆ எனக் கேட்டார்.

நாட்டு நடப்பில் பேசும் பழமொழிக்கு இப்படியொரு விளக்கமா எனக் கேட்டு உறுப்பினர்கள் வெகுநேரம் மேஜையைத் தட்டி தங்கள் பாராட்டைத் தெரிவித்தார்களாம்.

பாலூற்றிய கதை

ஒரு சமயம் திருச்சியில் தேர்தல் பிரச்சாரக் கூட்டம் கலைஞர் பங்கேற்று நகைச்சுவை கதையினைச் சொல்லி, கழகத் தலைவர்களை விரைந்து பணியாற்றத் தெரிவித்தது.

கும்பாபிஷேகம் என்பது அண்ணாந்து பார்த்து, தரிசிக்கும் விழாவே தவிர, குனிந்து பார்த்துக் கும்பிடும் விழா அல்ல. கலசம் கோபுரத்திலே இருந்தால் பெருமை. கலசம் மேலே இருக்க

கோபுரம் தேவை. கோபுரத்தை எழுப்ப கற்கள் தேவை. குறைந்தபட்சம் 150 கற்களாவது இருந்தால்தான் கோபுரத்தைக் கட்ட முடியும் அந்த 150 கற்களாக நமது கழகத்தின் சார்பில் வேட்பாளர்களாகப் போட்டியிடுகிறார்கள். இவரைப் போலவே மற்ற வேட்பாளர்களும் வெற்றிபெற வேண்டும். அப்படி வெற்றி பெற்றால்தான் கோபுரம் என்ற ஆட்சி அமையும். அதன்மேல் முதல் அமைச்சர் என்ற கலசம் இடம் பெறும். ஒன்று போனால் என்ன? குடியா முழுகிவிடும் 149 போதாதா என ஒவ்வொருவரும் எண்ணத் தொடங்கிவிட்டால் பாலூற்றிய கதையாகிவிடும். என்ன பாலூற்றிய கதை என்கிறீர்களா? சொல்கிறேன்..

ஒரு அரசன், ஏழைகளுக்குப் பால் வழங்க நினைத்தான். யாரெல்லாம் பசுமாடு வைத்துள்ளார்களோ அவர்கள் எல்லாம் அரண்மனைக்கு முன்னால் வைக்கப்பட்டுள்ள தொட்டியில் பாலூற்றச் சொன்னான். ஒரு புத்திசாலி நினைத்தான். எல்லாருந்தான் பாலூற்றுவார்களே. நாம் மட்டும் தண்ணீரை ஊற்றி விடுவோம் யாருக்கும் தெரியவா போகிறது என நினைத்து தண்ணீரை ஊற்றினான். இவனைப் போலவே அந்த ஊர்மக்கள் அனைவரும் மகா புத்திசாலிகள். அவர்களும் தண்ணீரையே ஊற்றி விட்டனர்.

மாலை வந்தது. மன்னன் வந்தான், தொட்டியை பார்வையிட்டான். அங்கே தொட்டி முழுவதும் தண்ணீரே இருந்தது. இதுபோல ஆகிவிடக்கூடாது நமது தேர்தலும், உங்க தொகுதியும் .

(பல கட்சிகள் தங்கள் தொண்டர்களை உற்சாகப்படுத்த பல வழிகளை மேற்கொள்வார்கள். ஆனால், கழகத்தின் தலைவரான கலைஞர் மட்டுமே தனது எழுத்தாலும், பேச்சாலும் மட்டுமே உடன்பிறப்புக்களை ஆளுமைப்படுத்தி ஆண்டுக்கணக்கில் தக்க வைத்து வருகிறார் என்பது சரித்திரச் சான்றாகும்).

முருகன் வந்துவிடப் போகிறார்

மதுரை நகரில், பல்வேறு நிகழ்ச்சிகளில் பங்கேற்ற பின்னர், தனது மகன் அஞ்சாநெஞ்சன் அழகிரியின் இல்லத்திற்குச் செல்ல கலைஞர் விரும்பினார். அப்போது அவருடன் பயணத்தில் இருந்த பொன் முத்துராமலிங்கம் அவர்களைத் திருநகருக்குச் செல்லப் பணித்தார்.

அப்போது காரில் சென்றுகொண்டிருக்கும்போது பொன்முத்து, தனது காரோட்டியிடம், "முருகா" லெப்ட்டில் போ ரைட்டில் போ என அவ்வப்பொழுது கட்டளையிட்டபடி இருந்தார்.

கார் திருப்பரங்குன்றத்தைக் கடந்து சென்று கொண்டிருந்தது. காரோட்டி, அவர் சொன்ன திசையிலிருந்து வேறு பக்கமாக காரை ஓட்டிக்கொண்டிருந்தார். பதறிப்போன பொன்முத்து, "முருகா? என்ன முருகா? இது. நான் ரைட்டில் போகச் சொன்னேன். நீ லெப்ட்டில் போகிறாய், பார்த்துப் போ முருகா" என கடிந்து கொண்டார்.

உடனே கலைஞர், முருகா? முருகா! எனச் சத்தம் போட்டுச் சொல்லாதீங்க. திருப்பரங்குன்ற மலையிலிருந்து அந்த முருகனே இறங்கி வந்து, என்னய்யா கோளாறு? எனக் கேட்டு விடுவார்" எனச் சொன்னதும், பொன் முத்துவும் காரோட்டி முருகனும் பதட்டத்திலிருந்து விடுபட்டு சிரிப்பில் மூழ்கி சரியான பாதையில் காரைத் திருப்பி திருநகரை அடைந்தனர்.

இதில் சிறப்புச் செய்தி என்னவென்றால், பொன்முத்துவின் "முருகா முருகா" என்ற பலமுறை அதட்டலைக் கேட்டு, முருகப் பெருமான் கீழே இறங்கி வராவிட்டாலும், கலைஞரின் கணநேரத்து நகைச்சுவையை நிச்சயம் அவர் ரசித்துத்தான் இருந்திருக்க வேண்டும்!

சட்டப்பேரவை நடவடிக்கைகள்...

நாள் 27.3.1973

சோனையா: தமிழ்நாட்டில் ஆபாசப் படங்களை, புத்தகங்களை வெளியிட்டதற்காக எத்தனை பேர் மீது வழக்குப் போடப்பட்டு இருக்கிறது. தண்டிக்கப்பட்டவர்கள் யார்

என்பதை அறிய விரும்புகிறேன்.

கலைஞர்: பல பேர் மீது வழக்குப் போடப்பட்டு இருக்கிறது. ஆனால் அந்த விபரங்களைத் தெரிவித்து, உறுப்பினர்களிடையே அவற்றை வாங்கிப் படிக்க வேண்டுமென்ற ஆர்வத்தைத் தூண்ட நான் விரும்பவில்லை. இப்போது சபையில் எழுந்த சிரிப்பலை ஆபாசமில்லாமலே அடங்கிப் போயிற்று.

பதவி காலி என்றால் வழக்கும் காலியாகுமா?

இடம்: சட்டப்பேரவை

நாள்: 7.4.1989 உறுப்பினர்: பி.எச்.பாண்டியன் (அ.தி.மு.க.)

கேள்வி: உயர்நீதிமன்றத்தில் நீதிபதிகள் என்றைக்கு ஓய்வுபெறுகிறார்கள் என்ற தகவலை ஓராண்டுக்கு முன்பே வாங்கிவிட்டால், வழக்குகள் தேங்காது. இதற்கு முதல்வர் என்ன சொல்கிறார்?

முதல்வர் கலைஞர்: "காலி"கள் ஏற்படாமல் தடுப்பதற்கு பாண்டியன் சொன்னது நல்ல யோசனைதான்.

பதவி காலியாகிறதென்றால், வழக்குகளும் காலியாகும். நாட்டில் காலி(ரவுடிகள்)களும் காலியாவார்கள் என்பதை "குறள்" பாணியில் சொன்ன கலைஞரின் சொற்சாதுரியத்தை இருக்கையைத் தட்டி வாழ்த்தொலி உறுப்பினர்கள் எழுப்பினார்களாம்.

புதுமுகங்களுக்கு வாய்ப்பு

முதல்வர் பதவியை இரண்டாம் முறையாக ஏற்றுக் கொண்டு தமிழகத்திற்கான பட்ஜெட்டை சமர்பித்த பின்பு நடைபெற்ற விவாதங்களில் கலந்துகொண்டு பேசிய உறுப்பினர் ஆர்.சிங்காரம், இந்தக் கேள்வியை எழுப்பினார்.

"இந்தச் சட்டமன்றத்தில் நிறைய வித்வான்கள் (சிலர்) இருக்கிறார்கள். அவர்கள்தான் எப்போது பார்த்தாலும் வாசித்துக் கொண்டிருக்கிறார்கள். இது நியாயம்தானா? புதிய வித்வான்களுக்கு வாய்ப்புத்தர வேண்டாமா? நாங்கள் எல்லாம் புதிய வித்வான்கள்",

உடனே கலைஞர் எழுந்து, நான் ஏறத்தாழ 25 ஆண்டுகளாக இந்த சபையில் உள்ளேன். நானும் பழைய நிலைய வித்வான்தானா? கணம் உறுப்பினர் சிங்காரம் குறிப்பிட்டதுபோல, நானும் இங்கே வாசிக்கலாமா? கூடாதா?" எனக் கேட்டவுடனே, சபை சிரிப்பில் மூழ்கியதில் ஆச்சரியமில்லைதானே.

உப்பு, பினத்திற்கும் தேவை

இடம்: சட்டப்பேரவை **நாள்:** 20-01-1990
உறுப்பினர்: பி.வி.இராசேந்திரன்.

கேள்வி: *உப்பு உற்பத்தி மரண படுக்கையில் கிடக்கிறது. மரணமே ஏற்பட்டு) அது சவப்பெட்டிக்குள் சென்று கொண்டிருப்பதை உணர்கிறீர்களா?

கலைஞர் பதில்: தேர்தல் அறிக்கையில் சொன்னது எல்லாம் சவப்பெட்டிக்குள் போய்விட்டதா எனக் கேட்கிறார்கள். சவப்பெட்டிக்குள் போனாலும் அது அழுகாமல் இருக்க அதற்கும். உப்புத்தான் தேவை என்பது உறுப்பினருக்குத் தெரியுமா? உப்புச் சப்பில்லாத கேள்வியை இனியும் எழுப்ப வேண்டாம்.

உப்பின் மகிமை பற்றி முதல்வர் தப்பில்லாமல் பேசியதைப் பேரவை ஆரவாரத்துடன் பாராட்டி மகிழ்ந்தபோது, இராசேந்திரனும் வெகுவாகவே ரசித்துக் கொண்டிருந்தாராம்.

இந்த வயதிலா கடைக்கண் பார்வை?

1989-ம் ஆண்டு மே-6-ல் தமிழக சட்டப்பேரவைக் கூட்டத்தில் நடந்த விவாதத்தில் கலந்துகொண்டு பேசிய உறுப்பினர் திரு.நூர்முகமது அவர்கள், "கன்னியாகுமரி மக்களின் கோரிக்கைப்படி, முதல்வரின் கருணைகொண்ட சுடைக்கண் பார்வை குமரியின் மீது திருப்பப்பட்டு, அம்மக்களின் குறைதீர்க்கும் வகையில், தொழிற்பேட்டை அமைக்க முதல்வர் முன்வருவாரா?

பதில் அளித்துப் பேசிய கலைஞர், "குமரியின் மீது கடைக்கண் பார்வை வைக்கும் அளவுக்கு எனக்கு வயது இல்லை

இப்போது" எனக் கூறி முடிக்கும் முன்னரே, பேரவை பெருஞ்சிரிப்பில் மிதந்தது. கலைஞரின் சாமர்த்தியப் பேச்சைக்கேட்ட உறுப்பினரோ, கோரிக்கையை மறந்து, வெகுநேரம் சிரிப்பில் களித்திருந்தாராம்.

ஜாமீனில் வந்துமா தண்டனை?

திரு.எம்.ஜி.ஆர். ஆட்சிக்காலத்தில், சட்டப்பேரவை விவாதங்களில், இடி, மழை, மின்னல் கேள்விக்கணைகளைத் தொடுத்த மூவேந்தர்களில் திரு.ரகுமான்கான் அவர்களும் ஒருவர். பின், 1990-ம் ஆண்டு, கலைஞர் மீண்டும் முதல்வரான பின்பு 9-4-90 அன்று நடைபெற்ற சட்டப் பேரவைக் கூட்டத்தில் அவர் எழுப்பிய கேள்வி;

இந்திரா காந்தியைக் கொலை செய்ய முயற்சித்ததாகப் பொய், வழக்குப் போட்டார்கள் கலைஞர், பேராசிரியர் போன்றவர்கள் எல்லாம் கூட ஜாமீனில்தான் இருக்கிறார்கள்.

உடனே அவரை இடைமறித்த முதல்வர் கலைஞர்: தவறான தகவல், என்னையும் பேராசிரியரையும் அந்த வழக்கில் விடுதலை செய்துவிட்டார்கள். இவர்தான் விடுதலைசெய்ய மறுக்கிறார். தனது கட்சி உறுப்பினர் தந்த தவறான தகவலைக் கூட ரொம்ப நாசுக்காகத் திசை திருப்பி அதனையே உறுப்பினர்கள் ரசிக்கும்படியாகச் செய்த கலைஞரின் சொற்சுவையை ரொம்ப நேரம் பேரவை சொக்கிப்போய் அமைதி காத்ததாம்.

ஆஞ்சநேயர் அசையும் சொத்தா... அசையா சொத்தா?

இடம்: சட்டப்பேரவை நாள்: 24.4.90

உறுப்பினர்: வி.பி.துரைசாமி

கேள்வி: ஆஞ்சநேயர் கோயிலில் அசையும் சொத்து எவ்வளவு? அசையா சொத்து எவ்வளவு?

இந்து அறநிலையத்துறை அமைச்சர் பதில் கூற இருக்கையிலிருந்து எழுவதற்குள். முதல்வர் டாக்டர் கலைஞர் எழுந்து, "அசையும் சொத்து அங்கே வந்து செல்லும் பக்தர்கள். அசையாச் சொத்து ஆஞ்சநேயர்" என்றார்.

இதைக் கேட்டவுடன், சபை சிரிப்பலையில் மிதந்தது என்ற தகவலை விட ஆன்மிகச் சிந்தனையாளர் அமைச்சர் திரு.பழனிவேல்ராஜன் அவர்கள் பலமாகவே வாய்விட்டுச் சிரித்ததை பார்வையாளர்கள் உட்பட அனைவருமே ரசித்து

மகிழ்ந்தனராம்.

தொலைபேசியில் காதல் வசனங்களையும் கேட்கலாம்
இடம்: தமிழக சட்டப்பேரவை
நாள்: 7.5.90
உறுப்பினர்: குமரி அனந்தன்

கேள்வி: 'நான் தொலைபேசியில் பேசியபோது, டிராக் நம்பர் செவன் என்று குரல் வருகிறது. இப்படி ஒரு குரல் வந்ததுமே எனக்கு ஒரு ஐயப்பாடு" (எனச் சொல்லி முடிப்பதற்குள் கலைஞர் இடைமறித்து)

குமரி அனந்தனுக்கு அப்படியொரு கொடூரமான வார்த்தை காதிலே விழுந்திருக்கிறது. சில நேரங்களில் காதல் வசனங்கள் கூட "கிராஸ் டாக் கிலே கேட்கலாம். அதையும் முயற்சித்துப் பாருங்கள்".

சபை ஆரவாரத்தில் மிதந்ததைப் பார்க்கும்போது "பெரும்பாலான உறுப்பினர்களுக்கு இதில் நல்ல அனுபவம் இருக்கிறது போலும்!" என அருகிலிருந்த பேராசிரியரிடம் மெல்லிய குரலில் கலைஞர் கிசுகிசுத்தார்களாம்.

பிப்ரவரிக்குமா முப்பது நாட்கள்

கா வலுக்குக் கெட்டிக்காரன்' படத்தில் வேலை பார்த்துக்கிட்டு இருந்தேன். கலைஞர்தான் படத்துக்குத் திரைக்கதை வசனம், விவாதத்த எப்போ வச்சுக்கலாமுன்னு அவர்கிட்ட கேட்டுட்டு வரச் சொன்னார் தயாரிப்பாளர். அவர்கிட்ட தனியாப் போய்ப் பேச பயமா இருக்குன்னு சொல்லி போகத் தயங்கினேன். வற்புறுத்தி என்னை அனுப்பி வச்சாங்க ஆனால், கலைஞரோ, தஞ்சாவூருக்குப் போறதுக்காக ரயிலில் உட்கார்த்திருந்தார். மிருந்த தயக்கத்துடன் கலைஞர்கிட்ட போய்,

"கதை விவாதத்தை எப்போ வச்சுக்கலாம்னு கேட்டேன். வரைக்கும் தஞ்சாவூர்லே வேலை இருக்குய்யா. அதுக்குப் பிறகு வச்சுக்கலாம்" என்றார் கலைஞர். தொடர்ந்து பதற்றத்துடன் இருந்த நான் "பரவாயில்லை ஐயா, 30-31 தேதிகளில் கூட வச்சுக்கலாம்"னு சொன்னேன். இது என்ன மாசம் தெரியுமா? பிப்ரவரி- இதுக்கு எத்தனை நாள் தெரியுமா?ன்னு சிரிச்சுக்கிட்டே கேட்டார் மிக்க உணர்ச்சிவயப்பட்ட நிலையில் அவரோடு பேசிக் கொண்டிருந்ததால், எனக்கு அது என்ன மாதம் என்றே தெரியாமல் போனதில் வியப்பில்லை. ஆனால், எத்த நிலையிலும், அவரது கடமையுணர்வு, ஆழ்ந்த விழிப்புணர்ச்சி, மேலான நகைச்சுவை வெளிப்பாடு ஆகியவற்றைக் கண நேரத்தில் கண்டு மெய்மறந்து நின்றேன்".

(தமிழ்நாடு இயல், இசை, நாடகமன்றத்தின் செயலாளர். கவிஞர் இளையபாரதி சொன்னது).

எல்லோருக்கும் அல்வா கொடுத்த வீரப்பன்

2000 ஆகஸ்ட் மாதம் வீரப்பன் பிடியிலிருந்து ராஜ்குமாரை மீட்பது தொடர்பாக சென்னை தலைமைச் செயலகத்தில் கூட்டம். நம்ம முதலமைச்சர் கலைஞர், கர்நாடக முதல்வர் எஸ்எம்.கிருஷ்ணா இரண்டு மாநில உயரதிகாரிகளும் இருந்தாங்க. அரசுத் தூதரா வீரப்பனை பார்த்துவிட்டு வந்த திரு.நக்கீரன்கோபால் அவர்கள், வீரப்பன் சொன்ன விஷயங்களைப் பத்தி அவங்ககிட்டே எடுத்துச் சொன்னேன். அந்த சமயத்திலே, வீரப்பன் திடீர் திடீரென கோரிக்கைகளை அதிகரிச்சுக்கிட்டே இருந்தார். அதைக்கேட்டு கூட்டமே இறுக்கமா ஆயிடுச்சு. தேனீர் தோத்துலயும் அந்த இறுக்கம் தளரலே. கிருஷ்ணாவுக்கு தரப்பட்ட முந்திரி கோட் அல்வா இருந்த தட்டை காண்பித்து கலைஞர், இது வீரப்பன் கொடுத்த அவ்வா என்றதும், அங்கிருந்தவங்க எல்லோரும். கலகலவெனச் சிரித்தனர். வீரப்பன் விவகாரத்தில் இறுக்கமா இருந்த எல்லோரையும் சகஜ நிலைக்கு கொண்டு வந்த கலைஞரின் நகைச்சுவை உணர்வை கிருஷ்ணாவால் உடனடியாக பாராட்டாமல் இருக்க முடியவில்லை

அதே நேரத்தில் "இதைச் சிரிப்புக்காகத்தான் சொன்னேன்" என கிருஷ்ணாவிடம் சொல்லவும் கலைஞர் மறக்கல.

(திருமிகு. நக்கீரன்கோபால் அவர்கள் தெரிவித்த தகவல்)

பி.ஜே.பி. சைவமா... அசைவமா...

பிற்படுத்தப்பட்டோருக்கான இடஒதுக்கீட்டுச் சட்டத்துக்குத் தடைவிதிக்கப்பட்டது குறித்து விவாதிக்க அண்மையில் அனைத்துக் கட்சிக் கூட்டம் நடைபெற்றது. அதில் திராவிடக் கழகத் தலைவர் கி.வீரமணி பேசும்போது, 'பா.ஜ.க. இந்தப் பிரச்சனையில் தலையிட்டு குட்டையைக் குழப்பி மீன்பிடிக்க நினைக்கிறது என்று கூறிக் கொண்டு இருக்கும்போதே முதல்வர் கலைஞர்,

அடுத்த நொடியே, அவர்கள்தான் சைவம் ஆச்சே. எப்படி மீன் பிடிப்பார்கள் என்றதும், கூட்ட அரங்கமே சிரிப்பு அதிர்வில் கொஞ்சம் ஆடியே போய்விட்டது. வத்திருந்த அனைவருமே. அரசியலை மறந்து. கலைஞரின் கணநேர நகைச்சுயையைக் கேட்டு நன்றாகவே சிரித்தார்கள். இப்படி எந்தச் சூழலிலும், கலைஞருடைய நகைச்சுவை ரசிக்கத்தக்கதாக இருக்கும். (விடுதலைச் சிறுத்தைகள் கட்சித் (தலைவர் தொல்.திருமாவளவன் தெரிவித்த தகவல்)

நடனம் எப்படி இருக்க வேண்டும் ?

'முதல்வராக கலைஞர் இருந்தபோது, ஒருமுறை நானே ஒருமுறை சட்டப்பேரவையில் சுலைஞரிடம் ஒரு கேள்வி கேட்டேன்.

"அசைவ உணவு சாப்பிடுவோருக்கு நட்சத்திர ஓட்டல்களில் காபரே நடனம் நடத்தப்படுகிறது என்னைப் போல சைவ உணவு சாப்பிடுபவர்களுக்கும் நடனம் ஏற்பாடு செய்யப்படுமா? உடனே முதல்வர் கலைஞர் எழுந்து, "வேண்டுமானால் பரமசிவன்-பார்வதி நடனம் ஏற்பாடு செய்யலாம் எனக் கூறியதும், பேரவையில் எழுந்த சிரிப்பலை அடங்க நீண்ட நேரமானது".

(இதனைத் தெரிவித்தவர் மின்துறை அமைச்சர் திருமிகு. ஆற்காட்டார் அவர்கள்)

நாம் இருவருக்குமான நூல் உறவு

என்னுடைய பிறந்த நாள் விழாவின் போது கலைஞரைச் சந்தித்து வாழ்த்துப் பெறச் சென்றேன். உங்கள் நூல்களால்தான் நான் தமிழைக் கற்றேன் என்று கூறி மரியாதை நிமித்தமாக அவருக்குப் பொன்னாடை போர்த்தினேன். அவரும் பதிலுக்கு எனக்கும் பொன்னாடை போர்த்தி வாழ்த்தினார். நான் போர்த்திய பொன்னாடையின் நூல், கலைஞரின் சட்டைப் பொத்தான் ஒன்றில் சிக்கிக் கொண்டது. அப்போது கலைஞர்,

"பார்த்தீர்களா, உங்களுக்கும் எனக்கும் உள்ள 'நூல்' தொடர்பு அறுந்து போகவில்லை என்றார். அந்தக் கணத்தில் நான் அசந்து விட்டேன்.

(கவிப்பேரரசு வைரமுத்து அவர்கள் தெரிவித்த தகவல்)

மணமகளை மாற்றிய பாரதிராஜா

'முதல்வர் கலைஞர் தலைமையில் எனது திருமணவிழா' -இயக்குநர் பாரதிராஜாவை முதலில் பேச அழைத்தபோது, இது என் வீட்டு கல்யாணம் இங்கு கலைஞரின் தமிழ் வீசப் போகிறது. அதனால் நான் பின்னால் போகிறேன்" என்றார்.

பின்னர் கலைஞர் தனது வாழ்த்துரையில், "பாரதிராஜாவை முன்னால் பேசச் சொன்னால், அவர் பின்னால் பேசப் போவதாகக் கூறினார். என்னைப் பற்றியும், நம்மைப் பற்றியும் பாரதிராஜா முன்னால் பேசினாலும், பின்னால் பேசினாலும் நன்றாகத்தான் பேசுவார்" என்றபோது அரங்கமே சிரிப்பலையில் ஆழ்ந்தது.

அங்கே மற்றொரு விஷயமும் உண்டு. திருமண மேடையில், பாரதிராஜா வாழ்த்திப் பேசும்போது, ஜெயசுதா என்ற என் மனைவியின் பெயரை "சுஜாதா" என மாற்றிச் சொல்லிவிட்டார். கலைஞர் பேசும்போது, 'நெப்போலியன் என் வீட்டுப் பிள்ளை என்று பாரதிராஜா குறிப்பிட்டார். ஆனால் வீட்டுக்கு வரப்போகும் மருமகள் பெயரை 'சுஜாதா சுஜாதா' என கல்யாண சந்தடியில் ஏன்தான் மாற்றினாரோ என்பதும் விளங்கவில்லை" என்றபோது. இன்னொரு சிரிப்பலை எழுந்து அடங்க வெகுநேரம் ஆயிற்று

(திருநெப்போலியன் தெரிவித்தது)

இன்னுமொரு கலைஞர் வருவார் பார்!

பெரியார் திரைப்படத்தைக் கலைஞர் பார்த்துக் கொண்டிருந்தார். இடைவேளை விட்டபோது, அவரது அருகில் தயாநிதிமாறன் வந்து, பெரியார், காந்தி, அம்பேத்கர், ராஜாஜி என அத்தனைபேருமே நன்றாக நடித்திருக்கிறார்கள் என்றார். இன்டர்வெல்லுக்குப் பிறகு பெரிய ஆர்டிஸ்ட் வரப் போகிறார் பார் என்று கலைஞர் வேடத்தில் வருகிறவரைப் பற்றிக் கொஞ்சம் குசகுமாக குறிப்பிட்டபோது அங்கிருந்தவர்கள் எல்லோருமே கைதட்டி பலமாகச் சிரித்து ரசித்தார்கள்

(நடிகர் சத்யராஜ் குறிப்பிட்டது).

நெடுமாறன் பழமானது எப்போ?

'பாசக்கிளிகள்' படத்தின் பாடல் ஒலிநாடா வெளியீட்டு விழா

சென்னை கமலா தியேட்டரில் நடந்தது. காரில் வந்திறங்கிய கலைஞரை வரவேற்றேன். என் தோளில் கைவைத்து நடந்து வந்த அவரிடம், அரங்குகள் செய்வதற்காக அமைக்கப்பட்டிருந்த படியில் கால் இடறிவிடக் கூடாதென்பதற்காக அங்கிருந்த படிகளைக் காட்டி, ஐயா படி படி என்றேன். உடனே அவர் அந்தக் காலத்தில், அறிஞர் அண்ணா என்னைப் 'படி படி என்று பலமுறை சொன்னார். அந்த வயதிலே படிக்கவில்லை. இந்த வயதில் படி படி என்றால் எப்படிப் படிப்பது எனச் சட்டென அடித்த ஜோக்கில் என்னையும் அறியாமல் சிரித்து விட்டேன்

அருகே இருந்த நண்பர், "ஐயா இத்தனை நாள் நெடுமாறன்

பெயரை ப. நெடுமாறன் என்றுதான் போஸ்டரில் போட்டுக் கொண்டிருந்தார்கள். ஆனா, இப்போதெல்லாம் பழநெடுமாறன் எனப் போடுகிறார்களே" எனக் கூறினார்.

அதைக் கேட்ட மறுவிநாடி கலைஞர், "சரி விடுய்யா... முன்னே பிஞ்சா இருந்திருப்பார். இப்ப பழமாகி இருப்பார் என மிகச் சாதாரணமாகப் பதில் அளித்ததைக் கேட்டுக் குழுமி இருந்த எங்களால் வாய்விட்டுச் சிரிக்காமலா இருக்க முடியும்

(இதனைத் தெரிவித்தவர் தமிழ்நாடு திரைப்படத் தயாரிப்பாளர்கள் சங்கத் தலைவர் திரு. இராம நாராயணன் அவர்கள்)

"ஐ ஆம் சாரி"

கோவை நகரில் நடைபெற்ற தொடர் குண்டுவெடிப்பிற்குப் பிறகு, தீவிரவாதிகள் என சந்தேகத்தின் பேரில் சிலர் கைது செய்யப்பட்ட சமயம்.

செய்தியாளர்களின் கூட்டத்தில் கலைஞர் கலந்து கொண்டபோது ஒருவர், "சிறையில் உள்ள முஸ்லிம் தீவிரவாதிகள் சித்ரவதை செய்யப்படவில்லை எனக் கூறியிருந்தீர்கள். ஆனால், அல்-உம்மா இயக்கத்தைச் சேர்ந்த அன்சாரியோ, சித்ரவதை செய்யப்பட்டது உண்மைதான் எனச் சொல்லி இருக்கிறாரே" எனக் கேள்வி எழுப்பினார்.

அதைக் கேட்ட கலைஞர் அப்படியா சொன்னார் "அன்சாரி. ஐ ஆம் சாரி" எனப் பதில் அளித்ததுதான் தாமதம், கூட்ட அறையெங்கும் ஆரவாரச் சத்தமும் சிரிப்பொலியுந்தான்.

பதினாறும் பெற்றவர்

அப்போது நாடாளுமன்றத் தேர்தல் முடிந்த நேரம். வட ஆற்காடு மாவட்டத்தில் சுற்றுப்பயணம் செய்த தலைவர் கலைஞர் அவர்கள் தண்டராம்பட்டில் கழகத் தோழர் ஒருவரின் இல்லத் திருமண விழாவில் கலந்து கொண்டு; மணமக்களை வாழ்த்திப் பேசியபோது,

"நான் பதினாறும் பெற்றிருக்கிறேன்" என்றார்.

கூட்டத்தில் சலசலப்பு. அனைவரும் தலைவரை நோக்கி வியப்புடன் பார்த்தனர். கொஞ்ச இடைவெளி விட்டு மீண்டும் பேச்சைத் துவங்கிய தலைவர், பதினாறு பேர்களைப் பெற்றவன் நான். அது எல்லாம் தமிழ் மக்களாகிய நீங்கள் எனக்கு அளித்த

பரிசுதான். அதாவது, தேர்தலில் வென்ற பதினாறு எம்.பி.க்களைப் பற்றித்தான் அவ்வாறு குறிப்பிட்டேன்" என்றார்.

கூட்டத்தின் ஆரவாரமும் கரவொலியும் அடங்க வெகுநேரம் ஆனது. தலைவரே பதினாறு பெற்றிருப்பதால் நாமும் அப்படியே துவங்கலாம் என்றிருந்த மணமக்களுக்கு ஒரு தடுப்புச் சுவரைப் போட்டதைக் கேட்டு, அவர்களும் சிரித்தபடியே இருந்தனராம்.

தேர் ஓடிய கதை

சென்னை ருஷ்ய சுலாச்சாரம் மற்றும் அறிவியல் மையத்தில் 4.10.08 அன்று, இந்திய-ருஷ்ய கலாச்சார நட்புறவுக் கழகமும், ருஷ்ய கலாச்சார அறிவியல் மையமும் இணைந்து நடத்திய விழா கலைஞர் அவர்கள் தலைமையில் நடைபெற்றது. அந்த நிகழ்ச்சியில், உலக முற்போக்கு ருஷ்ய நாவலாகிய 'தாய் காவியத்தை அழகு தமிழில் கவிதை நடையில் படைத்து அன்னைத் தமிழுக்கு மணியாரம் சூட்டிய முத்தமிழ் அறிஞர் டாக்டர். கலைஞர் அவர்கட்குப் பாராட்டுவிழாவும் நடைபெற்றது. அவற்றில் கலைஞர் ஏற்புரை வழங்கியபோது:

முதல் அமைச்சர் பதவியேற்றபின், திருவாரூர் தேரை ஓட்ட வேண்டுமென்று முடிவெடுத்து, ஓடியது. அப்போது சட்டமன்ற உறுப்பினர் எனது அருமைத்தம்பி காளிமுத்து, எதிர்க்கட்சி வரிசையில் இருந்தபோது ஒருநாள்:

"முதலமைச்சர் அவர்களே! நீங்கள் எதிர்க்கட்சி உறுப்பினராக இருந்தபோது, ஏரோட்டும் மக்கள் எல்லாம் ஏங்கித் தவிக்கையிலே தேரோட்டம் ஏன் உனக்கு தியாகராசரே? என்று கேட்டீர்கள். ஆனால், இப்போது நீங்களே தேர் ஓட்டுகிறீர்களே. இது முரண்பட்ட செய்கை இல்லையா" எனக் கேட்டார்.

நான் உடனே, என்ன பாடினேன், ஏரோட்டும் மக்கள் ஏங்கித் தவிக்கையிலே, தேரோட்டம் என் உனக்கு தியாகராசா? எனக் கேட்டது உண்மைதான். மறுப்பதற்கில்லை. அப்போது ஏங்கித் தவித்தார்கள். அதனால் தேரோட்டம் எதற்கு எனக் கேட்டேன் இப்போது எனது ஆட்சியில், ஏரோட்டிய மக்கள் யாரும் ஏங்கித் தவிக்கவில்லை. ஆகவே தேரோட்டத்தைத் தாராளமாக அனுமதித்தேன் என்றேன்.

(சட்டமன்ற வளாகம் அன்றைய தினம் சிரிப்பலையில் மிதந்ததைப் பார்க்க வாய்ப்பில்லாதவர்கள், கலைஞரின் பதிலுரையை மீண்டும் கேட்டு அனுபவித்ததை; ருஷ்ய கலாச்சார அறிவியல் மையம் தாங்க முடியாமல், அதிர்ந்து போயிற்றாம்).

இங்குதான் நிற்கிறேன்

2006-ஆம் ஆண்டு சட்டமன்ற தேர்தலுக்கான ஏற்பாடுகளை ஒவ்வொரு கட்சியும், தமிழகத்தில் தீவிரமான பரிசீலனையில் கவனம் காட்டிய நேரம். கலைஞர் அவர்கள் பத்திரிகை நிருபர்களின் சந்திப்பை, அவரது சேப்பாக்கம் சட்டமன்ற அலுவலகத்தில் கூட்டப்பட்டிருந்தது. நிருபர்களின் பல்வேறு கேள்விகளுக்கு மிக சுவாரஸ்யமாகப் பதிலளித்துவிட்டு கலைஞர் இருக்கையிலிருந்து எழுந்து வெளியே செல்ல முயன்றபோது, ஒரு நிருபர், கடைசியாக ஒரு கேள்வி! தாங்கள் எங்கு நிற்கிறீர்கள்' எனக் கேட்க, சற்றும் தாமதமின்றி கலைஞர் இங்குதான் நிற்கிறேன்" என்றார். நிருபர்கள் விடவில்லை. "தாங்கள் நிற்கும் தொகுதியைக் கேட்கிறோம்" என்றனர். கலைஞரும் அவர்களது வழியிலேயே "நான் நிற்பதும் சேப்பாக்கத்தில்தானே. இதில் என்ன சந்தேகம்" எனச் சிரித்துக் கொண்டே சொல்ல, நிருபர்களும் விடை கிடைத்த மகிழ்ச்சியில் விடைபெற்றுச் சென்றனர்.

'இந்தியா டுடே' இதழுக்குக் கலைஞர் அவர்கள் அளித்த பேட்டி நாள்: 1-1-2007

முதல்வர் கலைஞரின் நெடிய அரசியல் பொது வாழ்வுப் பயணம் குறித்த விரிவான செய்தித் தொகுப்பாக அதனை வெளியிட்டு சிறப்பித்திருந்தது இந்தியா டுடே. (பல்வேறு கேள்விகளில் இவை)

கேள்வி: அதிரடித் திட்டங்களும் எக்ஸ்பிரஸ் வேக அறிவிப்புகளும் உங்களின் புகழை உயர்த்தி இருப்பதாக ஒரு சர்வே கூறுகிறது. இப்போது தேர்தல் நடந்தால் தனிப் பெரும்பான்மை கிடைக்குமா?

கலைஞர்: சர்வே சுணிப்புக்களைச் சுட்டிக்காட்டி தோழமைக் கட்சிகளின் அணியிலிருந்து என்னைப் பிரிப்பதற்கு வேண்டுமானால், இதுபோன்ற கேள்விகளைக் கேட்டு மடக்கலாம்.

கேள்வி: தமிழகத்திற்கு நீங்கள் உங்கள் வீட்டிற்கு யார் முதல்வர்?

கலைஞர்: முத்துவேலர்

கேள்வி: அரசியலில் இந்த முடிவை எடுக்காமல் இருந்திருக்கலாம் என்று நீங்கள் பின்பு வருந்தியதுண்டா?

கலைஞர்: என்ன செய்வது? இந்த நன்றியுள்ள(?) நண்பர்களுக்கிடையே அரசியலுக்கு வந்த முடிவையே எடுக்காமல் இருந்திருக்கலாம். பிறகு வாபஸ் ஆக முடியுமா?

கேள்வி: இந்தியாவின் பிரதமராக வர நினைக்கிறீர்களா?

கலைஞர்: பிரதமருக்கு பதவிப் பிரமாணம் செய்து வைக்கும் குடியரசுத் தலைவராக ஒரு தமிழர்தானே இருந்து வருகிறார். இதை விடப் பெருமை எனக்கென்ன வேண்டும்!

(பல கோணங்களில் முதல்வர் கலைஞரை மடக்க நினைத்த திருபர் அவரிடமிருந்து ஜோக்குகளையே வாரிச் சென்றுள்ளதை அறியும் போது, நமக்கும் சிரிப்புதானே வருகிறது).

வேலும் இல்லை சிலையும் இல்லை

தமிழக சட்டப்பேரவையில் முத்தமிழ் அறிஞர் அவர்களின் ஐம்பது ஆண்டுகால அரிய பணிகளையொட்டி அழகு ததும்பும் மலர் ஒன்று வெளியிடப்பட்டிருந்தது. சட்டமன்ற வரலாற்றோடு தொடர்புடைய நிகழ்வுகளை நினைவுகூர்ந்து 50 வினாக்களுக்குப் பதில் வழங்கியுள்ளார் கலைஞர் அவர்கள். அவற்றில் சில:

கேள்வி: நீங்கள் சொன்ன மறக்க முடியாத பதில்,

கலைஞர்: திருச்செந்தூர் முருகன் கோயிலில் நடைபெற்ற கொலைக்காக அமைக்கப்பட்ட பால் கமிஷன் அறிக்கை மீது விவாதம் நடத்தாதைக் கண்டித்தும், கோயிலில் இருந்த வைரவேல் களவாடப்பட்டதைக் கண்டித்தும் நடைப்பயணம் சென்றேன். அதைப்பற்றி ஆளும் கட்சி (அதிமுக) உறுப்பினர் ஒருவர் சட்டப் பேரவையில் எழுந்து, கருணாநிதி திருச்செந்தூர் போனார் முருகன் அவரைப் பார்க்கப் பிடிக்காமல், எம்.ஜி.ஆரின் ராமாவரம் தோட்டத்திற்கு வந்து விட்டார்" என்றார். நான் எழுந்து. "திருச்செந்தூரின் வைரவேல்தான் களவாடப்பட்டதென நினைத்திருந்தேன் அங்கிருந்த சிலையும் காணாமற் போய்விட்ட விஷயம் இப்போதுதான் தெரிகிறது" என நான் சொல்லி முடிப்பதற்குள் அவை சிரிப்பில் மூழ்கியது. நான் சொன்ன மறக்க முடியாத பதில்களில் இதுவும் ஒன்று.

(சிரிக்காமல் யாரால்தான் இருக்க முடியும் -நரசிம்மராவ் உட்பட)

கேள்வி: சட்டமன்ற பேச்சுக்கும் பொதுக் கூட்ட பேச்சுக்கும் என்ன வித்தியாசம்?

கலைஞர்; மனக்கணக்குக்கும் வீட்டுக்கணக்குக்கும் உள்ள வித்தியாசம்..

கேள்வி: கருத்திருமன் எதிர்க்கட்சித் தலைவராக இருந்தபோது, நீங்களும் அவரும் அடிக்கடி விவாதத்தில் ஈடுபடுவதுண்டு அதில் நினைவில் ஒன்றைச் சொல்லுங்கள்.

கலைஞர்; ஒருமுறை கருத்திருமன் அவர்கள் அடைந்தால் திராவிட நாடு, இல்லாவிட்டால் சுடுகாடு என்றீர்கள் இப்போது சுடுகாட்டிலா உட்கார்ந்து கொண்டிருக்கிறீர்கள் எனக் கேட்டார். சுடுகாட்டில் இல்லை. உங்களோடுதான் அமர்ந்து கொண்டிருக்கிறேன் எனப் பதில் சொன்னதும் முதலில் சிரித்தவர்

சுருத்திருமன்தான்.

கேள்வி: எதிராளியைத் திணற வைத்த ஏதாவது சம்பவம்?

கலைஞர்: சட்டமன்றத்தில், ஒருமுறை டாக்டர் ஹண்டே, தி.மு.க. அரசைப் பற்றி விமர்சிக்கும் போது "இது மூன்றாந்தர சர்க்கார்" என்றார்..

ஆளுங்கட்சியினர் வெகுண்டெழுந்தனர். அனைவரையும் கையமர்த்தி விட்டு நான், டாக்டர் இந்த அரசை மூன்றாந்தர அரசென்றார். திருத்திக் கொள்ள வேண்டும். இது நாலாந்தர அரசு புரியவில்லையா டாக்டர் அவர்களே! பிராமண, சத்திரிய, வைசிய, சூத்திர என்ற வர்ணங்களில் நான்காவது வகைப்பட்ட சூத்திரர்களின் அரசு இது" எனத் தெரிவித்தேன். சபையின் ஆரவாரத்தை நான் தெரிவிப்பதென்றால் கால அவகாசம் போதாது.

பத்திரிகையாளர்கள் சந்திப்பில் (7.1.07)

ஒரு நிருபரின் கேள்வி:

தேர்தல் அறிக்கையில் இருந்ததை எல்லாம் நிறைவேற்றி விட்டீர்கள். அடுத்து சுவர்னர் உரை வருகிறது. அதிலும் மிக முக்கியமான திட்டங்கள் அறிவிப்பதற்கான வாய்ப்பு இருக்கிறதா?

கலைஞரின் பதில்:

நான் கவர்னர் ஆகிச் சொல்கிறேன். (எப்போதும் போலவே நிருபர்கள் கூட்டம் கலகலப்பில் (மிதந்தது)

வீடு யாருக்கு?

தமிழக அரசின் சார்பில் விருதுகள் வழங்கும் விழா 8.1.07 அன்று சென்னையில் நடைபெற்றது. அப்போது கலைஞரின் உரையில்

"தான் கடந்த முறை முதலமைச்சராகத் தேர்ந்தெடுக்கப்பட்ட போது, பொதுப் பணித் துறை அமைச்சர் தம்பி துரைமுருகன், ஒரு பெரிய வீட்டை நான் வசதியாகக் குடியிருப்பதற்கு ஏற்றாற்போல, சொந்த வீட்டிலே குடியிருக்க வேண்டுமென்ற கொள்கையை மாற்றிக் கொள்ளும் வகையில்" கேட்டார் நானும் சரி என்றேன். நான் சொல்கிறபடி அந்த வீட்டை நிர்மாணியுங்கள். பிறகு நான் குடும்பத்துடன் வந்து விடுகிறேன் என்றேன்.

அவர்களும் அப்படியே நிர்மாணிகத் தொடங்கினார்கள். ஒவ்வொரு நாளும் என்னை அங்கு அழைத்துப் போய்

காட்டுவார்கள் இங்கே பூங்கா, அங்கே நீச்சல் குளம், இந்தப் பகுதியில் சலவைக்கல் போட்டுள்ளோம் என்பார்கள். "நன்றாக இருக்கிறது. தொடரட்டும் உங்கள் பணி என்பேன் எல்லாம் முடிந்த பிறகு "என்றைக்கு குடி வருகிறீர்கள் எனக் கேட்டார்கள். "இது எனக்கில்லையப்பா, நான் குடி வருவதற்கு இது இல்லை. அண்ணல் டாக்டர் அம்பேத்கர் அவர்களுக்குத் தான் என்றேன். திகைத்துப் போனார்கள். அம்பேத்கர் பெயரில் அமைந்துள்ள பல்கலைக்கழகத்தின் அலுவலகத்திற்குத்தான் இது என்றேன்.

குப்பை மேட்டில், நாற்றமெடுத்த குட்டையோரத்தில் மனிதப் புழுக்களாய் வாழும் தாழ்த்தப்பட்ட மக்களின் தலைவிதியைத் தன் பேனா முனையால் மாற்றிக் காண்பித்த அண்ணலுக்கு கலைஞர் செய்த சிறப்பை எண்ணி வந்திருந்தோர் அனைவருமே பாராட்டி சீராட்டி மகிழ்ந்தார்கள்.

கண்ணதாசன் காணாமற் போனது

சென்னை பச்சையப்பன் கல்லூரி எதிரில் அமைந்துள்ள புனித ஜார்ஜ் ஆங்கிலோ மேனிலைப்பள்ளி வளாகத்தில், 30-வது சென்னை புத்தகக் காட்சியினை 10.1.07 அன்று தொடங்கி வைத்து கலைஞர் அவர்கள் விழாப் பேருரையாற்றியபோது

"கண்ணதாசன் மகன் காந்தி கண்ணதாசனைப் பார்த்தவுடன் பல நினைவுகள். இதுபோன்ற மேடைகளில் கேலி புரிவதற்கென்றே ஒரு நண்பர் பல ஆண்டுகாலம் என்னோடு பழகிக் கொண்டிருந்த நண்பர் கண்ணதாசன் என்பதை நீங்கள் அறிவீர்கள்.

ஒருமுறை கோவையில், அவர் தற்செயலாகச் சந்தித்தபோது, எங்கே போகிறீர்கள் எனக் கேட்டார். நானும் "பொள்ளாச்சிக்குப் 'போகிறேன்" எனச் சொன்னவுடன். அவரும் உடன் வருவதாகத் தெரிவித்து இருவரும் அங்கே பயணம் செய்தோம் பின் பொள்ளாச்சியில் ஒரு பொதுக்கூட்ட மேடையில் நான் அமர்த்ததும் தானும் பேசுகிறேனே எனக் கேட்டார். நெற்றியில் திருநீறு பூசியிருப்பதால், இங்கு பேச வாய்ப்பில்லை எனத் தெரிவித்தேன். அதைக் கேட்டவுடனே திருநீரை அழித்துவிட்டு. இப்போ சரிதானா எனச் சொல்லி மேடையேறி பேசியும் விட்டார். இப்படி அவசர அவசரமாய் மாறிய காரணத்தால்தான் அவரும் அவசர அவசரமாகவே கழகத்தை விட்டு வெளியேறினாரோ என்னவோ" எனக் கூறி முடிப்பதற்குள். ஒரு பெரிய வரலாற்றுச் செய்தியை மிக நாசுக்காக கலைஞர் வெளியிட்ட பாங்கு கண்டு திரண்டிருந்த சான்றோர் கூட்டம் கையொலி எழுப்பி வரவேற்று மகிழ்ந்தன.

அவசரம் ஆத்திரம்

கேள்வி-பதில்கள் பகுதியில் கலைஞர் வரைந்தது. (5.1.07)

கேள்வி: காற்றைக் கைது செய்ய கழுதைகளால் முடியுமா? என்று எதிர்க்கட்சிப் பேச்சாளர் ஒருவர் மிக ஆவேசமாகப் பேசியுள்ளாரே!

பதில்; என் முடியாது? பொடா சட்டத்தில் புயலையே கைது செய்து வேலூர் சிறையில் போட்டிருந்தார்களே!

(பி.கு.- இந்தப் புத்தகம் அச்சிடப்பட்ட போது தேசிய பாதுகாப்பு சட்டத்தின் கீழ் காற்று மட்டுமல்ல (கண்ணப்பன்) புயலும் (வைகோ) கைதாகி புழல் சிறையில் அடைக்கப்பட்ட விபரம் பேசிய கழுதைகளுக்கு புரிந்திருக்குமே).

கேள்வி: முல்லைப் பெரியாறு அணையின் கைப்பிடிச் சுவரில் சேதம் ஏற்படுத்திய செய்தி அறிந்தும், உடனடியாக பிரதமருக்குக் கடிதம் எழுதியிருந்தபோதிலும், நீங்கள் வேடிக்கை பார்த்துக் கொண்டிருப்பதாக எதிர்க்கட்சித் தலைவர் ஜெயலலிதா அறிக்கை விடுத்துள்ளாரே?

பதில்; தமிழக முதலமைச்சர் உடனடியாக பிரதமருக்கு நடவடிக்கை எடுக்க வேண்டும் என்று கேட்டிருக்கிறார் என்றும்; பேச்சுவார்த்தை முறையாக இல்லாததால், மீண்டும் நீதிமன்றத்திற்கே செல்லப்போவதாக அறிவித்திருக்கிறார் என்றும் அதுதான் பாராட்டுக்குரியது என்றுமா அறிக்கை விடுவார். எதிர்க்கட்சித் தலைவர்? குறை சொல்லித்தானே ஆக வேண்டும். வேறு எதுவும் அவரால் சொல்ல முடியாத நிலையில், இதையாவது, அவர் சொல்லிக் கொண்டிருக்கட்டுமே, பொழுது போக வேண்டாமா?

நானும் கடவுளும்

சென்னை மக்கள் அமைப்பின் சார்பில், பகவான் சத்ய சாய்பாபா அவர்களுக்கு நேரு உள்விளையாட்டரங்கில் நன்றியறிவிப்பும் பாராட்டு விழாவும், 21-1-07-ல் நடைபெற்றது. அங்கே கலைஞரின் உரையில்;

பல பேருக்கு ஆச்சரியமாக இருக்கக்கூடும். என்ன இந்த இரண்டுபேரும் ஒரு விழாவில் கலந்து கொள்கிறார்கள் என்று? இதில் ஆச்சர்யமே இல்லை, காவேரியும், கொள்ளிடமும் ஒன்றாசுத்தானே போகின்றது. அது எப்படி?

பலருக்குச் சந்தேகம்! பிரச்சாரம் கூடச் செய்வார்கள். கடவுளை ஏற்றுக் கொள்ளாதவன் இவன். சாய்பாபா கூட அமர்ந்து இந்தக் கூட்டத்தில் பாராட்டுகிறான் என்று கடவுளை ஏற்றுக் கொள்வதும், ஏற்றுக் கொள்ளாததும் பற்றி தத்துவம் பேசுவார்கள். கடவுளை நான் ஏற்றுக் கொள்கிறேனா என்பது பிரச்சனை அல்ல. கடவுள் என்னை ஏற்றுக் கொள்ளும் அளவுக்கு நான், நடக்கிறேனா என்பதுதான் பிரச்சனை" எனப் பேசி முடிப்பதற்குள், நேரு விளையாட்டரங்கமே, பார்வையாளர்களின் சுரவொலியால் அதிர்ந்து போயிற்றாம்.

தவிர, கலியுகத் தெய்வம் என சத்ய சாய்பாபாவை ஏற்றுக் கொண்டு, அவரைக் கோடிக்கணக்கில் வழிபட்டு வருவது தெளிவான உண்மையாகும். அந்த தெய்வமே சுலைஞர் அவர்களின் இல்லத்திற்கே நேரில் வந்து வாழ்த்துக்களும் ஆசிகளும் வழங்கினார் என்றால், கலைஞரின் கூற்றுப்படி, அவர் நடக்கிறார் நாளும் மக்கள் பணி ஆற்றுகிறார். அதுவே மகேசன் பணியெள ஆண்டவன் ஏற்றுக் கொண்டதாகத்தானே அர்த்தம் என்பதில் ஐயத்திற்கு இடமில்லைதானே!

திவாலா இல்லை...
The Wall -ஆ!

ஆளுநர் உரையின் மீதான விவாதம் சட்டப்பேரவையில் 27.1.07 நடந்தபோது, கலைஞரின் பதிலுரையில்,

பீட்டர் அல்போன்ஸ் இங்கே ஆதங்கப்பட்டார். அய்யா, இதோடு நிறுத்துவும். இதற்கு மேல் வேண்டாம் மாண்ய விலையில் அரிசி, இலவச நிலம், இலவச வண்ணத் தொலைக்காட்சி பெட்டி, கடன் ரத்து, முட்டை கொடுக்கிறீர்கள் இதற்குமேல் கொடுப்பதற்கு ஒன்றும் கிடையாது என்றார். சுதர்சனம்,

ஜி.கே.மணி போன்றவர்களுக்குப் பயம், கம்யூனிஸ்ட் சகோதரர்களுக்கோ இன்னும் வேண்டும். சலுகைகள் அதிகம் வேண்டும் எனக் கேட்பார்கள், வேறு சிலரோ இந்த அரசு திவாலாகப் போகிறது என வருத்தப்பட்டார்கள். நான் இங்கே ஆங்கிலத்தையும் தமிழையும் சேர்த்துச் சொல்கிறேன்; (தி (The) வால் (Wall)) THE WALL திவாலாகப் போகிறதென்றால் வால் மாதிரி, இந்த அரசின் நிதி நிலைமையும் அனுமார் வால் மாதிரி நீளப் போகிறது என்று அர்த்தம். அதனால் திவால் என்றால் எங்களுக்கு இலாபமே தவிர நட்டமே இல்லை என்று தெரிவித்தார்.

(பேரவை சிரிப்பொலியால் கொஞ்சம் காமராசர் சாலை நோக்கி நகரத் தொடங்கியதாம். அதே வேளை "திவால்" என ஏன்தான் பேசினோமே என்ற ஆதங்கம் ஒருபுறம் இருந்தாலும், முதல்வரின் பதிலுரையில் கண்ட நகைச்சுவையை அ.தி.மு.க. உறுப்பினர்களும் அசை போடத் தவறவில்லை).

அஞ்சா நெஞ்சனுக்கு மற்றொரு பட்டம்

மதுரை மாநகர மாவட்டக் கழகச் செயலாளர் வேலுச்சாமி இல்லத் திருமணத்தை (29.1.07) நடத்தி வைத்து கலைஞர் ஆற்றிய உரையில்

மதுரை மாநகரத்திலே இன்றைக்கு நடைபெறுகின்ற இந்த இனிய விழா தம்பி அழகிரி வரவேற்புரையாற்றி, நாள் தலைமையேற்று நடைபெறுகிற விழா. இதிலே கூட அழகிரி வரவேற்புரையாற்றிய போது, இந்த விழாவிற்கு தி.மு.க தலைவர் கலைஞரை தலைமையேற்க அழைக்கிறேன் என்று சொல்லாமல், மிக ஜாக்கிரதையாக தி.மு.க. தலைவரை தலைமையேற்க அழைக்கிறேன் என்று சொன்னார். பெயரைச் சொல்லவும் பயம். கலைஞர் என்று அழைக்கவும் கூச்சம். இந்தக் கூச்சத்திற்கும், அச்சத்திற்கும் இடையே உள்ளவரைத்தான் நீங்கள் எல்லாம் அஞ்சாநெஞ்சன் அழகிரி என அழைத்துக் கொண்டிருக்கிறீர்கள். அவர் அஞ்சா நெஞ்சனாக இருக்கிறாரோ இல்லையோ, நம்முடைய கொள்கையை யாரிடத்தும் விட்டுக் கொடுக்காமல், என்றைக்கும் எவரிடமும் "கெஞ்சா நெஞ்சனாக" அவர் இருப்பார் என்ற நம்பிக்கையுண்டு.

(இவ்வாறு தலைவர் குறிப்பிட்டதும் திருமண அரங்கமே அதிர்ந்து நொதுங்கும் அளவில் கரவொலி விண்ணைப் பிளந்து நின்றதில் வியப்பில்லைதானே.?

பிறவிப் பயன் கண்டது யார்?

கவிஞர் வாலி அவர்கள் இயற்றிய 'கலைஞர் காவியம்' அரங்கேற்ற விழா சென்னை கலைவாணர் அரங்கத்தில் 28.2.07 அன்று நடைபெற்ற போது, கலைஞர் அவர்களின் உரையிலிருந்து *கவிஞர் வாலி அவர்கள், "இவரைப் பற்றிப் பாட நான் பிறவி எடுத்திருக்கிறேன்" எனச் சொன்னார். இது பெரிய வார்த்தை அப்படி அவர் சொல்லியிருக்கக் கூடாது என்று நான் கருதுபவன். இவர் என்னைப் பாடுவதற்கேற்ப, நான்தான் பிறவி எடுத்துள்ளேன் என்று சொல்வதுதான் பொருத்தமாக இருக்கும்" என்றார்.

(கலைவாணர் அரங்கம் பெருத்த ஆரவாரத்தில் திளைத்தபோது பலகோடி தமிழர்களின் உயிர்மூச்சாய் விளங்கும் அந்த ஒப்பற்ற தலைவரின் திருவாயிலிருந்து வெளிப்பட்ட வார்த்தைகளைச் செவிமடுத்தவுடன் நன்றிப் பெருக்கால் கவிஞர் வாலியின் கண்கள் குளமாயின)

தேடி வந்த செல்வமா... இல்லை ஓடி வந்த செல்வமா?
இடம் கலைஞரின் இல்லம், கோபாலபுரம்
நாள்: 28-02-2007

திரு முரசொலி செல்வம் அவர்கள் தனது மாமனாருக்காக (முதல்வர்) கிழ்தளத்தில் காத்திருந்துவிட்டு, கொஞ்ச நேரம் சென்றவுடன், படியேறி மேலே சென்றார். அதற்குள் முதலமைச்சர், மின்தூக்கி (லிப்ட் வழியாக கீழே வந்து விட்டார். அங்கிருந்த அமைச்சர் பொன்முடி, கீழே காத்திருந்த

செல்வம். இப்போதுதான் மேலே போச்சு என்றார். உடனே கலைஞர், "இப்படித்தான்யா செல்வம் என்னிடம் சேர்வதே இல்லை. நான் கீழே வந்தால் அது மேலே போகும். அது மேலே போனால், நான் கீழே வருகிறேன்' என்றார் சிரித்துக் கொண்டே அப்போது செல்வம் படியிறங்கி வந்துவிட்டார்.

அங்கிருந்த கவிப்பேரரசு வைரமுத்து, இதோ வருகிறது உங்களைத் தேடி செல்வம்" என்றார்.

தேடி வந்த செல்வம் அல்ல, செல்வியைத்தான் கட்டுவேன் என, ஓடி வந்த செல்வம் எனச் சட்டென சொன்னார் கலைஞர், அமைச்சர்கள். ஆற்காட்டார். பொன்முடி நேரு வைரமுத்து ஆகியோர்கள் வெடிச்சிரிப்புச் சிரிக்க, அடக்கத்தோடு அதிகாரிகள் சிரிக்க அங்கு நிலவிய ராஜாங்க இறுக்கம் மெல்லவே தகர்ந்து போய், கோபாலபுர இல்லம் ஆனந்தத்தில் கோலோச்சியது.

"சோ"வென பெய்த மழை

*மு*ரசொலியில் 4.3.07 அன்று வெளிவந்த கேள்வி-பதில் பகுதியிலிருந்து

கேள்வி: காவிய கவிஞர் வாலி எழுதிய கலைஞர் காவியம் புத்தகத்தில் 'சோ' பனிமழை பொழிந்திருக்கிறாரே.

கலைஞர் பதில்: பயனுள்ள பருவ கால மழையாகவே அதை நான் மதிக்கிறேன். பெய்த மழை வீணாகாமல், வாய்க்கால் அமைத்துப் பயன்படுத்தி, கழனியில் களை இருப்பின் அதை நீக்கி, குலுங்கும் பயிர் விளைக்க 'சோ'வெனப் பெய்த அந்த மழை நீரையும் தேக்கிப் பயன்படுத்திக் கொள்வேன்.

சீப் (CHEAP) மினிஸ்டரா (CHIEF) மினிஸ்டரா!!

*அ*ண்ணா அறிவாலய வளாகத்தில் ஒசூர் முன்னாள் சட்டமன்ற உறுப்பினர் வெங்கடசாமி தலைமையில் (11-03-07) கழகத்தில் இணைந்த பல்வேறு கட்சிப் பிரமுகர்கள் மத்தியில் கலைஞர் ஆற்றிய அன்புப் பேருரையில்.

இன்றைக்கு நாட்டிலே, எத்தனையோ கட்சிகள் எல்லாம். புதிது புதிதாகத் தோன்றுகின்றன நடித்து நடித்துக் களைத்துப் போனவர்கள் அடுத்து என்ன செய்யலாம் என்றால், அவர்களுக்கு

இருக்கின்ற ஒரே வழி சுலப வழி ஒரு கட்சி தொடங்குவதுதான், கட்சி ஆரம்பித்து என்ன செய்வது? முதல் அமைச்சர் ஆவது முதல் அமைச்சர் பதவி என்ன அவ்வளவு சீப்பாகி போய்விட்டதால் தானோ, அதற்கு 'சீப் மினிஸ்டர்' பெயர் போல்!

தவிர, அவர்கள் முதல் அமைச்சராக ஆவேன் என உங்களை ஏமாற்றுகிறவர்களை நம்பினால் உங்கள் முதலுக்கே கேடு வரும். அவர்கள் முதல் அமைச்சர்களும் அல்ல. வட்டி அமைச்சர்களும் அல்ல என்பதை ஞாபகத்தில் வைத்துக் கொள்ளுங்கள்" என்றார்;

(அறிவாலய வளாகம் பெருத்த ஆரவாரத்தில் மிதந்தது. என்பதைச் சொல்ல வேண்டியதில்லை. இணைந்தவர்கள் அனைவரும் பல்வேறு கட்சிகளிடமிருந்து விடுபட்டு வந்தவர்கள். இப்படியொரு சொல்லாட்சித்திறன் தலைமை இப்பவாவது நமக்கு வாய்க்கப் பெற்றதே என்ற பெரும் பூரிப்புடன் கரவொலி எழுப்பி சிரித்து மகிழ்ந்தனர்.

இவரும் தருமிதானே!

முரசொலியில் 13-3-07 அன்று வெளிவந்த கேள்வி-பதில் பகுதியிலிருந்து எடுக்கப்பட்டவை:

கேள்வி: டாக்டர் ராமதாஸ் விடுகின்ற அறிக்கைகளைப் பார்க்கும் போது தைலாபுரத்திலிருந்து, அவர்தான் இயக்குவது போல் தெரிகிறதே.

கலைஞர் பதில்: தைலாபுரத்திலிருந்து நோய்க்குத் தைலம் கிடைத்தால் மகிழ்ச்சியே. தைலத்தை வரவேற்பதில் தவறில்லை.

கேள்வி: எதிர்க்கட்சித் தலைவி ஜெயலலிதாவின் அறிக்கைக்கு அரசின் தரப்பில் உடனடியாக பதில்கள் தரப்பட்டாலும் அதற்கு விளக்கம் அளிக்காமல், ஜெ அப்படியே விட்டுவிட்டு, வேறு ஒரு பொருள் பற்றி அறிக்கை விடுப்பதன் மர்மம் என்ன?

பதில்: சில பேருக்குக் கேள்விகள் மட்டுமே கேட்சுத் தெரியும். கேள்விக்குப் பதில் சொல்லத் தெரியாது. இங்கே திருவிளையாடல் படத்தில் வரும் தருமி (நாகேஷ்) பாத்திரத்தை நினைவுபடுத்திக் கொள்ளவும்).

கேள்வி: முதலமைச்சராக இருப்பதில் உங்களுக்கு இஷ்டமா? கஷ்டமா?

பதில்: இஷ்டமுமில்லை. கஷ்டமுமில்லை. சில நண்பர்கள் எதிர்பார்ப்பதை சில நேரங்களில் வழங்க முடியாது போனால், நண்பர்கள் எண்ணிக்கையில் நஷ்டமே!

கேள்வி (16.3.07); முடி சூட்டியபோதே இது குத்தும் கிரீடம்

என உணர்ந்தீர்களா?

பதில்: குத்தும் முட்கள் மட்டுமல்ல, கொட்டும் தேள்கள் நிரம்பிய கிரீடம் என்பதும் அப்போதும் தெரியும். இப்போதும் தெரியும். இனி எப்போதும் தெரியும்.

23-03-07 முரசொலி

கேள்வி; அண்ணா ஆரம்பித்த கட்சியிலே குடிபுகுந்தவர்தான் கருணாநிதி என்று ஒருவர் பேசியிருக்கிறாரே?

பதில்: அப்படியா பேசியிருக்கிறார். நிச்சயம் அவர் பேசியிருப்பார். காரணம் "குடி" உள்ளே புகுந்ததால் அப்படித்தான் பேசி இருப்பார்.

கேள்வி: வெளிநாட்டிலிருந்து வரும் பெரிய தொழிற்சாலைகள், "மோட்டாராலோ, நோக்கியா, சாம்சங்-டெல், கெபாரோ, போர்டு, ஹுண்டாய் என்றெல்லாம் பெயர் வைக்கிறார்களே. தமிழர் என்று சொல்லிக் கொள்ளும் கருணாநிதி, இந்தப் பெயர்களை, கண்ணகி கட்டபொம்மன் என மாற்றி வைத்தால், என்ன என ஒரு நடிகர் பேசியிருக்கிறாரே?

கலைஞர் பதில்: இந்தப் பேச்சை கேட்டு எப்படிச் சிரிப்பது? எதனால் சிரிப்பது என்பது புரியாமல், அந்தக் கூட்டம் அந்த நடிகரை நினைத்துச் சிரித்தபடியே கலைந்திருக்குமே!

கேள்வி: தமிழகத்தில் அ.தி.மு.க.வின் அரசியலை தாக்குப்பிடிக்காமல்தான் தி.மு.க. தலைமையிலான கூட்டணி எம்.பி.க்கள் பிரதமரைச் சந்தித்துள்ளனர் என்று மலைச்சாமி என்பவர் சொல்லியுள்ளாரே.

பதில்: பல சாமிகளையும் பார்த்தவன். பல ஆசாமிகளையும் பார்த்தவன், இப்போது புதிதாக, முளைத்துள்ள மலையேறிய சாமிகளின் கருத்துக்கு ஏன் மதிப்பளிக்கிறீர்கள்;

கேள்வி: தமிழக அரசில் 2007-08-ம் ஆண்டுக்கான நிதிநிலை அறிக்கை குறித்து முன்னாள் முதலமைச்சர் ஜெயலலிதா விடுத்துள்ள அறிக்கையைப் படிக்கும்போது, நமிழக அரசின் முன்னால் நிதிச் செயலாளர் நாராயணன் தயாரித்துக் கொடுத்தது போல் இருக்கிறது என பேசிக் கொள்கிறார்களாம்.

பதில்: நிச்சயமாக அவர் தயாரித்துக் கொடுத்திருக்க மாட்டார். ஏனென்றால், அவர் நிதித்துறை நிர்வாகத்தில் மிகுந்த கெட்டிக்காரர் அவர் இப்படியொரு அறியாமை நிறைந்த அபத்தமான அறிக்கையை எழுதி, ஜெயலலிதாவுக்கு அவர் நிச்சயம் (கொடுத்திருக்கவே மாட்டார்.

கவிஞர் தெய்வச்சிலை | 305

யாருடைய கண் அசைவில் ஓ.பி. செயல்படுகிறார்?

இடம்: சட்டப்பேரவை நாள்: 13 மே 2007

சபாநாயகர் மீதான நம்பிக்கையில்லாத் தீர்மானத்தில் பேசிய (அதி.மு.க.) ஓ.பன்னீர்செல்வம் சபாநாயகர் மீது குற்றச்சாட்டுக்களை அடுக்கிவிட்டு, அமைச்சர் ஆற்காட்டாரின் கண்ணசைவுக்கு ஏற்ப நடந்து கொள்கிறார்" எனத் தெரிவித்தார். உடனே ஆற்காட்டார் குறுக்கிட்டு, "முன்பிருந்த சபாநாயகர் காளிமுத்துதான் அப்போதைய முதல்வரின் கண்களையே பார்த்துக் கொண்டிருப்பார். நாங்கள் சபாநாயகருக்கு கண்ஜாடை எதுவும் காட்டுவதில்லை" என்றார்.

உடனே கலைஞர்: "ஆற்காட்டாரின் கருவிழி அசைவுக்கு ஏற்ப சபாநாயகர் செயல்படுவதாக ஓ.பி சொன்னார். கருவிழி அசைவை எப்படிப் புரிந்து கொள்வது என ஓ.பி தெரிவித்தால், இங்குள்ள அனைவருக்கும் நலம் பயக்கும்" எனக் கேட்டவுடனே சபை பெரும் ஆரவாரத்தில் சிக்கியது.

ஓ.பி.யும் புன்னகை பூத்தபடி மவுனம் காத்தார். உடனே பேராசிரியர் அன்பழகன் அவர்கள். இதற்கான விளக்கத்தை என்னிடம் அளித்தார். அதாவது, ஓ.பி. கண் அசைவையே பார்த்துப் பழகியவர். அதன் அடிப்படையிலேயே அரசியல் நடத்திக் கொண்டிருப்பவர் அவர் " எனச் சொல்லி முடிப்பதற்குள், உறுப்பினர்களின் பலத்த ஆரவாரத்தால், பேரவை மெரினா கடற்கரையின் கண் அசைவால் நகரத் தொடங்கியது.

மொழி கனிவாக இருக்க வேண்டும்!

சென்னைத் தலைமைச் செயலகத்தில் சட்டமன்றக் கட்சித் தலைவர்கள் கூட்டம் நடைபெற்ற பின் (22.5.07) செய்தியாளர்களுக்கு கலைஞர் அளித்த பேட்டியில்.

கேள்வி: கலைஞர் டி.வி. என்ற ஒரு டி.வி.யைத் தொடங்க வேண்டிய அவசியம்.

கலைஞர்: இந்தக் கேள்வியின் அவசியம் என்ன என்பதை நீங்கள் தெரிந்து கொண்டால் உங்களுக்கு இது நன்றாகப் புரியும்.

கேள்வி: இந்த முறையாவது, "நாடாளுமன்றத்திற்கு கனிமொழிக்கு வாய்ப்பு வழங்கப்படுமா?

கலைஞர்: கனிவாகப் பேசுகின்ற மொழி எங்கேயிருந்தாலும், எவரிடத்திலுமிருந்து வந்தாலும் வாய்ப்பு கொடுக்கப்படும். மொழி கனிவாக இருக்க வேண்டும். காயாக இருக்கக் கூடாது.

(எதிர்பார்த்த பதில் கிடைக்கப் பெறாவிட்டாலும் முதல்வரின் சுவிவான நகைச்சுவையை வாங்கிய மகிழ்ச்சியோடு, நிருபர்கள் சிரித்தபடி விடைபெற்றனர்).

பாவம் சிவபுண்ணியம்

இடம்: சட்டப்பேரவை
நாள்: 16.5.07

உறுப்பினர் திருசிவபுண்ணியம் அவர்கள்:

"நான் பேசும்போது மட்டும் அ.தி.மு.க. உறுப்பினர்கள் அறுபது பேரும் எழுந்து கூச்சல் போடுகிறார்கள். அருவருப்பாய் பேசுகிறார்கள்" எனக் குறைபட்டு பேசிக் கொண்டிருக்க,

கலைஞர் எழுந்து,

"நானும் கவனித்துக் கொண்டுதான் இருக்கிறேன். எதிர்க்கட்சியினருக்கு "சிவபுண்ணியத்திடம் உள்ள சிவன் பிடிக்கவில்லையோ அல்லது புண்ணியம் பிடிக்கவில்லையோ தெரியவில்லை. வேண்டுமானால் சிவபுண்ணியம், தன் பெயரை இனி "சிவபாவம்" என மாற்றிக் கொள்ளலாம் என்றார். (சபை கலகலப்பில் மிதந்தது என்பதை சொல்லவும் வேண்டுமோ)

ராமனுக்கு எதிரி யார்?

ஒருமுறை, ஜெயப்பிரகாஷ் நாராயணனின் சீடரும், கலைஞர் அவர்களின் நண்பருமான ராஜ்நாராயணன் அவர்கள், சமூக நீதிமாநாட்டில் கலந்து கொள்ள அழைப்பு விடுத்திருந்தார். அவரது அன்பான அழைப்பை ஏற்று கலைஞரும் அங்கு சென்றார்.

ஆனால் கூட்டத்திற்குப் போகும் வழியெங்கும் ராமனுக்கு எதிரி கருணாநிதி ஒழிக என்ற சுவரொட்டிகள் காணப்பட்டன. முகம் சுளிக்காமல், புன்முறுவல் பூத்தவாறே கலைஞர் கூட்டத்திற்குப் போய்ச் சேர்ந்தார். மேடையின் இருபக்கத்திலும் 'ராமனுக்கு விரோதி இந்தக் கருணாநிதி' என்ற கோஷங்கள் இந்தியில் கேட்டுக் கொண்டேயிருந்தன. ராஜ்நாராயணன் அமைதிப்படுத்தியும் அந்தக் கூட்டம் நிறுத்துவதாக இல்லை. ராஜ்நாராயணன் முதலில் பேச எழுந்ததும், கலைஞர் அவரை தடுத்து நிறுத்தி, முதலில் தான் பேசி விடுவதாகச் சொன்னார். இல்லை, இல்லை நீங்கள் பேசினால், இந்தக் கோபக் கூட்டம் ஏதாவது பிரச்சனை செய்வார்கள். இவர்களிடம் நான் முதலில் பேசி சமாதானப்படுத்துகிறேன் என்றார் ராஜ்நாராயணன். கலைஞரோ, அவரை நியாயப்படுத்தி விட்டு, மைக் முன்பாக வந்து நின்றார். ஒரு பக்கம் கோஷம் வந்து கொண்டே இருந்தது. கலைஞர் பேச்சைத் துவங்கினார்.

"ஊரெல்லாம் ராமனுக்கு விரோதி கருணாநிதி என எழுதி ஒட்டியிருந்தீர்கள் இவ்வளவு காலம் ராமனுக்கு எதிரி யார் எனத் தெரியாமல் இருந்ததுதான் எனக்கு ஆச்சரியமாக இருக்கிறது. ராமனுக்கு எதிரி ராவணன்தான். நான் அல்ல. உங்கள் ஊர் இராமாயணத்திலும் அப்படித்தானே எழுதி இருப்பார்கள்" என முடிப்பதற்குள், முதலில் கரவொலி எழுப்பியவர்கள் மேடையின் இருபக்கமும் கோஷமிட்டவர்கள்தான்.

(கரவொலியும் சிரிப்பொலியும் அடங்க வெகு நேரமாயிற்றாம். வெகுண்டிருந்த கூட்டத்தை அப்படியே மடக்கிப் போட்ட கலைஞரின் சொற் சாதுரியத்தை வெகுவாகப் புகழ்ந்து தள்ளினார் ராஜ்நாராயணன். ஆனால் அதே சமயத்தில், இந்தியைக் கற்றுக் கொண்டு இவர் வடநாட்டில் நுழைந்திருந்தால் இங்குள்ள அரசியல்வாதிகள் தலை எடுத்திருக்க முடியாது. தப்பித்தோம் என நிம்மதிப் பெருமூச்சு விட்டார்களாம்).

கேள்வி பதில்

(முரசொலி 30.5.07)

கேள்வி: ஹெல்மெட் அணிவதற்கான தேதி தள்ளி வைக்கப்படுமா?

கலைஞர் பதில்: தலையில் இடம் இல்லை என்றால் தள்ளி வைத்துக் கொள்ளலாம்.

(முரசொலி 30.6.07)

கேள்வி: நாட்டில் போலிச் சாமியார்கள் அதிகமாக நடமாட ஆரம்பித்து விட்டார்களே!

கலைஞர் பதில்: சாமியார்கள் என்றாலே போலிதான். இதில் என்ன அசல் சாமியார் போலிச் சாமியார்?

தம்பியே! வெறுமனே அமர்ந்திருக்காதே!

தலைமைச் செயலக கட்டிடத்திற்கான அடிக்கல் நாட்டு விழா, ஒமந்தூரார் வளாகத்தில் 12.6.07 அன்று கலைஞர் தலைமையில் நடைபெற்றது. அங்கே முதல்வர் உரையில்:

"தம்பி துரைமுருகன், தவம் செய்வதைப் போல், இதை நாங்கள் கட்டி முடிப்போம் என்றார். தம்பி! இதைத் தவமாக நினைத்துச் செய். தவத்தில் வெறுமனே உட்கார்ந்திருந்து முணுமுணுத்துக் கொண்டிருப்பது போல், உட்கார்ந்திருந்து விடவேண்டாம். தவத்திற்கு இடையில் யார் குறுக்கிட்டாலும் அதற்கு தயவு செய்து அடிபணியாதே! மயங்காதே! தவத்தைக் கலைக்க யார் யாரோ. எப்படி எப்படியோ வேடம் பூண்டு

வருவார்கள். அப்படி வரும்போதெல்லாம் 'தவம்' கெடாமல் பார்த்துக் கொள்" என்றார்.

அமைச்சர் துரைமுருகன் அவர்களுக்கு அறிவுரையோடு கூடிய எச்சரிக்கை விடுத்த பாங்கில், விசுவாமித்திரர் தவத்தையும், அவ்வளவு பெரிய முனிவரின் தவத்தை கலைத்த மோகினிகளின் களியாட்டத்தையும் நினைவுகூர்ந்த கலைஞரின் சொல்நயத்தைப் பாராட்டி சிரித்து மகிழ்ந்தது கூட்டம்.

இந்த மல்லி வாடாது

கழக செயற்குழு உறுப்பினர் சித்திரை மல்லி புதல்வர் பொறியாளர் நிலவரசன் திருமண விழாவில் (21.6.07) கலைஞர் அவர்கள் சிறப்பித்து வாழ்த்துரைத்தபோது

"நம்முடைய சித்திரைமல்லி எத்திராசன் இந்த மணவிழாவிற்கு என்னிடம் தேதி வாங்கி ஓராண்டு காலம் ஆகப் போகிறது. அதற்கான காரணம் எனக்குப் பின்னர்தான் புரிந்தது. தமிழ்நாட்டில் நான் எந்த விழாவிற்குச் சென்றாலும், பந்தலுக்குள் நுழையும்போதோ அல்லது மேடையில் ஏறும் போதோ, தம்முடைய எத்திராசனைப் பார்த்து விட்டுத்தான் உள்ளே நுழைய முடியும். இப்படி ஒவ்வொரு நிகழ்ச்சியிலும் சந்திக்க நேரிடும். போதெல்லாம். என்னை நினைவுபடுத்திக் கொண்டே இருப்பார். இப்படி தொடர்ந்து விடாப்பிடியாக நினைவுபடுத்தி நடைபெறுகின்ற திருமணம் சித்திரைமல்லி இல்லத் திருமணமாகத்தான் இருக்க முடியும்.

நல்ல காலமாக பெயர் பொருந்தியிருக்கிறது. வெறும் மல்லி யாக இருந்தால் அது வாடிவிடக் கூடும். இவர் சித்திரைமல்லி. சித்திரமாகத் தீட்டப்பட்ட மல்லி வாடாது வதங்காது அல்லவா" என்றார்.

(மண வீட்டாரோடு வாழ்த்த வந்திருந்த அனைவருமே மாப்பிள்ளையின் தந்தை பெயருக்கான விளக்கத்தைக் கேட்டு சிரிக்காமல் எப்படியிருப்பார்கள்).

பதவி கேட்டு ஆற்காட்டாரிடம் போகாதே!

துறைமுகப் பணியாளர் முன்னேற்ற சங்கப் பொதுச் செயலாளர் இராமமூர்த்தி இல்ல மணவிழா, கலைஞர் தலைமையில் சென்னை அறிவாலய கலைஞர் அரங்கில் (27.6.07) நடைபெற்ற போது, மணமக்களை வாழ்த்திப் பேசிய உரையில்..

"இராமமூர்த்தி பற்றி ஆற்காட்டார் பேசும்போது, பதவி ஆசை இல்லாதவர் கலைஞரை, கோபாலபுரத்தை, கோட்டையை, அறிவாலயத்தைச் சுற்றிவந்து இயக்கப் பணி ஒன்றுதான் அவரது குறிக்கோள். இப்படிச் சொல்லி புகழ்ந்து அவரைப் பதவி ஏதும் கேட்கு விடாமல் செய்து விட்டார் வீராசாமி,

பதவி கேட்டு வருகிறவர்களை எப்படியெல்லாம் சமாளிப்பார் வீராசாமி என நான் அறிவேன். எம்.எல்.ஏ கேட்டால் எம்.எல்.சி. தருவதாகச் சொல்வார். இப்போது அது இல்லாததால், எம்.பி. பதவியைத் தலைவரிடம் சொல்லி ஏற்பாடு செய்கிறேன் என்பார் வீராசாமி. இராமமூர்த்திக்குப் பதவி ஆசையே கிடையாது. கேட்கவும் மாட்டார் என்று சொல்லி வைத்திருக்கிறார். இது நல்ல அனுபவம்" எனச் சொல்லி முடிப்பதற்குள், அரங்கம் சிரிப்பில் தவித்துக் கொண்டிருந்தது. பதவி கேட்டு ஆற்காட்டாரிடம் போனால் ராமமூர்த்திக்கு நடந்ததுதான் உங்களுக்கும் நடக்கும் என மறைமுகமாகத் தெரிவித்த செய்தியைக் கேட்டுக் கழகத் தோழர்கள். எப்படிச் சிரிக்காமல் இருப்பார்கள்.

"விழா" முதல்வர்

தமிழ்நாடு மின்வாரியப் பொன்விழா, நேரு உள் விளையாட்டரங்கில் 2707 அன்று நடைபெற்றது. மின்வாரியப் பொன்விழாப் பதக்கங்களை வழங்கி முதல்வர் கலைஞர் அவர்கள் பேருரை ஆற்றியபோது:

"நான் ஐந்துமுறை முதலமைச்சர் பொறுப்பை ஏற்றாலும், பொறுப்பேற்ற ஒவ்வொரு முறையும் எப்படியாவது ஒரு விழா நடந்துள்ளன. அது வெள்ளி விழாவோ, அல்லது பொன் விழாவோ வந்து விடுகின்றன. எனவே, நான் "விழா முதல்வராகி விட்டேன். விழா முதல்வர் என்றால் "விழா(த) முதல்வராகவே ஆகிவிட்டேன்.

(உழைக்கும் வர்க்கம் நிரம்பிய அந்த அரங்கம். ஆரவாரத்தால் அதிர்ந்து போயிருந்தால் ஆச்சர்யமே இல்லையென மின்வாரிய தொழில்நுட்ப அலுவலர்கள் பேசிக் கொண்டதைக் கேட்டு, என்னாலும் சிரிப்பை அடக்க முடியாமல் தவித்ததென்னவோ உண்மைதான்).

தென்கட்சி யார் கட்சி?

அனல்மூச்சு கவிதை நூல் வெளியீட்டு விழாவில் (5.8.01) கலைஞர் உரை:

"நம்முடைய தென்கச்சி சுவாமிநாதன் இங்கே பேசும்போது, அவரை அறிமுகப்படுத்திய ஏர்வாடி சொன்னார்கள். இவர் எந்தக் கட்சி என்று தெரியாது, ஆனால் இருந்தாலும், தென்கட்சி என்று சொன்னார்கள். ஒரு கன்னத்தில் அடித்தால் இன்னொரு கன்னத்தைக் காட்டு என்ற வகையிலே வளர்ந்த அந்த அன்பு நோக்கு இங்கிருந்து சென்றதுதான். அதை வள்ளுவன் வழங்கியதுதான் என்று சொன்ன நேசக்கருத்தையும், அதைப்போலவே இந்தக் களி பாண்டம் செய்ய பயன்படுகிறது. ஆனால் மனிதனை களிமண்ணாகவே வைத்திருக்கின்றது என்று சொன்ன இந்த இரண்டு கருத்தையும் நம்முடைய தென்கச்சி கையாளாண்ட காரணத்தால் நான் முதலிலேயே கருதினேன். இவர் நிச்சயம் என் கட்சிதான்" என்று.. சொல்லி முடிக்குமுன்னே, அரங்கம் சிரிப்பொலியால் ஆரிப்பரித்தது. இப்போதுதான் புரிகிறது அவர் தென்கட்சியல்ல, என் கட்சி என்று (மீண்டும் கைதட்டல்)

இந்த அம்பு காயப்படுத்தவிலை!

சென்னையில் மத்திய செம்மொழித் தமிழாய்வு நிறுவனத் துவக்க விழாவை (18.08.07) கலைஞர் துவக்கி வைத்து ஆற்றிய சிறப்புரையில்

"மாண்புமிகு மனிதவள மேம்பாட்டுத்துறை அமைச்சர் அர்ஜுன்சிங் அவர்களுக்கு அரசின் சார்பாக 28.11.06 அன்றுதான் கடிதம் எழுதப்பட்டது. என்ன வேடிக்கை பாருங்கள். அதற்கு அவரிடமிருந்து 29.11.06 அன்றே எனக்கு பதில் கிடைத்துவிட்டது. தமிழ் செம்மொழி ஆவதில் நான் காட்டிய ஆர்வத்தை நாமே வெட்கப்படக்கண்டிய அளவில் அவர் இதிலே வேகம்

காட்டியுள்ளார். புராணத்திலேதான் சொல்வார்கள் அர்ஜுனன் அம்பு அவ்வளவு வேகத்தில் சென்றது என்று. ஆனால் இந்த அர்ஜுனனின் அம்பு அதைவிட வேகமாக வந்து என்னுடைய இதயத்தில் பாய்ந்து. நின்றது. அது காயத்தை ஏற்படுத்தவில்லை. காதலையே ஏற்படுத்தியது என்றார். வாய் நிறைந்த சபை, வாய் வலிக்கச் சிரித்து ரசித்ததாம். அமைச்சர் அர்ஜுனனும் செல்போன் வழியாக தான் ரசித்து மகிழ்ந்ததை கலைஞரிடம் தெரிவித்தாராம்.

கலகலப்பில் சிக்கிய சத்தியமூர்த்தி பவன்

காங்கிரஸ் கட்சியின் தலைமை அலுவலகமான சத்தியமூர்த்தி பவனில் நடைபெற்ற ராஜீவ்காந்தி பிறந்த நாள் விழாவில் (21.08.07), முதல்வர் கலைஞர் ஆற்றிய உரையில்-

சத்தியமூர்த்தி பவனுக்கு கருணாநிதி வருகிறார் என்பதை ஏதோ சந்திரமண்டலத்திற்கு இங்கிருந்து ஒரு மனிதன் போவதைப் போன்று ஒரு பெரிய ஆச்சரியத்திற்குரிய விஷயமாக நீங்கள் நினைத்தீர்களோ இல்லையோ நான் நினைத்தேனோ இல்லையோ, தமிழ்நாட்டிலுள்ள சில பத்திரிகைகள் ரொம்பவே பெரிதுபடுத்தி, நீங்கள் விளம்பரப்படுத்தாமலே நிறைய கூட்டத்தை அவர்களே சேர்த்துக் கொடுத்திருக்கிறார்கள். அவர்களுக்கெல்லாம் நன்றிகூறிக் கொள்ளக் கடமைப்பட்டுள்ளேன்;

(சட்டை கிழிப்பு, கைகலப்பு. அடிதடி. ஆர்ப்பாட்டங்களை சந்தித்து கொஞ்சம் சங்கடத்திலிருந்த சத்தியமூர்த்தி பவன் ரொம்பவே சுலைஞரின் பேச்சில் அன்று கலசுலப்பில் மிதந்தது).

சீர் சிறப்பு -சிமெண்ட்

அகில இந்திய சுட்டிட வல்லுநர் சங்க வெள்ளிவிழா சென்னை நந்தம்பாக்கத்தில் 260807 அன்று கலைஞர்

தலைமையில் நடைபெற்றது. அப்பொழுது கலைஞர் உரையாற்றியபோது.

"இன்று நடைபெறுகின்ற இந்த விழா மிகுந்த சீரோடும் சிறப்போடும் நடைபெற்றுக்கொண்டிருக்கிறது. ஆனால், சிமெண்ட்டோடும் நடைபெற்றதால் இன்னும் உங்களுக்கு மகிழ்ச்சியாக இருக்கும். அதற்கான ஏற்பாடுகளையெல்லாம் செய்துமுடித்துவிட்டுத்தான் இங்கே வந்துள்ளேன். விரைவில் 'சிமெண்ட் பற்றிய சங்கடம் தீரும் என்ற நம்பிக்கையை உங்களுக்குத் தந்திடவே நான் இங்கு வந்திருக்கிறேன்.

(மாநாடு சீரோடும் சிறப்போடும் சிமெண்ட்டோடும் நடந்து முடிந்திருக்குமென்பதில் சந்தேகமே இல்லைதானே!)

தமிழ்நாடு களவுபோக விடமாட்டேன்!

சென்னை கலைவாணர் அரங்கில் இயல் இசை நாடக மன்றம் சார்பாக நடைபெற்ற விழாவில் (1.9.07) கலைத்துறையில் செயற்கரிய செயல் புரிந்த கலைஞர்களுக்கு 2006-ம் ஆண்டிற்கான கலைமாமணி விருதுகளை, முதல்வர் முன்னிலையில், ஆளுநர் பர்னாலா பொற்பதக்கங்களை வழங்கினார். அப்போது கலைஞரின் உரையில்..

பாராட்டப்பட்ட பலரில் ஒருவரான நம்முடைய இயக்குநர் பார்த்திபன் அவர்களை நன்றி சொல்லச் சொன்னால், அவரோ நன்றி தெரிவிக்கும் பாவனையில் தமிழ்நாட்டையே இதன்மூலம் பெற்றுக்கொண்டேன் என தெரிவித்தார். நமக்குத் தெரியாமல் எடுத்துக்கொண்டு போய்விட்டார். பலபேர் காத்துக் கொண்டிருக்கிறார்கள் தமிழ்நாட்டை எடுத்துக்கொண்டு போசு.. பார்த்திபன் உட்பட தமிழர்கள் அவ்வளவு பேரும் ஏமாளிகள் அல்ல என்பதையும் இங்கே எடுத்துக்காட்ட விரும்புகிறேன்" என குறிப்பிட்டதும் கலைவாணர் அரங்கம் கொஞ்சம் இடைவெளிக்குப் பின் மகிழ்ச்சி ஆரவாரத்தில் மிதந்தது. கலைமாமணி விருதுபெற்ற நாதஸ்வர கலைஞர் ஒருவர் சிரித்துச் சிரித்து மார்புவலியே வந்துவிட, மருத்துவர்கள் அழைக்கப்பட்ட விவரத்தையும் இங்கே குறிப்பிட்டாக வேண்டுமல்லவா!

ராமனுக்கே சாமி எங்கள் பக்கம்!

சேது சமுத்திரத் திட்டமும் ராமர் பாலமும் என்ற தலைப்பில், அனைத்துக்கட்சித் தலைவர்கள் பங்கேற்ற மாபெரும் பொதுக்கூட்டம் சென்னை அமைந்தகரையில் கலைஞர் தலைமையில் (16.9.07) நடைபெற்றபோது...

அண்ணா வலியுறுத்திய வளமிக்க திட்டத்தை அண்ணாவின் பெயரைக் கட்சிக்கு வெட்கமில்லாமல் வைத்துக்கொண்டவர்கள், 'நிறுத்துங்கள்' எனக் கூப்பாடு போடுகிறார்கள். ராமன் பொறுத்துக்கொள்வானா என்றெல்லாம் கேட்கிறார்கள். உன்னையே ஐந்தாண்டு காலம் பொறுத்துக்கொண்ட ராமன், எங்களையா பொறுத்துக்கொள்ளமாட்டார். எங்கள் தலைவர், குரு யார் தெரியுமா? அந்த ராமனுக்கே சாமி. ராமசாமி. அந்த குரு இட்ட கட்டளைதான் இந்த சேது திட்டம். எனவே ராமனுக்கே சாமி ஆன அவர் பார்த்துக்கொள்வார். அந்த ராமனுக்கே சாமிதானே உன்னை அனுப்பிவிட்டு எங்களை ஆட்சியில் அமர வைத்துள்ளார். எனவே அவர் பார்த்துக்கொள்வார்" எனக் கூறி முடிப்பதற்குள் கூட்டத்தினரின் கரவொலியாலும் சிரிப்புச் சத்தத்தாலும் அமைந்தகரை ஆடிப்போய்விட்டதாம். புல்லா அவென்று இல்லா அவென்யூவாகிப் போனதாம்?

பொதுப்பணி பழைய பணிதான்

பொதுப்பணித்துறையில் பணிபுரிந்தவர்களுக்கு பணி நிரந்தர ஆணைகளை வழங்கும் விழாவில், கலைஞர்

உரையாற்றியபோது. (22.10.07)

"தம்பி துரைமுருகன் பொதுப்பணித்துறை அமைச்சராக, தான் இருப்பதை பெருமிதத்தோடு குறிப்பிட்டு, இந்தப் பொதுப்பணித்துறையிலேதான் நம்முடைய முதலமைச்சரும் முதன்முதலில் அமைச்சராக இருந்தார் என்றார். நான் பொதுப்பணியில் இருந்ததால்தான், பேரறிஞர் அண்ணா அவர்கள், என்னை அழைத்து, 'நீ பொ.ப.துறை அமைச்சராக இரு என ஆணையிட்டார்கள் அதில் இருபொருள் உண்டு என அப்போதே எனக்குத் தெரியும். எனக்குப் பொதுப்பணி என்பது புதுப்பணி அல்ல பழைய பணிதான். அந்தப் பொதுப்பணியில் புதுப்பணி ஆற்றுவதற்காகப் பலருக்கு பணி நியமன ஆணைகள் வழங்குவது மெத்த பூரிப்பைத் தருகின்றது என்றார்.

(அரசுப்பணி நிரந்தரமாக்கப்பட்டு, அதுவும் முதல்வர் திருக்கரங்களால் ஆணைகளைப் பெறும் மகிழ்ச்சியோடு பொதுப்பணி-பழையபணி-புதுப்பணி என தங்களது துறைக்கான புது அர்த்தத்தை தெளிவுபடுத்திய கலைஞரின் சொற்சுவையில் திளைத்து மகிழ்ந்தனர்)

இருந்தார் - சென்றார் - வந்தார்!

வனத்துறை அமைச்சர் என்.செல்வராஜ் இல்ல மணவிழாவை (29.10.07) நடத்திவைத்து முதல்வர் கலைஞர் ஆற்றிய உரையில்...

'நம்முடைய செல்வேந்திரன், செவ்வராஜைப் பற்றிப் பேசும்போது, ஜாடையாக, 'ஒருமுறை தவறு செய்துவிட்டார் எனக் குறிப்பிட்டுப் பேசியுள்ளார். அவர் செய்த தவறை அவருக்கு ஞாபகப்படுத்த வேண்டும் என்பதற்காகத்தான் அவருக்கு ஒதுக்கப்பட்ட துறையாக, 'வனவாசத்தை நான் ஒதுக்கினேன். தம்மிடமிருந்து பிரிந்து சென்ற அவருக்கு அங்கே வனவாச வாழ்க்கையாகத்தானே இருந்திருக்கும்,

தவிர, அவர் செய்த தவறு என்றும் செல்வேந்திரன் குறிப்பிட்டார். அது அவருடைய பெயரிலே இருப்பதால் ஏற்பட்ட தவறு என்றே கருதிவிடுவோம். செல்வராஜ் என்ற பெயரைக் கொஞ்சம் பிரித்துப் பாருங்கள். முதலில் "செல்" என்றிருக்கிறது. ஆகவே சென்றார். இடையில், 'வ' என்றிருக்கிறது எனவே வந்தார். வந்த பிறகு, அவர் இப்போது 'ராஜா'வாக

இருக்கிறார். அதாவது வனத்துறையின் அமைச்சராக, ராஜாவாக இருக்கிறார். எனவே, செல்வராஜ் என்ற பெயர், அவருக்கு எவ்வளவு பொருத்தம் பாருங்கள்" எனக் குறிப்பிட்டதும் மணவிழா அரங்கமே சிரிப்பொலியில் சங்கமித்த வேளையில், தனது செயல்பாட்டுத் தன்மையும் விளைவும் தனது பெயரில் அமைந்திருந்ததைக் குறிப்பிட்ட கலைஞரின் நகைச்சுவைப் பேச்சில் அப்படியே சிரித்தபடி மெய்மறந்து போனார் ராஜா பெருமகன்.

பிரிக்காமல் படிக்க முடியுமா?

மதுரை மாவட்டத்தில் சுற்றுப்பயணத்தை முடித்துக்கொண்டு இறுதிக்கட்டமாக பத்திரிகையாளர்கள் சந்திப்பு, மதுரை நகரில் (31.10.07) நடைபெற்றது. அப்போது ஒரு செய்தியாளர்,

"கடந்த ஆட்சியில் வாரப்பத்திரிகைகள் என்று தினசரிப் பத்திரிகைகள், பிரித்துப் பார்த்தார்கள். பத்திரிகையாளராகிய நீங்கள் வாரப் பத்திரிகை களுக்கும் அரசு பஸ் பாஸ் கொடுப்பீர்களா? ஏனென்றால் கடந்த ஆட்சியில் பத்திரிகைகளைப் பிரித்துப் பார்த்தார்கள்.

கலைஞர் : பத்திரிகை என்றால் பிரித்துப் பார்த்துதானே படிக்க முடியும்!

(கோரிக்கையினை மறந்து நிருபர்கள் ரொம்பவே கலைஞரின் ஜோக்கில் லயித்துப்போய்விட்டார்கள்.)

நல்லது செய்தால் கோபம் வராதா என்ன?

இந்திய நினைவுச் சின்னங்கள் உற்பத்தியாளர் சங்க உலக வர்த்தக கண்காட்சியைத் துவக்கி வைத்து கலைஞர் உரையாற்றியபோது.

இன்றைக்கு நாம் சொல்கிறோமே மகாபலிபுரம் என்று அது மகாபலிபுரம் அல்ல. மாமல்லபுரம், எப்படியென்றால். அசுரவேந்தனின் பெயர் மகாவலி, மகாபலிபுரத்திலே ஆண்டுகொண்டிருந்தவன். பொல்லாதவனாகப் படைக்கப் பட்டான். ஆனால் அவனைப்போல நல்லவர் யாரும் இல்லை என்கிற அளவில், இன்றைக்கும் கேரளாவில் புகழ்ந்து பாடிக்கொண்டிருக்கிறார்கள். விழா எடுக்கின்ற அளவுக்கு

நல்லபெயர் வாங்கியவர். ஓணம் பண்டிகை அந்த மன்னவன் பெயரில்தான் நடக்கிறது. ஆனால், அவரோ அசுர குலத்தில் பிறந்தவர் மக்களுக்கு நன்மைகள் செய்வதிலே காலத்தை ஓட்டியவர் உறுதிமொழிகளையெல்லாம் நிறைவேற்றியவர். மக்களின் நல்வாழ்வு ஒன்றுதான் அவனது குறிக்கோள். ஆனால், அசுரன் நல்ல காரியங்களைச் செய்தால், தேவர்களுக்கெல்லாம் கோபம் வராதா பின்னே! பொறுத்துக்கொள்வார்களா?

காரணம் என்னவென்றால் நல்ல காரியங்களைச் செய்தால் இவரை ஆட்சியிலிருந்து அகற்றவே முடியாதல்லவா" எனச் சொல்லிக் கொண்டிருக்கும் போதே, வருகை தந்திருந்த மக்களின் ஆரவாரம் விண்ணைப் பிளந்தது.

தொடர்ந்த சுலைஞர், "இதற்கு மேல் நான் பேசவிரும்பவில்லை. உங்களின் கைதட்டலும் ஆரவாரமும் உங்களுக்கு நன்று புரிந்துவிட்ட மகிழ்ச்சியில் நிறுத்திக் கொள்கிறேன். (ஆரவாரம் எப்படி அடங்கும்)

நீங்கள் ம.தி.மு.க.தான் மாற்றமில்லை!

பெரம்பலூர் மாவட்ட ம.தி.மு.சு.வைச் சேர்ந்த தலைமைக்குழு, பொதுக்குழு உறுப்பினர்கள், ஒன்றிய, நகரச் செயலாளர்கள் உள்ளிட்ட 3000-க்கும் மேற்பட்டோர் அண்ணா அறிவாலயம், கலைஞர் அரங்கில், கலைஞர் அவர்கள் முன்னிலையில் இணைந்தனர். அவர்களை வரவேற்று அன்பு தழுவ ஆற்றிய உரையில் கலைஞர்.

"இப்போது தி.மு.க.விற்கு நீங்கள் வந்திருக்கிறீர்கள். இப்போதுதான் ம.தி.மு.க. என்ற பெயர் உங்களுக்கு ஒருவகையில் பொருந்தும். மறுபடியும் தி.மு.க. -மதி.மு.க. இப்போது தி.மு.க.வாக ஆகிவிட்டீர்கள். கவலைவேண்டாம் எனக்குறிப்பிட்டதும், இணைந்த உடன்பிறப்புகளின் மகிழ்ச்சிக் கரவொலியால் அண்ணாசாலையில் சென்ற வாகனங்கள் அப்படியே மெய்மறந்து நகர மறுத்து இவர்களை வரவேற்று மகிழ்ந்தனவாம்.

ஜப்பானுக்கு மறுபெயர்

ஜப்பான் சுற்றுப்பயணத்தை முடித்துத் திரும்பிய அன்றைய தலைமைச் செயலாளர் திரு.சொக்கலிங்கம் அவர்கள், தனது அனுபவங்களை ஒரு நூலாக எழுதினார். அதனை கலைஞர் வெளியிட்டார். அப்போது அந்த விழாவில் பேசிய நீதிபதி

மகாராஜன், ஜப்பானைப் பற்றி அடிக்கடி தமது பேச்சில் குறிப்பிட்டார்.

இறுதியாக உரையாற்றிய கலைஞர், "ஜப்பானைப் பார், ஜப்பானைப் பார் என்று நீதிபதி பலமுறை குறிப்பிட்டார். ஜப்பார் என்ற சொல்லுக்கு உதயசூரியன் என்ற பொருள் உண்டு. உதயசூரியன் என வெளிப்படையாகச் சொல்ல விரும்பாமல், ஜப்பானைப் பார் எனச் சொன்னார் என்றே நான் கருதுகிறேன்" என்றார்.

(சமயம் கிடைக்கும்போதெல்லாம். தனது கோட்பாட்டையும் கொள்கை விளக்கத்தையும் வாய் நிறைந்த சபையோர் மத்தியில் மிக நாசூக்காக குறிப்பிட்ட கலைஞரின் சொல்லாட்சி கேட்டு நீதியரசர் மனம்விட்டே சிரித்து மகிழ்ந்தாராம்.)

தப்பாட்டமே அல்ல... நல்ல ஆட்டம்தான்

சென்னை அடையாறு ஐஐடி வளாகத்தில் 10.1.08 அன்று நடைபெற்ற விழாவில், சென்னை சங்கம கலைத்திருவிழாவை கலைஞர் தொடங்கி வைத்து வாழ்த்தி, உரையாற்றினார். அவற்றில்...

''சென்ற ஆண்டு தொடக்க நாளிலே பல்வேறு நிகழ்ச்சிகளைக் காணுகின்ற வாய்ப்பு கிடைத்தது. இந்த ஆண்டு ஒரே நிகழ்ச்சி, பாமர மொழியில் அதை 'தப்பாட்டம்' எனச் சொல்வதுண்டு. தமுக்கு என்கிற கருவி, தப்பு என்கிற கருவியாக மருவி, அதை ஒலித்துக்கொண்டு ஆடுவதுதான் தப்பாட்டம் என்று சொல்லி வருகிறார்கள். இது நல்ல ஆட்டம்தான். தப்பான ஆட்டமே அல்ல. தப்பாட்டமே கிடையாது. ஒருசில ஜனங்களுக்கு இப்போதெல்லாம் நல்லது எல்லாம் தப்பாகவே தெரிகிறது. அந்தக்காலத்திலும் இந்தத் தப்பானவர்கள் இருந்திருக்கிறார்கள்

எனக் கூறிக்கொண்டிருக்கும் போதே, தங்களது மகிழ்ச்சியைக் கரவொலி மூலம் எழுப்பாமல் தமுக்கு அடித்தே வெளிப்படுத்தினார்கள். தங்களது தப்பாட்டத்திற்கான. உண்மையான அர்த்தத்தை அன்றுதான் கலைஞர் வாயிலாக கேட்டு அறிந்துகொண்ட மகிழ்ச்சியில் தப்பாட்டம் மேலும் களை கட்டியது.

புத்தரும் ஆசையைத் துறக்கவேயில்லை!

10.1.08 அன்று நடிகர் ரஜினிகாந்த் நடித்த சிவாஜி திரைப்படத்தின் வெள்ளிவிழா, சென்னைப் பல்கலைக்கழக நூற்றாண்டு விழா மண்டபத்தில், படத்தில் பணியாற்றிய பல்வேறு கலைஞர்களுக்கும் விருதுகள் வழங்கி சிறப்புரையாற்றினார் கலைஞர் அவர்கள். அப்போது...

*கபிலருடைய ஒரு தத்துவத்தை எடுத்துச்சொன்னார் ரஜினி. அவருடைய வெற்றியின் ரகசியத்தைப் புரிந்துகொண்டேன். ஆசைப்பட வேண்டும், ஆசைப்பட்டதை நிறைவேற்ற மற்றவர்களையும் இணைத்துக் கொள்ள வேண்டும். பின் நினைத்ததை முடிக்க வேண்டும். இதுவரையில் வெளியிடாமல் இருந்த ரகசியத்தை இன்றைக்கு அவருக்கு விழா கொண்டாடி. அவர் வாயாலேயே வரவழைத்துவிட்டோம்.

உண்மைதான். ஆசைப்படுவதில் தவறில்லை. ஆசையை விட்டொழி என துறவிகள் சொல்லியிருக்கிறார்கள். ஆனால், திருவோடு இல்லாமல் எந்தத் துறவியும் நடப்பதில்லை. அந்தத் திருவோட்டின் மீது அவர்கள் கொண்டிருந்ததும் ஆசைதானே! புத்தர் கூட ஆசையைத் துறந்துவிட்டு, இரவோடு இரவாக அரண்மனையை விட்டு வெளியேறினார். அவர் அப்படிச் சென்றாலும், அவர் ஆசைப்படத்தானே செய்தார். எல்லோரும் ஆசையைத் துறக்க வேண்டுமென்றுதானே அவர் ஆசைப்பட்டது. ஆசையைத் துறக்க வேண்டும் என்ற பொன்மொழியை மக்களிடம் எடுத்துச் சொல்லி, மக்களைத் திருத்த வேண்டுமென்று கடைசிவரை ஆசைப்பட்டார். அதுவும் ஒருவகையில் 'ஆசைதானே!" என்றார்.

(சிரிக்க வேண்டும் என உள்மனது சொன்னாலும், ஆசையை அடக்க முடியாமல், மண்டபத்தில் குழுமியிருந்த அனைவருமே ஆசையோடு சிரித்து மகிழ்ந்தனர்)

கடவுளும் நானும்....!

அதே விழாவில் கலைஞர் தொடர்ந்து பேசியதிலிருந்து...

"இங்கே ரஜினிகாந்த் பேசும்போது, "நீங்கள் கடவுளை நம்பாவிட்டாலும் உங்களை கடவுள் நம்புகிறார்" எனக் குறிப்பிட்டார். பதினைந்து ஆண்டுகளுக்கு முன்பு மடாதிபதிகள் எனக்கொரு பாராட்டுவிழா நடத்தினார்கள் வாரியார் சுவாமிகள். குன்றக்குடி அடிகளார் உட்பட ஒரு மடாதிபதி பேசும்போது, முதலமைச்சர் கலைஞர் அவர்கள் கடவுளை ஏற்றுக்கொள்ளாவிட்டாலும் நாம் அவருடைய நல்ல ஆட்சியை ஏற்றுக்கொள்கிறோம்" எனக் குறிப்பிட்டார்.

நான் பேசும்போது சொன்னேன், "நான் கடவுளை ஏற்றுக்கொள்கிறேனா இல்லையா என்பதல்ல பிரச்சினை கடவுள் என்னை ஏற்றுக்கொள்ளும் அளவுக்கு நான் நடந்துகொள்கிறேனா என்பதுதான் பிரச்சினை என்று அதைத்தான் ரஜினி இங்கே குறிப்பிட்டார். கருணாநிதி கடவுளை ஏற்றுக்கொள்ளா விட்டாலும் கடவுள் அவரை ஏற்றுக்கொண்டிருக்கிறார் என்று சத்யசாய்பாபா எனது இல்லத்திற்கு வந்ததைப் பற்றிக் குறிப்பிட்டாரோ என்னவோ தெரியவில்லை" என முடித்தார்.

விழா மண்டபம் மீண்டும் ஆரவாரத்தில் மிதந்தது. ரஜினி கூற்று முற்றிலும் உண்மைதான். பகவான் சத்யசாய்பாபா, பங்காரு அடிகளார், குன்றக்குடி அடிகளார் போன்றவர்கள் கலைஞர் இல்லத்திற்கே வந்து அருளாசி வழங்கியுள்ளனர். மாதா அமிர்தானந்தா அவர்களுடன் நலத்திட்ட உதவி வழங்கும் விழாவில் சேர்ந்தே பங்கேற்றது, வேலூர் திருக்கோயிலுக்கு விஜயம்:

ஒரு பழமொழி உண்டு. இறைவன் நம் இல்லந்தோறும் வரத்தான் செய்கிறார். நாம்தான் இருப்பதில்லை என்று ஆனால் கடவுள் வரும் நேரமெல்லாம் கலைஞர் இருக்கத்தானே செய்கிறார் என்ற செய்தியால் அரங்கம் ஆர்ப்பரிக்கத்தானே செய்யும்.

நாறுநாள் ஓடினால்தானே - அவர்மீது குற்றமில்லை!

திரைப்பட இயக்குநர், தயாரிப்பாளர் எல்.வி.பிரசாத் நூற்றாண்டு பிறந்தநாள் விழா நடைபெற்றபோது (17.1.08) கலைஞரின் சிறப்புரையில் ஒருபகுதி.

அவரின் தாராள மனப்பான்மைக்கு இங்கே ஒரு சம்பவத்தை சொல்ல விரும்புகிறேன். அவரது தயாரிப்பில் நான் மூன்று படங்களுக்கு கதை-வசனம் எழுதியுள்ளேன். அவை, 'மனோகரா, இருவர் உள்ளம், 'தாயில்லாப்பிள்ளை இங்கே முதல் இரண்டை மட்டும் சொன்னார்கள். மூன்றாவதை விட்டுவிட்டார்கள். அதையும் தாயில்லாப் பிள்ளையாக்கிவிட்டார்களே. மூன்றும் பிரமாதமாகவே ஓடியது.

தாயில்லாப்பிள்ளை படத்திற்கு நான் கேட்ட தொகை ஒன்று அவர் தருவதாகச் சொன்ன தொகை வேறு. அதுவும் அந்தப் படம் 100 நாள் ஓடினால், கூடவே பத்தாயிரம் தருவதாக வாக்குக் கொடுத்தார். அப்படியே நிறைவேற்றினார் பிரசாத் அவர்கள். இதைக் கேள்விப்பட்ட வேறொரு தயாரிப்பாளர், (பெயரைக் குறிப்பிட விரும்பவில்லை) என்னிடம் வந்து தனது படத்திற்கும் கதை-வசனம் எழுதிக் கேட்டார். நானும் ஒத்துக்கொண்டேன். படம் நன்றாக, அதாவது நூறு நாள் ஓடினால், கூடுதலாகவே ரூ50,000/- தருவதாகவும் தெரிவித்தார்.

படம் வெளிவந்து நன்றாக ஓடிக்கொண்டிருந்தது 50-ஐயும் தாண்டி. 75-ஐயும் தாண்டி 90 ஓடிக்கொண்டிருக்கும்போது, படம் 150 நாட்களைத் தாண்டும் நாட்கள் என்ற நல்ல செய்தியையும் வேறொரு சினிமா தயாரிப்பாளர் தெரிவித்தார். நானும் அவரிடமிருந்து உறுதியளித்த கூடுதல் தொகை 50000 வருமென்று எதிர்பார்த்திருந்தேன். ஒரு பத்துப் பதினைந்து நாள் தாண்டியது. அவரிடமிருந்து எந்தத் தகவலும் வரப்பெறவில்லை. ஏனென்றால் 99-வது நாளிலேயே படம் ஓடுவதை நிறுத்திவிட்டாராம் 100 நாள் ஓடினால்தானே கூடுதல் பணம் கொடுக்க வேண்டும். இவரது தாராள மனப்பான்மை யாருக்குத்தான் வரும்" எனக்கூறி முடிப்பதற்குள், விழா அரங்கமே சிரிப்பில் மிதந்தது. அவ்விழாவில் பங்கேற்ற திரையுலகப் பிரமுகர்கள் பலர் 'ஓ- இப்படியும் ஒரு டெக்னிக் இருக்கா' என மனதில் நிறுத்திக்கொண்டார்களாம்.

சட்டப்பேரவை நிகழ்ச்சிகள்
(நாள் 29.1.08)

மதுரை மீனாட்சியம்மன் கோயிலில் ஏற்பட்டுள்ள விரிசலைத் தடுக்கும் பணியில் அரசின் நிலை என்ன என்பது குறித்த கேள்விக்கு அமைச்சர் பெரியகருப்பன் விளக்கம் அளித்துக்கொண்டிருந்தார். அப்போது உறுப்பினர் நன்மாறன், இதில் ஒரு தகவலைக் குறிப்பிட்டு, ஒரு வினா எழுப்பினார். உறுப்பினர் இராஜேந்திரனும் (காங்) இதில் எதிர் கேள்வி எழுப்ப, அமைச்சர்கள் துரைமுருகனும் பெரியகருப்பனும் மாறி மாறி விளக்கம் அளித்தவாறு இருந்தனர். சபை சூடு பிடித்தது. சபைக்கு அப்போதுதான் கலைஞர் வந்தார். விபரம் கேட்டார். உடனே அவர், தகவலைக்கூட தந்திரமாக, ஒரு குற்றச்சாட்டாக ஆக்கிவிடலாம். அப்படி ஆக்கக்கூடாதென்பது எனது கருத்து. எப்படியோ, மதுரை கோயிலில் ஏற்பட்ட விரிசல், நமது கூட்டணியிலும் ஏற்பட வேண்டாம். இந்த அவையிலும் வேண்டாம். கோபுர விரிசலும் அடைபடும். எங்கள் கூட்டணி விரிசலும் அடைபடும் என எதிர்க்கட்சி உறுப்பினர்களைப் பார்த்து புன்சிரிப்போடு பதிலளித்தார். (சபையில் எழுந்த ஆரவாரமும் சிரிப்பொலியும் அடங்க வெகு காலமாயிற்று)

காலம் எல்லோருக்கும் பொதுவானதே!

அ.தி.மு.க.வின் நாடாளுமன்ற உறுப்பினரும் முத்த வக்கீலுமான திரு.ஜோதி அவர்கள் தி.மு.க.வில் கலைஞர் முன்னிலையில் இணைந்தபோது அறிவாலயத்தில் பத்திரிகை செய்தியாளர்களுக்குப் பேட்டியளித்துக் கொண்டிருந்தார். அப்போது அங்கு உடனிருந்த கலைஞர் அவர்களிடம், "ஜோதியின் விலகல் பற்றி வினா எழுப்பியபோது கலைஞர் அவர்கள், மிகவும் கண்ணியத்துடனும் அரசியல் நாகரிசுத்துடனும் பதில் அளித்தார். (18.3.08)

திறமைசாலிகளுக்கே சரியான முடிவை எடுக்க கால அவகாசம் தேவைப்படுகிறதே!"

(இந்தப் பதில் கலைஞரின் ஆழ்ந்த அரசியல் அனுபவத்தையும் அரசியல் நாகரிகத்தையும் வெளிப்படுத்திய பாங்கு கண்டு நிருபர்கள் வியந்து நின்றார்கள்)

வண்ணத் தொலைக்காட்சிப் பெட்டி தேவையா?

இலவச வண்ணத் தொலைக்காட்சிப் பெட்டி வழங்கும் விழா சென்னை கலைவாணர் அரங்கில் (10.3.08) நடைபெற்றபோது, விழாவில் கலைஞர் அவர்களின் உரையில்..

"வண்ணத் தொலைக்காட்சிப் பெட்டி வாங்கிக் கொடுத்துவிட்டால் ஒரு ஏழை வீட்டில் பசி அடங்கிவிடுமோ. அடங்காது. பசியையும் அடக்கி, அதற்கான அரிசியையும் மலிவு விலையில் கொடுத்து. பசியாற்றிய பிறகு தங்களுடைய மனசுக்கு கொஞ்சம் மகிழ்ச்சியையும் தேடிக்கொள்ளும் வகையில் பயன்படுத்தக்கூடிய ஒரு சாதனம்தான் வண்ணத் தொலைக்காட்சிப் பெட்டிகளாகும். பசியையும் ஆற்றுகிறோம், படத்தையும் காட்டுகிறோம் "பசியையும் ஆறு, படத்தையும் பாரு" எனக் குறிப்பிட்டதும், கூடியிருந்த மக்கள் கூட்டத்தின் சிரிப்பொலியும் கரவொலியும் சேர்ந்து அரசினர் தோட்ட வளாகத்தில் புதிய தலைமைச் செயலகம் கட்டுவதற்கென இடிப்பதற்காக காத்திருந்த பல கட்டிடங்கள் அன்று சிரமமின்றி சாய்ந்தனவாம்.

ஏனோ மறந்தார் கமல்!

கலைஞானி கமல்ஹாசன் நடித்த 'தசாவதாரம்' திரைப்படத்தின் பாடல்கள் அடங்கிய ஒலிநாடா வெளியீட்டு விழாவில் (26.4.08), கலைஞர் அவர்களின் உரையில்..

"இன்றைய இந்த விழா நிகழ்ச்சியை நீங்கள் காண்பதற்காக சில காட்சிகளை வைத்திருக்கின்ற நிகழ்ச்சி என்று நான் கேள்விப்பட்டாலும்கூட இங்கே கமல் பேசும்போது சொன்னார். வெளியிடப்படுகின்ற 'தசாவதாரம்' படத்தில் என்னென்ன வருகிறது. எப்படி எப்படி வருகிறது என்பதை இன்னமும் நான் பத்திரிகையாளர்களுக்குச் சொல்லவில்லை என்றார். நானும் ஒரு

மூத்த பத்திரிகையாளன் என்பதை அவர் மறந்துவிட்டுச் சொன்னார் என்று கருதுகிறேன். என்றாலும், இதை வெளியில் சொல்லமாட்டேன் என்ற உறுதிமொழியையும் நான் அவருக்கு தருகின்றேன்" எனச் சொல்லி முடிப்பதற்குள் பல விழாக்கள் நடந்த பல்கலைக்கழக மண்டபம் கொஞ்ச இடைவெளிக்குப்பின் சிரித்து மகிழ்ந்தது. விழாவில் பங்கேற்ற ஜாக்கிசான், பின்னால் அவர் அளித்த பேட்டி ஒன்றில், மேடையில் பேசுகின்றவர்களின் உரையைக் கூர்ந்து கவனித்து அதற்கான மறுப்புரையை மிக்க நகைச்சுவையுணர்வோடு தெரிவித்த கலைஞரின் பேச்சாற்றலை வெகுவாகவே ரசித்து புகழ்ந்து தள்ளினார்.

நிருபர்கள் கூட்டம்

கேள்வி-பதில்கள்! *(நாள் : 5.6.08)*

கேள்வி: கழகத்தை அழிப்பேன் சபதம் ஏற்கிறேன். இது சத்தியம் என்றெல்லாம் ஜெயலலிதா சவால் விட்டிருப்பது பற்றி?

கலைஞர்: நேற்று கொஞ்சம் அதிகமாகிவிட்டது போலும்.(நிருபர்கள் சிரிப்பு) அதாவது கோபம்.

கேள்வி: ஜெயலலிதா வீட்டின் முன்பாக அ.தி.மு.க. தொண்டர்கள் கூடிக்கொண்டிருக்கிறார்களே?

கலைஞர்: (ரெய்டு) சோதனை நடக்கப் போவதாக அவர்களே பிரச்சாரம் செய்துகொண்டிருக்கிறார்கள். அப்படியெல்லாம் ஒன்றும் கிடையாது. ஒருவேளை அவர்களாகவே விரும்புகிறார்களோ என்னவோ?

என்னைப் பாதித்தது எது?

சங்கத் தமிழ்ப்பேரவை சார்பில், முதல்வர் டாக்டர் கலைஞர் அவர்களின் "மூன்று நிமிடத்தில் முகிழ்த்த கவிமலர்" கவிதைத் திறனாய்வுத் திருநாள் 24.6.08-ல் நடைபெற்றது. அவ்விழாவில்

ஏற்புரை ஆற்றிய கலைஞர்...

*ஜெகத்ரட்சகன் பேசும்போது சொன்னார்கள், கலைஞர் அவர்கள் பிறந்தநாளன்று எழுதிய இந்தக் சுவிதை எங்களையெல்லாம் பெரிதும் பாதித்துவிட்டது என்று, பேசிய பலரும் எங்களை இந்தக் கவிதை பாதித்தது பாதித்தது என்று சொன்னார்கள். இந்த மூன்று நிமிடக் கவிதை உங்களை பாதித்ததோ இல்லையோ. எழுதி உங்கள் முன்னே அமர்ந்திருக்கும் என்னை மூன்று மணி நேரம் பாதித்துவிட்டது என்பதை யாரும் மறந்துவிடமாட்டீர்கள் என நான் நம்புகிறேன்" என்றார்.

(அரங்கத்தில் அமர்ந்திருந்த பார்வையாளர்கள், தமிழ்ச்சான்றோர்கள் மட்டுமல்லாது மேடையில் அமர்ந்திருந்த திறனாய்வாளர்கள் என அனைவருமே தங்கள் சிரிப்பை அடக்குவதற்கு வெகுநேரம் ஆயிற்று)

வகிடு இல்லை, வகிடு இருக்கிறதே!

மத்திய அமைச்சர் திரு.டி ஆர்பாலு அவர்கள் இல்ல திருமணவிழாவை (12.11.07 அன்று) தலைமையேற்று நடத்திய கலைஞரின் வாழ்த்துரையில்...

'நம்முடைய கவிப்பேரரசு வைரமுத்து சொன்னார்கள். என்னுடைய தலையில் நேர் வகிடு எடுப்பதில் அவர்கள் ஆரம்பித்து, இன்றைக்கு அந்தப் பகுதியில் நேர்வகிடு எடுக்க முடியாத நிலைக்கு ஆளானது வரையிலே எடுத்துச் சொன்னார்கள். அவர்கள் என்னவோ இந்த மயிர் நிலையானது என்ற நினைப்பு போலும், அது போய்விட்டால் அதன் பெயரைச் சொல்லி அது போச்சு என்றுதான் சொல்வோமே தவிர அதற்கு யாரும் பெருமை அளிப்பதில்லை. (சிரிப்பு) அப்படிப்பட்ட ஒன்றைப் பற்றி நம்முடைய வைரமுத்து அவர்கள் கூறினார்கள். நடுநிலையோடு நான் சிந்திப்பவன். நடுநிலையோடு எதையும் கவனிப்பவன் என்ற முறையிலே பேசி, அந்த நடுவகிடு இன்றைக்கு அழிந்துவிட்டது. நடுவகிடு இன்றைக்கு அழிந்தாலும் நான் அவருக்கு சொல்லவிருக்கிறேன். வகிடு இருந்த 'வடு இருக்கிறது. அடையாளம் இருப்பதால்தான் இப்போதுகூட நான் குளித்துவிட்டு மறந்துபோய் சீப்பை கையில் எடுப்பேன். பிறகு கையாலேயே இரண்டு பக்கமும் தடவி இந்தப் பக்கம் பாதி,

அந்தப்பக்கம் பாதி நான்கோ ஐந்தோ, இந்தப் பக்கம்பாதி நான்கோ ஐந்தோ அந்தப் பக்கம் ரோமம் என்கிற அளவிற்கு அப்போது பகிர்ந்துகொண்டுதான் வருகிறேன். பகிர்ந்து கொள்ளாமல் நேரடியாக வைரமுத்துவைப்போல் நான் சீவிக் கொள்வதில்லை" என்றார்.

(தலைமுடி-அதில் வகிடு என்ற தலைப்பில் நடுநிலைமை சமபங்கு பகிர்ந்தளித்தல் என்பன போன்ற தனது நிலைப்பாட்டை குறிக்கோளை மிகவும் நயமாக எடுத்துரைத்த கலைஞரின் நாவன்மையைப் பாராட்டாத நெஞ்சங்களே இல்லை என்பதுபோல், கரவொலி கட்டிடத்தையே ஆடச் செய்துவிட்டது.)

நானும் நீங்களும் நண்பர்களே!

கழக உயர்நிலை செயல்திட்டக்குழு கூட்டம் அண்ணா அறிவாலயத்தில் 5.7.08 அன்று நடைபெற்றது. கூட்ட முடிவில் தலைவர் கலைஞர் செய்தியாளர்களைச் சந்தித்தபோது

ஒரு செய்தியாளர்: மத்திய அரசிடம் உங்களுக்கு இருக்கின்ற செல்வாக்கைப் பயன்படுத்தி, அதாவது மற்றவர்கள் எல்லாம் பயன்படுத்திக் கொள்வதைப்போல, மீனவர் பிரச்சினையை மாநில அரசுக்கு நீங்கள் ஏன் ஒரு கெடு கொடுக்கக்கூடாது என்று எதிர்க்கட்சிக்காரர்கள் கேட்கிறார்களே?

கலைஞர்: நான் உங்களை எதிர்க்கட்சியாகக் கருதவில்லை. எனவே நீங்கள் இந்தக் கேள்வியை கேட்டிருக்கக்கூடாது. (நிருபர்கள் மவுனம் கலந்த சிரிப்போடு வெளியேறினார்கள்)

நானும் சாஸ்திரிதான்

திருவாளர்கள் பி.டி தியாகராயர், டாக்டர் நடேசன் ஆகியோரின் உருவப் படங்கள் பொறித்த அஞ்சல் வெளியீட்டு விழாவில் (18.9.08), முதல்வர் கலைஞர் அவர்கள் ஆற்றிய பேருரையில்

"செம்மொழி இன்றைக்கு அம்மையார் சோனியாகாந்தி அவர்களின் ஆதரவோடும், மன்மோகன்சிங் அவர்களின் பரிந்துரையோடும், அர்ஜுன்சிங் அவர்களின் ஒத்துழைப்போடும். தமிழுக்கு செம்மொழி என்ற அந்த சிறப்புத் தகுதியை நாம் பெற்றிருக்கிறோம் என்றாலும்கூட, அந்த செம்மொழிக்கு வித்திட்டவர் யார் என்பதை நான் மறைக்க விரும்பவில்லை. சூரிய

நாராயண சாஸ்திரிகள். தமிழின்பால் அவருக்குள்ள பற்றின் காரணமாக, பரிதிமாற் கலைஞர் என்று பெயரை மாற்றி வைத்துக்கொண்டார். சூரிய-பரிதிமால் -நாராயணனின் பெயர்: சாஸ்திரிகள். அப்படிப் பார்த்தால் நான்கூட சாஸ்திரிகள்தான் என்றார்.

('அவாளும். இனி இவரை 'நம்மாள்' என்று ஏற்றுக் கொண்டால் என்ன என்பதை நினைத்து பார்வையாளர்களும் அதிகாரிகளும் எப்படி சிரிக்காமல் இருக்க முடியும்?)

முரசொலியில் வெளிவந்த கேள்வி-பதில் பகுதியிலிருந்து

கேள்வி: தமிழகத்திற்கு கருணாநிதியின் துரோகம் என ஜெ. அறிக்கை விட்டதை ஒருசில ஏடுகள் முன்பக்கத்தில் முக்கியத்துவம் கொடுத்து வெளியிட்டுள்ளனரே?

கலைஞர்: 'மனோகரா' படம் பார்த்ததில்லையா? அதில் பண்பின் வடிவம் பத்மாவதிக்கு தரப்படும் முக்கியத்துவத்தைவிட, படோடோப ராணியாக விளங்கும் வசந்த சேனைக்குத்தானே அதிமுக்கியத்துவம் தரப்படுகிறதே. !

கேள்வி: திமுக ஆட்சியை ஆதரித்துப் பேசுகிறவர்களை அடிவருடிகள் என்றும், துதிபாடிகள் என்றும் ஜெயலலிதா அர்ச்சிக்கிறாரே?

கலைஞர் பதில்: அடிவருடிகளை மிக அருகிலேயே வைத்துக்கொண்டு அவர்களின் வருடலில் சுகம் காண்போர் என்பதால் அவர்களை மறப்போம். மன்னிப்போம்.

சட்டப்பேரவை நிகழ்வுகள்

தமிழக சட்டப்பேரவையில் காவல்துறை மானியக் கோரிக்கை மீதான விவாதத்தில் 'நான் துப்பாக்கி லைசென்ஸ் கேட்கிறேன், ஏன் கொடுக்கவில்லை என்று கலைராஜன் கேட்க, உடனே கலைஞரின் பதிலுரையில்...

''இங்கே ஒரு நிகழ்ச்சியை இத்தருணத்தில் சொல்ல விரும்புகிறேன். நானும், பேரறிஞரும், வடஆற்காடு மாவட்டத்தில் சுற்றுப்பயணம் மேற்கொண்டிருந்தோம். எங்களுடன் முல்லை சக்திவேல், வடிவேல் என்கிற ஆருயிர் நண்பர்களும் உடன் வந்தனர். இரவு முல்லை சக்திவேலின் சொந்த ஊரான முல்லைக்கொம்பையில் தங்கினோம். அண்ணா தனியாக ஒரு கட்டிலில் படுத்து உறங்கினார். நாங்கள் மூவரும்

பேசிக்கொண்டிருந்தோம்.

வடிவேல் சொன்னார்... "இது காடாரம் அல்லவா? அர்த்தராத்திரியில் பயணம் ஆகாது. ஒரு துப்பாக்கி வைத்துக்கொள்ளக்கூடாதா? என்று. உடனே நான் "வருகிறவன் கொண்டு வருவான்ல, நமக்கு எதுக்குப்பா நம்முடைய கலைராஜனுக்கும் அதையே சொல்கிறேன். அவரை குறைத்து மதிப்பிடவில்லை. கொண்டு வருகிறவன் கையில் துப்பாக்கி இருந்தால் அதையே பிடுங்கி அவர் சுடலாம் அல்லவா? (பேரவை சிரிப்பு அவையாகிவிட்டது)

ஏற்புரையல்ல

3.6.08 அன்று சென்னையில் நடைபெற்ற உளியின் ஓசை திரைப்படத்தின் இசை குறுந்தகடு வெளியீட்டு விழாவில் கலைஞர் பேசியது..

"முதலில் பேசியவர், என்னை அறிமுகப்படுத்தும்போது கலைஞர் ஏற்புரை நிகழ்த்துவார் என்று குறிப்பிட்டார்கள். நான் நீண்ட நேரம் பேச முடியாது. பேசுவதாகவும் இல்லை, எனவே நீங்கள் எதிர்பார்த்ததுபோல் இது ஏற்புரையல்ல.. ஏய்ப்புரைதான்". (முடிப்பதற்குள்ளாகவே விழா அரங்கத்தில் அமர்ந்திருந்த சினிமா கலைஞர்கள் உட்பட அனைவருமே கலைஞரின் கணநேரத்து நகைச்சுவைப் பேச்சைக்கேட்டு வெகுவாகவே ரசித்து மகிழ்ந்தனராம்).

பத்தும் பறந்துபோக வேண்டும்!

50 ரூபாய்க்கு மானிய விலையில் பத்து மளிகைப் பொருட்கள் வழங்கும் திட்டத்தை முதல்வர் அவர்கள் 210.08 அன்று சென்னைத் தலைமை செயலகத்தில் தொடங்கிவைத்து உரையாற்றியபோது.

"இந்த விழாவிலேயே நம்முடைய தலைமைச் செயலாளர் அவர்கள் பேசும்போது, இது எந்த அளவிற்கு நம்முடைய உள்ளத்திலே இடம் பெற்றுவிட்டது என்பதை எடுத்துக்காட்டுகின்ற வகையில் அமைந்துள்ளது. பத்து பொருளை வைத்து அவர் ஒரு இனிய செய்தியைச் சொன்னார். பசி வந்திட பத்தும் பறந்துபோகும் என்பது எங்கள் ஆசை. இது பறந்து போகாதா என்று வேறு சிலர், வேறு நோக்கத்துடன் தொலைதூரத்திலிருந்து ஆசைப்படுகின்றனர். அது பறந்து போகாது, நிச்சயமாக இந்தப் பத்தும் அவர்களிடத்தில் சேர்ந்து சிறந்து விளங்கும்- தமிழ்நாட்டு மக்கள் இல்லங்களில்,

(பத்துப் பொருட்களை மானிய விலையில் பெற்ற மகிழ்ச்சியைவிட முத்தமிழ் அறிஞரின் பத்து பற்றி சத்தான நகைச்சுவையையும் இலவசமாக தாய்மார்கள் பெற்று அனுபவித்ததுதான் இங்கே ருசிகரமான தகவலாகும்.)

இந்த ராமஜெயத்தை எழுதிப்பாருங்கள்!

மயிலை முன்னாள் சட்டமன்ற உறுப்பினர் மறைந்த ந.பூ.ராமஜெயம் இல்லத் திருமண விழாவை முதல்வர் கலைஞர் நடத்திவைத்து மணமக்களை வாழ்த்திப் பேசுகையில்...

"நான் சொல்வது நம்முடைய இலகணேசன் அவர்களுக்கும் இந்து குடும்பத்தாருக்கும் மகிழ்ச்சியாக இருக்கும். பக்தர்கள் 'ராமஜெயம்-ராமஜெயம் என்று எழுதுவார்கள். ஒரு 108 தடவை, 1008 தடவை ராமஜெயம், ராமஜெயம் என்று எழுதினால் பலன் உண்டு என எழுதிக்கொண்டிருக்கிற பக்தர்களைப் பார்த் திருக்கிறேன். அவர்களுக்குப் பலன் உண்டோ இல்லையா என்பது எனக்குத் தெரியாது. ஆனால் நான் நம்முடைய கழகத்தினுடைய தொண்டர்களை, உடன்பிறப்புகளைப் பார்த்துக் கேட்டுக்கொள்கிறேன். உங்களுக்கு தளர்வு வருகின்ற நேரத்தில்,

சோர்வு வருகின்ற நேரத்தில், இந்த ராமஜெயம் பெயரை 108 முறை எழுதுங்கள். ஏனென்றால் நான் மதிக்கின்ற. போற்றுகின்ற, புகழ்கின்ற, பாராட்டுகின்ற என் நெஞ்சிலே வைத்து நினைத்து நினைத்து மகிழ்கின்ற ஒரு தொண்டர்தான் ராமஜெயம்" என்றதும், உணர்ச்சி மிகுதியால் வருகை தந்துள்ள கழகத்தவர்களும் அப்பகுதி மக்களும் ஆரவாரத்தை நிறுத்தவில்லை. அந்த ராமஜெயத்தோடு, இந்த ராமஜெயத்தை ஒப்பிட்டு, தொண்டர்தம் பெருமை சொல்லப்போமோ என்ற ஔவையாரின் அரும்பாடலுக்கு ஒப்ப வாழ்த்திய கலைஞரைப் பாராட்டாத உள்ளமே அங்கில்லை.

ஊக்கத்திற்கு எது காரணம்?

சென்னை தியாகராய நகர் பகுதியிலுள்ள உஸ்மான் சாலை -துரைசாமி சாலை சந்திப்பில் அமைக்கப்பட்டுள்ள மேம்பாலத் திறப்புவிழா 14.8.08 அன்று மிகச்சிறப்பாக நடைபெற்றது. அதில் கலைஞர் உரையாற்றும்போது..

"இந்தப் பகுதியில் உள்ள சீரங்கபாளையம் என்ற இடத்தில் தொடக்ககாலத்தில் குடியிருந்தோம். ஒருநாள் தம்பி ஸ்டாலின் சின்ன வயதில் ஒரு ஊக்கை விழுங்கிவிட்டான். மருத்துவ உதவி பெற முடியாத காலம். அவன் ஊக்கத்தை விழுங்கி அப்படியே கொஞ்ச நேரம் வைத்துக் கொண்டதால்தான் இப்போது எம்.எல்.ஏ, மேயர், துணைப்பொதுச்செயலாளர், இன்று அமைச்சர் போன்ற பதவிகள் தேடி வந்ததுபோலும்

இந்தப் பகுதிக்குப் பெயர் தியாகராய நகர். ஆனால் முழுமையாகச் சொல்லாமல், தி.நகர் என அழைக்கிறார்கள் ஒருசில பேர்கள் திருவல்லிக்கேணியை, தி.கேணி என அழைப்பதில்லை. அதுபோல், கலைஞர் கருணாநிதி நகரை

கே.கே.நகர் எனச் சொல்லி வருகிறார்கள். வரலாற்றுப் பெயர்களை திட்டமிட்டே மறைக்க முயல்வதால், அடுத்த பத்தாண்டுகளில் கே.கே. நகர், கீ.கீ. நகராகிவிடும்" என்றார்.

(உக்கை-ஊக்கத்தோடு ஒப்பிட்டும் கே.கே.நகரை கீ.கீ நகராகிவிடும் என்ற எச்சரிக்கைகூட, உள்ளபடியே பார்வையாளர்கள் மத்தியில் பலவித எண்ணங்கள் ஓடத் தொடங்கினாலும், அந்த நேரத்தில் அவர்கள் சிரித்து ரசிக்கவும் மறக்கவில்லை.)

ஒரு நூலை - நூல்தான் வெளியிடுகின்றது

பிரிட்டீஷ் கவுன்சில் மற்றும் ஓரியண்ட் நிறுவனத்தின் சார்பில் டாக்டர் உத்ரா நடராஜன் அவர்கள் எழுதிய ஆங்கில நூல் வெளியீட்டு விழாவில் கலைஞர்...

"நூல் வெளியிடும் நிகழ்ச்சிக்குத் தலைமை வகிக்கின்ற பொறுப்பை அளித்திருக்கிறார்கள். இதில் யார்... யார் கலந்துகொள்கிறார்கள் என நான் கேட்டபோது நூலின் பெயரை ஒரு சூத்திரனின் கதை" SUTRA'S STORY என்றார்கள். இதிலே நமது அய்யரும் அதாவது மணிசங்கர அய்யரும் கலந்துகொள்கிறார் எனச் சொன்னபோது, நான் மகிழ்ச்சியடைந்தேன். ஏனென்றால்.. "நூலை வெளியிடுவதே நூல்தானே!" தவறாகக் கருதக்கூடாது. அவர் நூலை இந்தப் புத்தகத்தை வெளியிடுவதைத்தான் அப்படிச் சொன்னேன்" என முடிப்பதற்குள்,

"அந்த அரங்கம் அன்றுதான் வெடிச்சிரிப்பைக் கேட்டு மகிழ்ந்ததாம். மணிசங்கர் அய்யர் அவர்களாலும் சிரிப்பை அடக்க முடியாமல் தவித்ததை அரங்கத்தில் அமர்ந்திருந்த அத்தனைபேரும் பார்த்து மகிழ்ந்தனர்.

இன்கம்டாக்ஸ் அதிகாரிகளை மிரட்டும் கெட்டபொம்மன் உத்தமர் காந்தியடிகள் பிறந்தநாளையொட்டி 2.10.07 அன்று கலைஞர் தொலைக்காட்சியில் 'காந்தியடிகள் என்ற தலைப்பில் சிறப்பு கவியரங்கம் நடைபெற்றது. தலைமை உரையில் கலைஞர்.

வானம் பொழியுது. பூமி விளையுது,
உனக்கு வருமானவரி எதுக்கய்யா" என்று
கட்டபொம்மன் போல வசனம் பேசுவது
கனக்கச்சிதமா கைதட்டணும்போல்தான் இருக்கிறது.
கட்டபொம்மன் அந்நிய நாட்டவரைப் பார்த்தன்றோ

அதிரடியாய் முழக்கமிட்டான்.

ஆனால் வருமானவரி கட்டாத இந்த கெட்டபொம்மன்கள் இந்தியநாட்டு இன்கம்டாக்ஸ் அதிகாரிகளையன்றோ இம்சை அரசன் புலிகேசியைப் பார்ப்பதுபோல் பார்த்து இடி முழக்கம் செய்கிறார்கள்"

(இப்போது கவியரங்கக் காட்சியினை படம் பிடித்துக்கொண்டிருந்த அரங்கம், பார்வையாளர்களின் இடி முழக்கத்தால் ஆடிப்போயிற்றாம்.)

சாமிகள் இருக்கும்போது ஆசாமி எதற்கு?

முரசொலியின் ரைசிங் சன் பத்திரிகையில் பணிபுரிந்த பெண் ஒருவருக்கு திருமணம் நிச்சயிக்கப்பட்டு, மணவிழா தேனி மாவட்டத்தில் நடைபெறுவதாக முடிவு செய்யப்பட்டிருந்தது; மணவிழா அழைப்பிதழை முதல்வர் கலைஞர் அவர்களிடம் நேரில் சேர்ப்பித்து, அவரது நில்லாசிகளைப் பெறவும், மணநாள் அன்று ஊருக்கு வந்து வாழ்த்தியருளவும் அவரிடம் கேட்பதற்காக அப்பெண்மணி காத்திருந்தார்.

ஒரு ஞாயிறு அன்று காலை 10 மணி அளவில் கலைஞர் முரசொலி அலுவலகம் வந்து உரிய பணிகளை ஆற்றியபின் அலுவலகப் பணியாளர்கள் மற்றும் அங்கே வருகை தந்திருந்த முக்கிய பிரமுகர்களுடன் பேசிக்கொண்டிருந்தார். அப்பொழுது அந்தப் பெண் ஊழியர், மணவிழா அழைப்பிதழை கலைஞரின் கைகளில் ஒப்படைத்தவாறே அவர்தம் பொற்பாதங்களில் விழுந்து வணங்கினார்.

கலைஞர் மணவிழா அழைப்பிதழைப் படித்துக்கொண்டே அந்தப் பெண்மணியைப் பார்த்தார் அந்தப் பெண்ணும் "தலைவர் தேரில் வந்து என்னை வாழ்த்த வேண்டும். என் பெற்றோர்கள்

ரொம்ப ஆவலாய் உள்ளனர்: எங்கள் ஊர் குலதெய்வ சாமியே வந்ததுபோல் எங்கள் ஊர் மக்கள் எல்லாம் வேண்டி நிற்கிறார்கள்" என மிக உருக்கமாகத் தெரிவித்தார்.

கலைஞரோ, சிரித்தபடியே. அது சரியம்மா. உன் கல்யாணத்திலே தலைமை பெரியசாமி, முன்னிலை வீராசாமி, கம்பம் குருசாமி என உனது கல்யாணத்திற்கு ஏராளமான சாமிகள் வரும்போது, இந்த ஆசாமி வேறு எதுக்கம்மா" எனக் கேட்டதுதான் தாமதம்.. அங்கிருந்த அனைவரும் சிரித்து மகிழ்ந்தார்கள் அழைப்பிதழைப் படித்து முடிக்குமுன்பே மணமகளின் வேண்டுதலையொட்டி கலைஞர் உதிர்த்த நகைச்சுவையினை முதலில் ரசித்துச் சிரித்தது, பெண் ஊழியரான அந்த மணமகள்தான்:

புத்தகங்களை லபக் பண்ணும் அமைச்சர்

சென்னை கோட்டூர்புரத்தில் ரூ120 கோடி மதிப்பீட்டில், நவீன அரசு நூலகத்திற்கு 16.8.08 அன்று நடைபெற்ற அடிக்கல் நாட்டு விழாவில் கலைஞர் பேசும்போது..

*புத்தகங்கள் படிப்பது துரைமுருகனுக்கு மிகவும் பிடிக்கும். புத்தகங்களை எங்கேயாவது பார்த்தால், அவர் பாட்டுக்கு எடுத்துச் சென்றுவிடுவார். எனது வீட்டிற்கு வந்தாலும் அங்கேயுள்ள புத்தகங்களை எனக்குத் தெரியாமல் எடுத்துக்கொண்டு போய்விடுவார். கோட்டூர்புரத்தில்தான் அவர் வீடு இருக்கிறது. இந்த வசதியைப் பயன்படுத்தி மாநில நூலகத்திற்கு அடிக்கடி வந்து புத்தகங்களை அள்ளிச் செல்லலாம் என்று நினைத்துவிடக்கூடாது. பொதுநூலகம் என்பதை நினைவில் கொள்ளவேண்டும் என்றார் முதல்வர்.

(விழாவில் கலந்துகொள்ள வந்தவர்களின் சிரிப்புச் சத்தத்தைவிட மேடையில் அமர்ந்திருந்த அமைச்சர் துரைமுருகனின் சிரிப்பொலிதான் கிரின்வேஸ் சாலையில் அமைந்துள்ள முக்கிய பிரமுகர்களின் இல்லங்கள்வரை பரவி நின்றனவாம்.)

கவிதை தொடர்பாக கலைஞர், தன்னைப் பற்றி என்ன கூறுகிறார்!

கலைஞருடைய பாடல்களைப் படிக்கும்போது ஒரு கவிஞர் என்ற நிலையில் தன்னைப் பற்றி என்ன கருதுகிறார்கள் என்பதை நாம் அறிந்துகொள்ளலாம். தன்னுடைய கவிதையை, மரபுவழிக் கவிதை என்றோ, இலக்கணச் செப்பமுடைய கவிதையென்றோ, அவர் கூறிக்கொள்ளவில்லை. இவற்றிலும் நகைச்சுவை மிகுந்த சொல்நயத்தை காணலாம்.

எனக்கிருக்கும் எத்தனையோ வேலைக்கிடையே கவிதை'
எனக் கிறுக்கும் எனையழைத்து
மேற்கண்ட வரிகள் கவிதை என்ற பெயரில்
கிறுக்குகிறேன் என்ற பொருளையே தருகின்றன.
மேலும்,
கம்பனும் கூத்தனும் இருந்த காலத்தில்
கண்டவர் எல்லாம்
சுவிகள் எனத் திரிவதற்கே இடமேயில்லை இந்தக்
சுருணாநிதி முதலமைச்சராய் இருக்கின்ற காரணத்தால்
ஒருநாளும் என் கவிதையை இடித்துரைக்க யாருமே துணியவில்லை
அதுவரையில் லாபம்தான்!
அடியேனும் அதனாலே துணிந்துவிட்டேன்
கவிவளத்தைப் பெற்றேனில்லை
கவிபாடக் கற்றேனில்லை
தலையகற்றிப் பாடுகின்றேன் -
நானும் அவர்
தொடை தட்டித் துரோகிகளை வீழ்த்தியதால்
தொடை தட்டும் என்பாட்டும்! என் கவிதை

யாப்பின்றிப் போனாலும் போகட்டும் நம்நாடு, மொழி,
மான உணர்வெல்லாம்
காப்பின்றி போதல் கூடாதெனும்
கொள்கையொன்றால்
வாய்ப்பின்றி போனாலும் செய்யுள் கற்க!

தன்பாட்டில் தளையும், தொடையும் நழுவதற்கு அவர் பொருத்திக்காட்டும் காரணம் புதுமையாகவே இருக்கிறது.

தளை, சீர், தொடை, அணி, யாப்பெல்லாம்
தடுக்கத்தான் செய்யுமய்யா என்பாட்டில்
அதற்கு விதிவிலக்கு
கொடுக்கத்தான் வேண்டும் நீங்கள்
இல்லையானால் உமைவிடுத்து
நடக்கத்தான் வேண்டுமென்று எழுந்திடுவேன்
எனப் புலவர்களைப் பார்த்து உரிமைக்குரல் கொடுக்கிறார்.

கலைஞர் தன்னுடைய பாட்டு இலக்கணக் குறைபாடு எனத் தெரிந்தும், பாடுவதற்கும் அவர் காரணம் சொல்கிறார்.

ஒரு பாட்டும் இலக்கணமுடன் ஒப்பிட்டு
வராவிடினும் நான்
தரும் பாட்டு தமிழ் உணர்வைக் கொல்லாதேனும்
துணிவுடனே!
கரும்பாட்டு ஆலையிலே வேம்பொன்று புகுந்துதுபோல்
கவிக்கூட்ட மேடையிலே வீரமாய் புகுந்துவிட்டேன்!
குரு முன்னரே இடம்பெயர்ந்து போய் விட்டாரே!

தலைமைச் செயலகத்தில் 4.12:08 அன்று தமிழகத்தின் திருக்கோயில்களில் பலவற்றிலிருந்து வந்திருந்த அர்ச்சகர்கள் பலர் முதல்வர் கலைஞரைப் பார்த்துத் தங்கள் கோரிக்கைகளை தெளிவுபடுத்தி நல்வாழ்த்துக்களை அளித்தபின்னர், "இன்னும் இரண்டுநாளில் குருப்பெயர்ச்சி இருப்பதால், அதாவது குரு (கிரகம்) இடம் மாறுவதால், அய்யாவுக்கு எல்லாமே நல்லதுதான் நடக்கும்" என்றார்கள்.

உடனே கலைஞர் புன்முறுவல் பூத்தவாறே, "குரு இடம் பெயர்ந்து இரண்டு நாட்களாகி விட்டது என்றார். திகைத்துப் போன அர்ச்சகர்கள் "இல்லை அய்யா, குரு, வரும் ஆறாந்தேதிதான் இடம் மாறுகிறார்" என்றனர் மீண்டும் சுலைஞர், "இல்லை இல்லை, இரண்டாந்தேதியே குரு இடம் மாறிவிட்டார் என்றார்.

அங்கே குழுமியிருந்த அமைச்சர் பெருமக்களும், உயர் அலுவலர்களும், கலைஞரின் நொடிப் பொழுதிலான

நகைச்சுவைத் துணுக்கைக் கேட்டு ரொம்பவே வாய்விட்டுச் சிரித்தனர்.

ஆலயம் உண்டு, ஆண்டவர் உண்டு, அர்ச்சனை உண்டு எனக் காலத்தை ஓட்டிக் கொண்டிருக்கும் அர்ச்சகர்களுக்கு ஆண்டு கொண்டிருக்கும் செம்மொழிச் செல்வரின் சொற்சிலம்பத்தை ரசிக்கத்தான் முடியுமா? தெம்புதான் உண்டா! இப்பொழுதும் திகைத்து நின்ற அவர்களிடம், "காடு வெட்டி குரு சிறையிலிருந்து விடுவிக்கப்பட்ட தகவலைச் சொன்ன பிறகுதான் புரிந்த நிலையில் வெகுவாகச் சிரித்து, பல்லாண்டு, பலகோடி நூறாண்டு வாழ கலைஞரை வாழ்த்திவிட்டு விடைபெற்றுச் சென்றார்கள்.

பாண்டவர் லிப்ட்

சமீபத்தில் முதல்வர் கலைஞர் அவர்கள், நிகழ்ச்சியொன்றில் கலந்து கொள்வதற்காகச் சென்றார். அந்நிகழ்ச்சி பலமாடிக் கட்டிடம் ஒன்றில் நடைபெறுவதாக இருந்தது. லிப்டில்தான் செல்ல வேண்டும். கலைஞரோடு முக்கிய பிரமுகர்களும் லிப்டில் நுழைந்தனர். இப்போது அது பயணிக்கத் தொடங்கியவுடன் கலைஞர் அவர்கள், "ஓ, இது பாண்டவர் லிப்டா" எனக் கேட்டார். உடன் நின்றவர்கள் ஒன்றுமே புரியாமல் தவித்து நின்றனர். சிறிது மவுனத்திற்குப் பிறகு, லிப்ட்டின் உட்பகுதியின் மேலே எழுதப்பட்ட அறிவிப்பைக் கலைஞர் சுட்டிக் காட்டினார். அங்கு "ஐவர் மட்டுமே" என்ற வாசகம் காணப்பட்டது. பாண்டவர் ரதம் கேள்விப்பட்டிருக்கிறோம். இப்போது பாண்டவர் லிப்டையும் பார்த்துவிட்டோம் என்ற நினைப்பில், உடன் வந்தவர்கள் புன்சிரிப்பை உதிர்க்க தலைவரும் அவர்களோடு சேர்ந்து கொண்டார்.

நான் ஏன் பாம்புக்குப் பயப்பட வேண்டும்!

சென்னையில், முதல்வர் கலைஞர் அவர்களின் நேர்முக உதவியாளரான திரு. நாகநாதன் இல்லத் திருமண விழாவை, தலைவர் அவர்களே தலைமை தாங்கி நடத்தி வைத்து மணமக்களை வாழ்த்தி உரையாற்றியபோது...

"நான் பெரும்பாலும் நடைப்பயிற்சியை காலையில்தான் செய்வது வழக்கம். அதிலும் நான்கு மணியளவில் பெசன்ட் நகர் பகுதியில்தான் பயிற்சி மேற்கொள்வேன். பல நண்பர்களும் அதிகாலையில் பயிற்சி செய்கிறீர்களே... நல்ல பாம்புகள் படையெடுக்கும் நேரமாச்சே. பயமே இல்லையா? எனக் கேட்கிறார்கள். அவர்களிடம் நான் சொல்வேன், "எனக்கென்ன பயம், எனக்கு இரு பக்கத்திலும் வருபவர்கள் யார் தெரியுமா? ஒருவர் நாகநாதன், மற்றவர் சிவபூஷணம். நாகநாதனிலே நாகப்பாம்பு உள்ளது. சிவபூஷணம் என்றால் சிவனின் அணிகலனாகும். அதாவது அதுவும் நல்ல பாம்புதானே. எனவே, அந்த இருவரையும் பார்த்த பின்பு, எந்த நல்ல பாம்பு என்னை நோக்கி வரும்" என முடிப்பதற்குள் மணவிழா அரங்கமே ஆரவாரச் சிரிப்பில் ஐக்கியமாகிவிட்டது.

தா.பாண்டியனுக்கு வேறொரு பெயரா!

சமீபத்தில், திருவாரூர் நன்னிலம் பகுதியில் நடந்த இனக் கலவரத்தில், இ.கம்யூனிஸ்ட் தோழர் ஒருவர் படுகொலை செய்யப்பட்டார். அந்தத் தோழரின் குடும்பத்திற்கு ஆறுதல் சொல்லிவிட்டு, அங்கு நடந்த கண்டனக் கூட்டத்தில் கலந்து கொண்ட சும்யூனிஸ்ட் கட்சியின் மாநில செயலாளர் திரு.தா.பாண்டியன் அவர்கள், "இனியும் காவல்துறையை நம்பிப் பயனில்லை. ஒவ்வொரு தோழரும் தற்காப்பு கருதி சுத்தி, வேல், கம்பு போன்ற ஆயுதங்களை ஏந்திக் கொள்வதில் தவறேதும் இல்லை" எனப் பேசியுள்ளார்.

கலைஞர் அவர்கள். நண்பர்களிடம் பேசிக் கொண்டிருந்தபோது, அவரிடம் "தாபாண்டியன் தனது கட்சித் தோழர்களையும், பொதுமக்களையும் ஆயுதம் ஏந்தச் சொல்லி யிருக்கார்" எனத் தெரிவித்தபோது, சிறிதும் தாமதிக்காமல், "தாபாண்டியன் எப்போது ஜான் பாண்டியனானார்?' எனக் கலைஞர் சொன்னவுடன், அங்கே குழுமியிருந்தவர்கள், ராஜாங்க மரபையும் மீறி வாய்விட்டுச் சிரித்து விட்டனர்.

கவிதையில் சொல் விளையாட்டு

கழகத்தின் முப்பெரும் விழா கலைவாணர் அரங்கத்தில் நடைபெற்ற சமயம் இரண்டாம் நாள் நிகழ்வு -கவியரங்கம். (தலைமை கலைஞர்) அவ்விழாவில் அவரது துவக்க கவிதை இதோ:-

"புலவரே!" பத்துப்பாட்டு பாடு என்றேன்.

தொகை வேண்டுமென்றார்.

"எட்டுத் தொகை" போதுமா எனக் கேட்க

இல்லை, அது எனக்கு "குறும்தொகை" என்றார்.

ஓஹோ! "ஐங்குறுநூறு" வேண்டுமா? என்றேன்.

"நானூறு" தருவீரோ என்றார்.

'அக'த்தில் நானூறு (காசோலை)

"புற"த்தில் நானூறு (கருப்பு)

(எனக்கு கவிதை தெரியாது. நான் கவிஞனில்லை எனச் சொல்லி வந்த செம்மொழிச் செம்மல், சங்க இலக்கியங்களின் பெயர்களை வைத்தே பெரிதும் சுவைபடப் பாடல் புனைந்ததைக் கேட்ட மக்கள் எழுப்பிய ஆரவாரத்தால் சட்டமன்ற உறுப்பினர் விடுதியில் விரிசலே ஏற்பட்டு விட்டதாம்.)

எனக்குப் "பீஸ்" தா...!

கலைஞரின் மனைவி தயாளு அம்மாள் கண்ணில் நீர்ச்சுரப்பி வறண்டு போய் இருந்த நேரம். டாக்டர்கள் பரிசோதனை செய்து பார்த்துவிட்டு, அம்மாளின் கண்ணில் நீர் இனி வராது எனத் தெரிவித்து விட்டுப் போய்விட்டார்கள்.

இதற்குப் பின்னால், ஒரு சில மாதங்களுக்குப் பிறகு அண்ணாவின் மறைவின் போது பாடிய கலைஞரின் கவிதாஞ்சலிக் கவிதை கலைஞர் தொலைக்காட்சியில் ஒளிபரப்பானது. கலைஞரும் அம்மாவும் பார்த்துக் கொண்டிருக்கையில், "இதைக் கேட்டவுடனே எனக்குக் கண்கலங்கிவிட்டது" எனக் கண்ணாடியை மேலே தூக்கியபடி அம்மா சொன்னார்கள். உடனே கலைஞர், "அப்படியானால் நீ டாக்டர் ஃபீஸ் எனக்குத் தரவேண்டும். நீரே வராது என டாக்டர் சொன்னதையும் மீறி உனது கண்ணில் நீரை நான்தானே வரவழைத்தேன்" எனச் சொல்லாமல் சொல்லிய தலைவனின் பேச்சைக் கேட்டு, அழுகைக் கண்ணீர் ஆனந்தக் கண்ணீராகவும் வழிந்தோடியதாம்.

கலைஞரின் பேச்சைக் காது கொடுத்து கேட்காத துணைவி

ஒருமுறை ராசாத்தி அம்மையாருக்கு கடுமையான இருமல். அபபோது காது வழியாக காற்று உள்ளே நுழையக் கூடாது. மூக்கு வழியாக போகும் காற்றுக்குத்தான் காற்றைச் சூடாக்கி, அனுப்பும் சக்தி உண்டு, வாய் வழியாகப் போகும் காற்றுக்கு அந்த வாய்ப்பு இல்லை. இது டாக்டரின் அறிவுரை.

அந்த நேரம் கவிஞர் வைரமுத்து, முதல்வர் இல்லத்திற்கு வந்திருக்கிறார். கலைஞர் துணைவியாரின் அவஸ்தை கேட்டுக் காதில் பஞ்சை வைத்து அடைக்கச் சொல்லிவிட்டுப் போய்விட்டார்.

மறுநாள் கலைஞரிடமிருந்து கவிஞருக்குப் போன்.

‘‘நான் சொல்வது எதையும் காதில் போட்டுக் கொள்ள வேண்டாம் என இப்படியொரு ஏற்பாட்டைச் செய்துவிட்டுப் போய்விட்டீர்களாக்கும்’’ என்றதும், கழுத்து வலிக்கும் வரை தான் சிரித்ததாக கவிஞர் கூட்டமொன்றில் தெரிவித்தார்.

அடங்காப் பிடாரி

சட்டப்பேரவைக் கூட்டம்

தமிழ்நாட்டுக் கோயில்களில் பிராமணர் அல்லாதவர்களையும் குறிப்பாக அரிசனங்களை அர்ச்சகர்களாக நியமனம் செய்வது தொடர்பான மசோதா மீதான விவாதம் நடைபெற்றது.

இதன்மீது காரணம் ஏதுமில்லாமல் வெறுமனே எதிர்ப்பைக் காட்டி நின்றார்கள், காங்கிரஸ்காரர்கள். அப்போது:

அனந்தநாயகி: இந்தச் சட்டம் ஒன்றும் புதியதல்ல. எங்கள் பக்கத்திலுள்ள பிடாரி அம்மன் கோயில்களில் அர்ச்சகர்களாக அரிசனங்கள் இருந்து கொண்டு தான் உள்ளனர்.

கலைஞர் (உடனே குறுக்கிட்டு): இந்த ஏற்பாட்டை பிடாரிகள் கூட ஏற்றுக் கொண்டிருக்கிறார்கள். ஆனால் அடங்காப் பிடாரிகள் சில ஒப்புக் கொள்ள மாட்டேன் என்கிறார்கள்.

(பேரவையில் பெரும் ஆரவாரமும் சிரிப்பொலியும் எழுந்தது. தலைவரின் வார்த்தை ஜாலத்தைக் கேட்டு, மதிய உணவு இடைவெளியில், தலைமைச் செயலகப் பணியாளர்களும் சிரித்துப் பாராட்டினராம்.)

நேரம் மட்டுமல்ல... நாள் போனதே தெரியவில்லை

மதுரையில் என்.ஜி.ஓ.க்களின் மாநாடு தலைவர் தேவநாதன் தலைமையில் நடை பெற்றது. மாநாட்டில் சிறப்புரையாற்ற கலைஞர் அழைக்கப்பட்டிருந்தார்.

விழா மேடையில் கலைஞர் அமர்ந் திருந்ததால், பல்வேறு இணைப்பு சங்க நிர்வாகிகள் மைக்கை விட மறுத்து நீண்டநேரம் பேசிக் கொண்டிருந்தனர். பொதுச் செயலாளர் ஆழ்வாரப்பன் தலையிட்டும், யாதொரு பலனும் ஏற்படவில்லை.

நிறைவுரையில் கலைஞர்:-

ஒரு பேச்சாளர் இருந்தார். அவருக்கு சுருக்கமாகப் பேசத் தெரியாது. ஒருமுறை அவர் கூட்டத்தில் ரொம்ப நேரம் பேசிக் கொண்டே இருந்தார்.

எதிரில் கூட்டத்தில் உட்கார்ந்திருந்த ஒருவர், தனது கைக்கடிகாரத்தைக் காட்டி சாடை செய்தார்.

"மன்னிக்கவும் என்னிடம் கடிகாரம்

இல்லை, ஆதலால் நேரம் போனதே தெரியவில்லை" என்றார் பேச்சாளர்.

பதிலுக்கு அவர் சொன்னார். "கடிகாரந்தான் இல்லை. பரவாயில்லை. எதிரில் மாட்டியிருந்த காலண்டரையாவது பார்த்திருக்கலாமே" என்றார்.

இதைச் சொல்லிய கலைஞர், இந்தக் கதை யாருக்குப் பொருந்துகிறதோ இல்லையோ நமது சங்கப் பெருமக்களுக்கு நிச்சயம் பொருந்தும் என முடித்தார்.

(மாநாட்டுத் திடல் கரவொலியால் அதிர்ந்தது. தங்களது கோரிக்கைகளை மறந்து அமர்ந்திருந்த அரசு ஊழியர்கள் சிரிப்பில் மூழ்கினர்).

வரும்படி இருந்தால் வருவேன்

இராமநாதபுரம் நகர கழகத்தின் சார்பில் பிரமாண்டக் கூட்டம் சந்தைப்பேட்டை மைதானத்தில் கலைஞர் தலைமையில் நடைபெற்றது. அக்கூட்டத்தில்தான் கம்யூனிஸ்ட் கட்சியிலிருந்து விலகி, சுப்பு கழகத்தில் இணைந்தார். அப்போதுதான் "உப்பில்லாப் பண்டம் குப்பையிலே, நண்பர் சுப்பு இல்லாத கம்யூனிஸ்ட் கட்சியும் அவ்வாறே தான்" என்று பேசினார் கலைஞர்.

விழா முடிந்து கலைஞர் இரவு உணவை மானாமதுரை ஒன்றியச் செயலாளர் இல்லத்தில் விருந்துண்ண அவசரமாகக் காரில் ஏற முற்பட்டார். அருகே, பேரறிஞரால் தமிழ்நாட்டின் ஜூலியஸ் சீசர் எனப் பாராட்டப்பட்ட தங்கப்பன், வட்டச் செயலாளர் சேக் சுல்தான் போன்ற முக்கிய கழகப் பிரமுகர்கள் குழுமி இருந்தனர். அப்போது சுல்தான் "தலைவர் அவசரமாகச் செல்வதால், மீண்டும் இங்கே வரும்படி இருக்கும்" என்றார் மிகுந்த மெல்லிய குரலில்.

அதனைக் கேட்ட மறுவிநாடியே கலைஞர், "வரும்படி (வருமானம்) இருந்தால், நான் வரத்

தயக்கம் காட்டுவேனா" என்றார் சிரித்தபடி.

(திரண்டிருந்த கழக உடன்பிறப்புக் களின் சிரிப்பொலியால் சந்தைப்பேட்டை மைதானமே அதிர்ந்தது என்பது ஒரு பக்கத்தகவல் எதிரிலிருந்த கோயிலில் வீற்றிருந்த வழிவிடு முருகனும் சிரித்தபடி கலைஞரை வழியனுப்பினாராம்.)

சர்வே ஸ்டிராங் தான் வீக் அல்ல...

முதல்வர் கலைஞர் அறையில் 03-12-1997 அன்று பத்திரிகையாளர்களின் சந்திப்பிற்கு ஏற்பாடு செய்யப்பட்டிருந்தது.

நிருபர்கள் அங்கு சென்றபோது அவரது மேஜையில் "தி வீக்" என்ற ஆங்கில வார இதழ் இருந்தது.

அதில், ஜெயின் கமிஷன் அறிக்கையின் மீது மக்களின் அபிப்ராயம் பற்றிய ஆய்வுக் கட்டுரை வெளியிடப்பட்டிருந்தது.

அதைப் பார்த்துவிட்டு ஒரு நிருபர், "தங்கள் முன்பாகவுள்ள 'தி வீக்' பத்திரிகை யில் வெளிவந்துள்ள சர்வே பற்றி என்ன நினைக்கிறீர்கள்" எனக் கேட்டு முடிப்பதற்

குள், கலைஞர், 'வீக் சர்வே எங்களைப் பொருத்தமட்டில், ஸ்டிராங் சர்வேதான்" என்றார்.

(பேட்டியின் துவக்கத்திலேயே நல்ல தீனி கிடைத்ததென்ற மகிழ்ச்சியில், நிருபர்கள் மத்தியில் பலத்த சிரிப்பலை எழுந்ததை உடனிருந்த அதிகாரிகளும், ராஜாங்க இறுக்கத்தை மீறி சிரித்தனராம்).

சீதையும் பெண்தானே...!

சென்னை இராஜேஸ்வரி திருமண அரங்கில் கம்பன் விழா நடைபெற்றது. சிறப்புப் பேச்சாளராக கலைஞர் அன்றைய தினம் அழைக்கப்பட்டிருந்தார். அவர் தம் பேச்சில்...

"சிரமப்பட்டு "அவர்" தான் வளையல் வாங்கித் தந்தார். நான் கேட்டவுடன், "அவர்" தான் நெக்லஸ் வாங்கிக் கொடுத்தார், சிரமப்பட்டு "என்னவர்" காஞ்சிபுரம் பட்டுப்புடவை வாங்கித் தந்தார் எனப் பெருமையாகப் பேசுவார்கள் பெண்கள். சீதா பிராட்டியும் ஒரு பெண்தானே! அதனால்தான், தன் நாயகன் இராமனிடம், மானைக் கேட்டிருக்கிறாள். அவரும் சிரமப்பட்டு பிடிக்கப் போனார்."

(காவியத்தின் போக்கைத் திசை திருப்பிய கலைஞரின் நகைச்சுவை பேச்சால், ராதாகிருஷ்ணன் சாலையில் வாகனங்கள் நகர மறுத்து நின்று போனதாம்).

ஜாதகத்தை நம்பிய அரசியல் ஜாம்பவான்

"பாரத ரத்னா" விருது பெற்ற சி.சுப்ரமணியத்தைக் கலைஞர் வாழ்த்தவில்லை என்ற பேச்சு எழுந்த சமயம்

20-04-1998 அன்று நடைபெற்ற சட்டப்பேரவையிலும் இதுபற்றி காங்கிரஸ் உறுப்பினர்கள் வினாக்களைத் தொடுத்தபோது கலைஞர், இந்த விருது பெற்ற சி.எஸ். அவர்களைப் பலமுறை பாராட்டியுள்ள தாகவும், அவை தொடர்பான நிகழ்வுகளையும் பட்டியலிட்டார்.

தவிர, ஆளுநர் உரையிலும், தான் பாராட்டியதையும் அதனைக் கோடிட்டுக் காட்டி, அவரது இல்லத்திற்கு தனி நபர் மூலம் செய்தியனுப்பியதாகவும் குறிப்பிட்டுப் பேசினார்.

"இவ்வளவுக்குப் பிறகும், நான்

பாராட்டவில்லை யென்றால் எப்போதுமே என் 'ஜாதகம்' அப்படிப்பட்டதோ எனச் சொல்லி அமர்கிறேன்" என்றார்.

(வினா தொடுத்த உறுப்பினர்கள் மட்டுமல்ல, பேரவை உறுப்பினர்கள் அனைவருமே சிரித்து மகிழ்ந்தனர். ஒருவேளை நேரடி ஒளிபரப்பு அன்றைய நாளில் இருந்திருந்தால், சி.எஸ்.சும் சிரிப்பில் மிதந்திருப்பார்தானே).

சீதா காட்டிற்குப் போனதேன்?

சென்னையில் நடைபெற்ற கழகத் தோழர் இல்லத் திருமண விழாவில் வாழ்த்துரை வழங்க கலைஞர் வந்திருந்தார். மணவிழா மண்டபம் நிரம்பி வழிந்தது. வெளியிலும் உறவும் நட்பும் திரளாகக் கூடியிருந்தனர். தனது பேச்சில்,

"ஒரு பேச்சாளர் தனது இராமாயணச் சொற்பொழிவிற்குத் தனது மனைவியை அழைத்தார். அந்த அம்மையாரோ, நான் வரலை. நீங்க போயிட்டு வாங்க" என்றாள்.

"என்ன இப்படிச் சொல்றே அன்று ராமன்

கானகம் புறப்பட்ட மறுவிநாடியே சீதை, உடனே, 'நானும் கூடவே வருவேன்'னு சொல்லலையா?" எனக் கேட்டார்.

"சீதை ஒண்ணும் விவரம் தெரியாம புறப்படல. வீட்டிலே மாமனார், மாமியார், கொழுந்தன் எனப் பெரிய கூட்டமே இருக்கு. இவர்களுக்கெல்லாம் சமைச்சுப் போட்டு காப்பாத்தியாகணும். இதற்கு காடே பரவாயில்லை என்றுதான் புருஷன் கூட கிளம்பிட்டாள்" என்று முடித்தார் அந்த அம்மையார்.

(கலைஞர் இந்த விபரத்தைச் சொல்லி முடிப்பதற்குள் மணவிழா கூட்டமே ஆரவாரத்தில் இறங்கியது மணமகளுக்குத் தெம்பான கதை கிடைத்த பூரிப்பில், கலைஞரின் பேச்சை வெகுவாக ரசித்துச் சிரித்தபடி அமர்ந்திருந்தாளாம்.)

ஐவரி

நூல் வெளியீட்டு விழாவில் கலைஞர்

"தம்பி சிவக்குமார் தான் எழுதிய 'இது ராஜபாட்டை அல்ல' என்ற நூலை என்னிடம் தந்து, படித்துப் பார்த்து விட்டு ஒரு வரியாவது

எழுதித் தாருங்கள் என்றார். நானும் படித்தேன். இவ்வாறு எழுதினேன்.

இந்த நூலின் ஒவ்வொரு வரியும் ஐவரி"

(இந்தத் தகவலை கலைஞர் ஒரு விழாவில் தெரிவித்தபோது, அவரை ஹைக்கூ கவிதை நாயகன் என சிரித்துப் பாராட்டினார்கள்.)

கால்களின் நீளம் எவ்வளவு?

ஒருமுறை, கலைஞரைச் சந்திக்க, சிவாஜி கணேசனும் கமலா தியேட்டர் சிதம்பரமும் அவரது இல்லத்திற்கு வந்தனர். அங்கே நரம்பியல் நிபுணர் இராமமூர்த்தியோடு பல டாக்டர்களும் அமர்ந்திருந்தனர். பல விஷயங்களுக்குப் பின்னால், சிவாஜி, "டாக்டர் நானும் வளர்த்தியானவன். ஆனால் என்னைவிட சிதம்பரம் வளர்த்தி கூட உயரம். சிலர் குட்டை, சிலர் நெட்டை எனச் சொல்றோமே! கால்களின் உயரம் எவ்வளவுதான் இருக்கணும்" எனக் கேட்டார்.

கலைஞர் இடைமறித்து "இடுப்பிலிருந்து கீழே தரையைத் தொடும் அளவுக்கு இருந்தாபோதும்" என்றார்.

(இயல்பான அம்சத்தை எவ்வளவு நகைச்சுவை உணர்வோடு சொல்கிறார் என மற்ற மருத்துவர்கள் பாராட்டினார்கள். ஆனால் நரம்பியல் நிபுணரோ, "எவ்வளவு பயணம், எவ்வளவு வேலை, எவ்வளவு பிரச்சனைகள், எவ்வளவு சந்திப்பு இத்தனைக்கும் மத்தியில் மனசை இறுக்கமாக்காமல் நகைச்சுவை மிக்கவராக இருப்பதால், அவர் வாடியதை நான் பார்த்ததேயில்லை" என்றாராம்.

சிவாஜியும் சிதம்பரமும் 'கொல்'லெனச் சிரித்தார்கள் என்ற விபரத்தைக் குறிப்பிட வேண்டியதில்லைதானே).

எந்தப் பக்கம் நீங்கள்!

அறிவாலயப் பணியாளர் இல்லத் திருமணவிழா கலைஞர் அரங்கில் நடை பெற்றது. விழாவில் தலைவர்

"வாரியார் சுவாமிகள் அடிக்கடி அவரது சொற்பொழிவில் குறிப்பிடுவார்; அதாவது கடவுளிடம் ஒருவர் கேட்டாராம். "அந்த அம்மாவுக்கு கையைக் கொடுத்தீங்க, காலைக் கொடுத்தீங்க. கண், காது, மூக்கு என எல்லாமே கொடுத்தீங்க. போதாக் குறைக்குக் கண்ணீரை எதுக்குக் கொடுத்தீங்க" என்று. அதற்கு கடவுள்

"கை, கால், கண், காது, மூக்கு எல்லாமே கொடுத்தது நான்தான். ஆனால் அந்த அம்மாவுக்குக் கண்ணீரைக் கொடுத்தது அவுங்க பிள்ளைங்க" என்றாராம்.

எனக்குத் தெரிந்த பையன் ரொம்ப சாமர்த்தியமானவன். அம்மாகிட்டேயும் நல்லா நடந்துக்குவான். மனைவியிடமும் நல்லா நடந்துக்குவான். ஒருநாள் அவனிடம் கேட்டேன். ஏம்ப்பா! உங்க அம்மாவும் மனைவியும் சண்டை போட்டா நீ எந்தப் பக்கம்? என்று, அவன் தயங்காமல் "வீட்டுக்கு வெளிப்பக்கம்" என்றான்.

(கலைஞர் வந்து விட்டார் என்றாலே அதிரும் என அரங்கம் அறிந்து வைத்திருந்த செய்தி என்றாலும், அன்றைய தினம் ரொம்பவே அதிர்ந்துவிட்டது. தலைவர் இப்போது யார்பக்கம் எனப் புரியாமல், மணமகனும் மணமகளும் வெகுநேரம் சிரித்தபடியே அமர்ந்திருந்தார்கள்.)

"சூடு" மட்டும் இல்லையா?

வந்தவாசி- செய்யார் ஆகிய பகுதிகளில் அரசு விழாக்களில் கலந்து கொள்ள கலைஞர்

காரில் பயணமானார். வழியில் காஞ்சிபுரத்தில் விருந்தினர் விடுதியில் கொஞ்சம் தங்கிவிட்டு செல்வதென்பது பயண நிரலாகும்.

பயணியர் விடுதியில் சி.வி.எம். அண்ணாமலை, ராசகோபால் போன்ற இயக்கத் தலைவர்கள் குழுமியிருந்தனர். இடையில் காபி வழங்கப்பட்டது. அனைவரும் குடிக்கத் தொடங்குவதற்குள், அண்ணாமலை 'மட மட'வென்று குடித்துவிட்டார். கலைஞர் அவரைப் பார்த்து, 'சூடு இல்லையா'வெனக் கேட்டார். அவரும் தாமதிக்காமல் "ஆமாம்" என்றார்.

"சொரணை"யாவது என மீண்டும் கேட்டபோது, பயணியர் விடுதி வெடிச் சிரிப்பில் மூழ்கியது. சில விநாடிகள் தவித்துப் போன அண்ணாமலை, கலைஞர் முதலில் கேட்ட 'சூடு' என்பதன் பொருளைப் புரிந்து அவரும் கலகலவென்று சிரித்தார்.)

வர்ணிப்பதில் அளவே இல்லையா...?

தி.மு.க. பொன்விழா மாநாடு நெல்லையில் நடைபெற்றதையொட்டி, ஒரு பெரிய பேரணி நடைபெற்றது. அலங்கார வண்டிகளின்

அணிவகுப்பு, தொண்டர்களின் ஊர்வலம் போன்றவற்றை வர்ணனை செய்து கொண்டிருந்தவர்களில் அன்பில் பொய்யாமொழியும் ஒருவர்.

திருச்சி மாவட்டம் வண்டி, ஊர்வலத்தில் மேடையையொட்டி வந்தபோது "தீரர்களின் கோட்டமாம் திருச்சி மாவட்டம்" என்று பலவாறாக பொய்யாமொழி வர்ணிக்கத் தொடங்கினார். அலங்கார அணிவகுப்பை மேடையில் அமர்ந்தவாறு பார்வையிட்டுக் கொண்டிருந்த கலைஞர் அவரை நோக்கி

"ஏய்யா உன் மாவட்டம் என்றால் இஷ்டத்திற்குச் சொல்லலாமா" எனக் கடிந்து கொண்டதோடு நிறுத்தாமல் பேராசிரியரைப் பார்த்து "மத்த மாவட்டமெல்லாம் தூங்குகிற மாவட்டமா" என நகைத்தபடி கமெண்ட் அடித்தார். (பிரம்மாண்ட மேடையில் அமர்ந்தவர்களின் சிரிப்பால் பின்புற இருக்கைகள் சில நகர்ந்தனவாம்).

வங்கிக் கடன் எதற்கெல்லாம்?

கலைஞர் முதல்வராக இரண்டாம் முறையாகப் பதவியேற்ற சமயம். தமிழ் நாட்டிலுள்ள அனைத்துக் கூட்டுறவு நில வள

வங்கிகளும் நேபார்டு நிபந்தனைகளின்படி, கடன் வழங்கீட்டுத் தகுதியை இழந்த நிலை உருவான நேரம். அன்றைய பதிவாளர் ரெ.ஆறுமுகம், முதல்வர் கலைஞரிடம் விளக்கமளித்து மாற்று ஏற்பாட்டிற்கு வழி தெரிவித்தார்.

கலைஞரும் சம்மதம் தெரிவித்து, அதற்கான கருத்துருவைக் கொண்டுவரத் தெரிவித்தார். நிலவள வங்கிகளின் செயல்பாடு பற்றிய ஒரு குறிப்போடு பதிவாளர் அலுவலர்களுடன் முதல்வரை அவரது அறையில் சந்தித்தனர். சட்டப்பேரவையில் தாக்கல் செய்யப்படுவதற்கு முன்பாக நடைபெறும் பூர்வாங்கக் கூட்டம் அது.

முதல்வர் அறையில், தலைமைச் செயலாளர், நிதித்துறைச் செயலாளர், கூட்டுறவுத்துறைச் செயலாளர் உள்ளிட்ட உயர் அதிகாரிகள் நிரம்பிய கூட்டம் அது.

பதிவாளர் சமர்ப்பித்த குறிப்பைப் படித்த கலைஞர் இரண்டு நிமிடங்களுக்குள்ளாகவே நிலவள வங்கிகள் எல்லாம் ஏன் தகுதி இழந்தன என இப்போது தான் புரிகிறது. நான் பம்பாய் சென்று வருவதற்குள்ளாகவே நி.வ.வ. சட்டத்தை மாற்றி விட்டீர்களா?'' எனப் புன்னகை தவழக் கேள்வி கேட்டார்.

அவரவர் கையிலிருந்த குறிப்பை படித்தனர். யாருக்குமே விளங்கவில்லை. கலைஞர் இப்போது பதிவாளரைப் பார்த்து, "உங்கள் குறிப்பில் இரண்டாவது பத்தியைப் படியுங்கள்" என்றார்.

அவரும் படித்துவிட்டுப் புரியாமல் தவித்தார். இதன் பின்னணி யாரென்று கலைஞர் கேட்க, பின்வரிசையில் அமர்ந்திருந்த என்னைக் காட்டினார். கலைஞர், என்னைப் பார்த்து, சப்தமாகப் படிக்க ஆணையிட்டார் நானும் நிலவள வங்கிகள் மூலமாக நிலச்சீர்திருத்தம், கிணறு வெட்டுதல், பம்பு செட் அமைத்தல், இதர வேளாண் குருவிகளுக்கும் கடன் வழங்கப்படுகிறது" எனப் படிக்கும்போதே கலைஞர் உடனே குறுக்கிட்டு, "புரிந்ததா?" என வினவினர். இப்பொழுது அனைவருக்கும் புரிந்தது. அதாவது, கருவி, குருவியாக தட்டச்சு செய்யப்பட்டதால், பயன்பாட்டு வழிமுறையே பாதை மாறிப் போனதை முதல்வர் சுட்டிக் காட்டியபோது, ராஜாங்க நெருக்கடியிலிருந்து விடுபட்டது போல், அமர்ந்திருந்த அனைவருமே சிரிப்பில் மூழ்கினர்.

ஆளை மாத்திப் போட்டால் போச்சு

தலைவர் கலைஞர் அவர்களின் மனைவி தயாளு அம்மாளுக்கு சென்னை மருத்துவ மனையில் ஒரு அறுவைச் சிகிச்சை நடைபெற்ற நேரம். கலைஞர் அவர் அருகில் அமர்ந்து கவனித்துக் கொண்டிருந்தார்.

தலைமை டீன் அவரைப் பார்ப்பதற்காக அங்கே வந்தார். அவரிடம் "பொதுவாக அரசு மருத்துவமனையென்றாலே அலட்சியம், கவனிப்புக் குறைவு என்றெல்லாம் பேசுகிறார்களே என்ன சொல்கிறீர்கள்" எனக் கேட்டார்.

"அப்படி ஏதும் இல்லை சார்" என்றார் பவ்யமாக.

"அரசு மருத்துவமனை பற்றி பிளிட்ஸ் ஏட்டில் வந்த ஜோக்கை சொல்கிறேன் கேளுங்கள் டீன்" என்றார் கலைஞர்.

ஒரு நர்ஸ் ஓடி வந்து "டாக்டர் ஒரு தப்பு நடந்து போச்சு. பத்தாம் நம்பர் பெட்டுல இருக்கிற பேஷண்டுக்கு கால்ல பண்ற ஆபரேஷனை கையில பண்ணிட்டீங்க... ஆபரேஷன் பண்ண வேண்டிய பேஷண்ட் ஏழாம் நம்பர் பெட்டிலே இருக்கார்" என்றார்.

டாக்டர் கொஞ்சமும் பதட்டமில்லாமல், "இவரைத் தூக்கி ஏழாம் நெம்பர் பெட்டுல போடவும்" என்றாராம்.

(அன்றைக்குத்தான் டீன் சிரித்ததை மருத்துவமனைப் பணியாளர்கள் பார்த்து அதிர்ச்சிடைந்தனராம். ஆபரேஷனில் போட்ட தையலையும் மறந்து தயாளு அம்மாள் ரொம்ப நேரம் சிரித்து கொண்டே இருந்தார்களாம்.)

அவர் பாடிய தலைவன் யார்?

தமிழக சட்டப்பேரவை வரலாற்றினை நினைவுகூர்ந்து பேரவையில் 11.01.10 அன்று கலைஞரின் பேச்சு:

"எதிர்க்கட்சித் தலைவர் தன்னுடைய உரையின் இறுதியில், மக்கள் திலகம் எம்.ஜி.ஆரின் ஒரு பாடலைச் சொன்னார்கள். இங்கே ஒரு சிலவற்றைச் சொல்ல விரும்புகிறேன். தி.மு.க. கட்சித் தலைவர் தேர்தலில் நான்தான் வரவேண்டும் எனப் பாடுபட்டவர் எம்.ஜி.ஆர். அதற்காக ஆட்களைச் சேர்த்தவர். நான் இந்தப் பொறுப்புக்கு வரவேண்டும் என விரும்பியவர்களில் அவரும் ஒருவர்.

இப்போது அவர் பாடிய பாடலை மீண்டும் சொல்கிறேன்.

"என்னதான் நடக்கும் நடக்கட்டுமே

இருட்டினில் நீதி மறையட்டுமே

தன்னாலே வெளிவரும் தயங்காதே,

ஒரு தலைவன் இருக்கிறான் மயங்காதே"

அதாவது ஒரு தலைவன் இருக்கிறான் மயங்காதே என்றுதான் சொன்னாரே தவிர, ஒரு தலைவி இருக்கிறாள் மயங்காதே எனச் சொல்லவில்லை. அவர் என்னைத் தான் அப்படி குறிப்பிட்டார் என்றார்."

(சட்டப்பேரவை வரலாற்றிலே இப்படியொரு வாதம் எழுந்ததேயில்லை என்பதால், எம்.ஜி.ஆரின் பாடலைத் தனக்குச் சாதகமாக்கிப் பேசியதால் பேரவையில் ஏற்பட்ட சிரிப்பொலியும் மேஜையைத் தட்டிய ஒலியும் இன்னும் எதிரொலிக்கின்றனவாம். அவசரமாக எதிர்க்கட்சித் தலைவி வெளியேறியதை தலைமைச் செயலகப் பணியாளர்கள் கூடி நின்று பார்க்கத் தவறவில்லை).

பாடகருக்கு இது தெரியுமா?

திருச்சி மாவட்டத்தில் கலைஞர் சுற்றுப் பயணம் மேற்கொண்ட நேரம், நாகசுந்தரம் எம்.எல்.ஏ., கலைஞரை ஒரு கச்சேரிக்கு அழைத்திருந்தார்.

கலைஞர் இசையில் மிகுந்த ஆர்வம் கொண்டவராக இருந்தாலும், நீண்ட நேர ஆலாபனையெல்லாம் கேட்க விரும்ப மாட்டார். அதனால் மெதுவாக "பாடப் போகிறவர் எப்படி" எனக் கேட்டார்.

"அவருக்கு ரொம்ப நல்லா பாடத் தெரியும்" என்றார் நாகசுந்தரம்.

"அவருக்கு நல்லா பாடத் தெரியுங்கறது சரி, பாட்டை நிறுத்தத் தெரியுமா! அதை முதலில் சொல்லுங்க" எனக் கேட்டார்.

(எம்.எல்.ஏ. சிரிப்பை அடக்க முடியாமல் தவித்தாராம்.)

ஆபத்தை நோக்கித்தான் பயணம்

கலைஞர் திருக்குவளையில் தங்கியிருந்த நேரம். ஒரு இலக்கிய நிகழ்ச்சியில் கலந்து கொள்வதற்காக தஞ்சைக்குப் போக வேண்டி யிருந்தது அதுக்காக காரில் ஏறப் புறப்பட்டார். அந்தச் சமயத்தில் பின்னாடியிருந்து யாரோ (பெரும்பாலும் அக்கா) அவரைக் கூப் பிட்டிருக்காங்க. அவரைப் பார்த்து கலைஞரின் நண்பர் தென்னன், "போகும்போது பின்னால் இருந்து கூப்பிட்டால் நல்லதல்ல, அபசகுனம். போற இடத்திலே ஆபத்து ஏதும் வரலாம்" என அவரை அதட்டினார்.

அதைக் கேட்ட கலைஞர் "இப்ப என்னை இலக்கியக் கூட்டம் என்ற பேரில் அழைச் சுட்டுப் போறாங்களே, இதை விட வேற என்ன ஆபத்து எனக்கு வந்திடும்" என்றாராம்.

(அங்கு கூடியிருந்த கூட்டத்தினரின் சிரிப்பொலி இலக்கிய விழா நடக்கும் தஞ்சை அரங்கு வரை எதிரொலித்ததாம்.)

கவிஞர் தெய்வச்சிலை | 363

கடத்துக்கு கனமான பரிசு

ஒருமுறை குடந்தையில் நடந்த இசைவிழாவிற்குத் தலைமை ஏற்க கலைஞர் அழைக்கப்பட்டிருந்தார். விழாவில், கச்சேரியில் பங்கேற்ற கலைஞர்களுக்குப் பரிசும் வழங்கினர். அந்தக் கச்சேரியில் கடம் வாசித்த கலைஞருக்கு மட்டும் மற்றவர்களை விட பெரிசா ஒரு வெள்ளிக்கோப்பையை அளித்தார்.

விழாவில் கலைஞர் ‘‘மத்தவங்களுக்குச் சின்னதா கொடுத்துவிட்டு, கட வித்வானுக்கு மட்டும் பெரிசா ஏன் நிர்ணயம் பண்ணினார்கள்’’ என்பதை வெகுநேரம் யோசித்தேன். காரணம் இப்ப புரிந்தது.

‘‘இப்பவெல்லாம் ரயிலில் கூட்டம் அதிகம் என்பது நீங்கள் தெரிந்த விஷயந்தான். இவ்வளவு பெரிய மண் பானையை ரெயிலில் ரொம்பப் பத்திரமா ஏற்றி அதைப் பாதுகாத்து உடையாமல், ரொம்ப தூரத்திலிருந்து கொண்டு வந்திருக்கிறாரே, அது என்ன சாமான்ய காரியமா என அவரோட அந்தச் சாமர்த்தியத்திற்கான வெகுமதியாகக் கருதித்தான் பெரிய பரிசைக் கொடுக்க முடிவு செய்திருக்கணும்’’ எனப் பேசிக் கொண்டிருக்கும்போதே சிரிப்பொலி பலமாக எதிரொலித்தது. கச்சேரி உண்மையிலே இப்போதுதான் களை கட்டியது.

நான் கோபப்படுவதேயில்லை

மதுரையில் என்.ஜி.ஓ. மாநாடு எஸ்.தேவநாதன், ஆழ்வாரப்பன் காலத்தில் நடைபெற்றபோது, கலைஞர் கலந்து கொண்டு சிறப்புரை ஆற்றினார். அப்போது:

"பொதுமக்கள் தங்கள் காரியங்களுக்காக அரசு அலுவலகங்களை நாடிச் செல்லும் போது படு எரிச்சலாகவே பதிலளிக்கிறார்கள். பொதுமக்கள் வரிப்பணத்திலிருந்துதான் ஊதியம் பெறுகிறார்கள் என்ற நினைப்பே இல்லாமல் கோபமாகவே செயல்படுகிறார்கள் என என்னிடம் பலரும் வருத்தப்பட்டதுண்டு. அவர்களிடம் 'காரியம் பெரிசா வீரியம் பெரிசா' காரியத்தை கைக்கொள்ள வேண்டுமானால் கொஞ்சம் அனுசரித்துத்தான் போக வேண்டும்" எனத் தெரிவித்து இந்த நிகழ்ச்சியைச் சொன்னேன்.

"ஒரு அமைச்சர் கொஞ்சம் சிடுசிடுப்புப் பேர்வழி. எதையும் காதில் வாங்காமல் எரிஞ்சு விழுவார். பலரின் முன்னிலையில் அவரது பணியாளர்களைத் திட்டுவார்.

ஒருமுறை அமைச்சர் கோவைக்குப் பயணம் செய்ய சென்டிரல் ரயில் நிலையம்

வந்தார். வண்டி புறப்பட இன்னும் ஐந்து நிமிடங்களே உள்ளன. அங்கும் பாதுகாப்பு அதிகாரி, ஏவலர் என எல்லோரையும் திட்டிக் கொண்டே பெட்டியில் ஏறினார். வண்டியும் புறப்பட்டுச் சென்றது.

அப்போது அந்த ஏவலரைப் பாதுகாப்பு அதிகாரி, 'அமைச்சர் அப்படித் திட்டுகிறார். நீ கொஞ்சமும் ஆத்திரப்படாமல் இருக்கிறாயே, ஆச்சர்யமா இருக்கே' என்றார்.

அந்த ஏவலர் ரொம்பவே நிதானமா "கோபப்பட்டு என்ன ஆகப் போகிறது. அமைச்சர் கோவைக்குப் போகிறார். அவரது பெட்டி பிருந்தாவன் வண்டியில் அல்லவா போகிறது" என்றார்.

(இந்த நிகழ்ச்சியைக் கலைஞர் சொல்லி முடிப்பதற்குள் மாநாடு ஆர்ப்பரித்ததில் ஆச்சரியமே இல்லைதானே கோரிக்கைகளை மறந்து அரசு ஊழியர்கள் மனம் விட்டு சிரித்து மகிழ்ந்தார்களாம்.)

அது ஒரு திறமை

அன்பில் தர்மலிங்கம் திருச்சியிலுள்ள ஒரு தனியார் மருத்துவமனையில் அனுமதிக்கப் பட்டிருந்தார். அவரைப் பார்ப்பதற்காக கலைஞர் சென்றிருந்தார்.

அதே மருத்துவமனையில் பராங்குசமும் சிகிச்சைக்காக அனுமதிக்கப்பட்டிருந்தார். அன்பிலைப் பார்த்துவிட்டு அவரது அறைக்குச் சென்று நலம் விசாரித்தார். அவரது மனைவி அங்கு வந்த டாக்டரிடம் "சார் என் வீட்டுக்காரருக்கு இந்தக் கோளாறு மட்டும் இல்லை. வேற கோளாறும் இருக்கும்னு நினைக்கிறேன். நான் எவ்வளவு நேரம் பேசினாலும் காதுலே விழாதது மாதிரியே உட்கார்ந்திருக்கார்" என்றார்.

டாக்டர் பதில் சொல்வதற்குள் கலைஞர், "அது உடம்புக் கோளாறு இல்லேம்மா! அது ஒரு பெரிய திறமையாக்கும்" என்றதும், டாக்டர் சிரிப்பதற்கு முன்னர் முதலில் சிரித்தது பராங்குசம்தானாம்.

உத்தரப்பிரதேசமா...
இல்லை இல்லை

யு.பி.எஸ்.சி. தேர்வு முடிவுகள் வெளிவந்தபோது, அதில் தேர்வானவர்கள் பட்டியலில் தமிழ்நாட்டு மாணவர் ஒருவர் கூட இல்லை. அப்போது நாடாளுமன்றக் கூட்டம் நடந்து கொண்டிருந்தது நேரு பிரதமர்.

அன்றைய தினம் "அரசியல் கண்ணியம்

அய்யா இராசாராம் அவர்கள், இது யூனியன் பப்ளிக் சர்வீஸ் கமிஷனா? இல்லை உத்தரபிரதேச சர்வீஸ் கமிஷனா"வெனச் சாடிவிட்டார்.

இதுபற்றி பின்னர் ஒருமுறை நிருபர்கள் கேட்டபோது, கலைஞர், "அதிலென்ன சந்தேகம் இந்தியப் பிரதமர் எந்த மாநிலத்தைச் சேர்ந்தவராக இருந்தாலும் உத்திரப் பிரதேசத்தினரின் விருப்பப்படியே தானே நடக்கிறது.

உத்திரப்பிரதேசம் என்பதை விட உத்தரவுப் பிரதேசம் என்றே இனி அழைக்கலாம்" என்றார்.

காமராசரைத் தேடி...!

*ச*ட்டப்பேரவை நிகழ்ச்சி

கருத்திருமன் (காங்.) மொழி விஷயத்தில் உங்கள் தெளிவான கொள்கைதான் என்ன?

முதல்வர் கலைஞர்: பாராளுமன்றத்தில், கழகம் ஒரு தீர்மானம் கொண்டு வந்ததே இந்தியை எதிர்த்து, அதற்கு ஆதரவாக காமராசர் ஏன் வாக்களிக்கவில்லை?

க.தி.: அவரைச் சொல்கிறீர்களே. உங்கள் கட்சியைச் சேர்ந்த 15 பேர், உங்கள் தீர்மானத்திற்கு ஆதரவாக அன்று வோட்டுப் போடவில்லையே? அவர்கள் எங்கே போனார்கள்?

கலைஞர்: காமராசரைத் தேடிக் கொண்டுதான் போனார்கள்.

(சபை ஆரவாரத்தில் திளைத்தது. சிரிப்பை அடக்க முடியாமல் தவித்தவர்களில் கருத்திருமன் முதன்மையானவர்).

படகைக் குகன் சரியாகச் செலுத்துவாரா?

கலைஞர் முதல்வர் பொறுப்பில் அமர்ந்து ஆட்சி நடத்திய நேரம். திட்ட அலுவலர்கள் கூட்டம் நடந்து கொண்டிருந்தது. ஒரு திட்டத்தைப் பற்றிய விவாதம் காரசாரமாக நடந்து கொண்டிருந்தது. அத்திட்டத்திற்கு நிதித்துறைச் செயலாளராக இருந்த குகன் ரொம்பவே அரசுக்கு ஆதரவளித்திருந்தார். ஒரு கட்டத்தில் கலைஞர், "குகனை நம்பி படகில் ஏறுகிறோம்" என்றார்.

அங்கே அமர்ந்திருந்த வேறொரு ஐ.ஏ.எஸ். அதிகாரி "அப்படியானால், பதினான்கு வருடம்

நிச்சயம்" என்றார் (கொஞ்சம் கேலியாக).

"சஃபாரிகளுக்கும் சரிபாதி நகைச்சுவை உணர்வு இருப்பது நல்லதே" எனக் கலைஞர் சொன்னவுடன், இருக்கம் குறைந்து அமர்ந்திருந்த அனைவருமே சிரிப்பில் ஐக்கியமானார்களாம்.

துணைக்குத்தான் நிதி

அரசு ஊழியர்களின் கோரிக்கையினை ஏற்று, அரசுப்பணியாளர்கள் பணியில் இறந்தால் அவரது குடும்பத்திற்குக் கருணைத் தொகை வழங்கலாமென முதல்வர் கலைஞர் அறிவித்திருந்தார்.

அவர்தம் அறிவிப்பை ஏற்று, தலைமைச் செயலகத்தில் கோப்பு தயாரானது. இக்கோப்பில் தலைமைச் செயலாளர் உட்பட பல ஐ.ஏ.எஸ்.அதிகாரிகள், தலைமைச் செயலக அதிகாரிகள் பார்வையிட்டுப் பின்வரும் குறிப்பை தலைவருக்குச் சமர்ப்பித்தனர்:-

"இந்த உதவித்தொகை இறந்தவர்களுக்கு மட்டுந்தானா, இல்லை தற்கொலை செய்து கொண்டவர்களுக்கும் பொருந்துமா"

கலைஞர் அக்கோப்பில் எழுதியது:

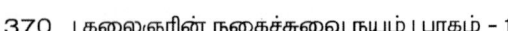

"உதவித்தொகை என்பது பிணத்துக்கல்ல, இறந்தவர் துணைக்குத்தான், எல்லோருக்குமே பொருந்தும்". கலைஞரின் மனம் எப்போதும் பாதிக்கப்பட்டவர்களுக்கு பரிவு காட்டுபவர். இப்போது உயர் அதிகாரிகள், முதல்வர் கோப்புகளில் ஆணையிடும் அழகால், தங்கள் குறிப்புகளுக்கே மரியாதை வந்ததாக மகிழ்ச்சியுற்றனர். தலைமைச் செயலகம் மட்டுமல்ல.தமிழகம் முழுவதிலுமுள்ள அரசுப் பணியாளர்கள் நெஞ்சார்ந்த நன்றியை அவர்தம் திசை நோக்கிக் காணிக்கையாக்கினர் என்பது வரலாற்று உண்மையாகும்.

இங்கு விளக்கு எதற்கு?

ஒருமுறை கழகக் கூட்டம், எதிர்க்கட்சியாக இருந்தபோது ஆயிரம் விளக்குத் தொகுதியில் நடைபெற்றது. அக்கூட்டத்தில் சிலர் பேசும்போது "இங்கே இரண்டு அமைச்சர்கள் குடியிருக்கும் தெருக்களில் கூட மின்விளக்குகள் எரிவ தில்லை" எனக் குறைபட்டுக் கொண்டனர்.

அடுத்துப் பேசிய கலைஞர், "ஒருவேளை நமது முதல்வர் (எம்.ஜி.ஆர்.) இந்த இடமே ஆயிரம் விளக்கு ஆயிற்றே, இதற்கெதற்கு

மேலும் மின்விளக்கு என நினைத்தாரோ என்னமோ" எனக் குறிப்பிட்டார்.

(உடன்பிறப்புகளின் ஓசை அடங்க வெகுநேரம் ஆயிற்றாம்.)

காத்திருந்த பேச்சாளர்

சென்னை குசலாம்பாள் திருமண மண்டபத்தில் கழகப் பேச்சாளர்களுக்கான பயிற்சி முகாம் நடந்த நேரம். பயிற்சியைத் துவக்கி வைத்துப் பேசிய கலைஞர்,

"உங்க பேச்சிலே அன்பு இருக்கணும், நிதானம், இனிமை இருக்கணும். சிந்திச்சுப் பேசணும். அவையறிஞ்சி பொருள் பதித்த பேச்சாக அமைய வேண்டும். அதற்குத் தக்க திறமையை வளர்த்துக் கொள்ளுதல் மிகவும் அவசியம். இதற்காக ஒரு நிகழ்வைக் குறிப்பிடுவது நல்லது.

ஒரு பேச்சாளர் ரொம்ப வேகமாக அனல் பறக்க அதுவும் நிறுத்தாம பேசிக் கொண்டேயிருந்தார். வந்திருந்த கூட்டம் ஒவ்வொன்றாக வெளியேறியது. மூவர் மட்டுமே மிஞ்சியிருந்தனர். பேச்சாளர் விடவில்லை. "எனக்குக் கூட்டம் முக்கியமில்லை. நீங்க மூன்று

பேரும் ஊக்கமா என் பேச்சைக் கேட்பது எனக்கு ஆனந்தமே" எனச் சொல்லி முடிப்பதற்குள் நாங்க மூன்றுபேரும் உங்களுக்குப் பின் பேச இருப்பவர்கள் என்றார் ஒருவர்.

(பேச்சாளர்கள் தங்களுக்கு நல்ல தீனி கிடைத்த மகிழ்ச்சியில் அந்த மண்டபத்தையே கலங்க வைத்து விட்டனர், தங்கள் கரவொலியால்).

புலிதான் வரும்

மதுரையில் காவேரி மணியம் இல்லத் திருமண விழா, கலைஞர் தலைமையில் நடந்தது. அப்போது கலைஞர், "தம்பி காளிமுத்து, திருப்பதி போன்றவர்கள் எல்லாம் பாண்டிய நாட்டு வீரம் செறிந்த மண வாழ்க்கையைப் பற்றி பண்டைய நூல்களிலிருந்து வெகுவாக எடுத்துச் சொன்னார்கள். நானும் ஒன்றைச் சொல்கிறேன்.

சங்க காலத்திலே காதலியை மணக்க விரும்புகிறவனுக்கு அவருடைய தந்தை வீரச் சோதனைகளை வைப்பார். போய், புலிப்பல் கொண்டு வா, அப்போதுதான் என் பெண்ணை மணக்க லாயக்கானவர் என முடிவு செய்து

மணம் முடித்து வைப்பேன் என்பார். காதலனும் அப்படியே காட்டுக்குப் போய் அதனை அடக்கி, கொன்று, அதன் பல்லைக் கொண்டு வந்து கொடுப்பான். அதை ஒரு வீரப் பதக்கமாக்கி, அப்படியே மணநாளில் மாமனார் சூட்டுவார்.

இப்போதெல்லாம், அப்படி காட்டுக்குப் போய் புலிப்பல் கொண்டு வா என்று சொன்னால், புலிதான் மாப்பிள்ளையாக வரும்'' என முடிக்கு முன்னரே அரங்கம் சிரிப்பொலியால் அதிர்ந்தது. அந்த கரவொலி யையும் சிரிப்பொலியையும் விலக்கிவிட்டு, மீண்டும் கலைஞர் தொடர்ந்தார். "இன்று மணமகளும் மாமனாரும் என்ன கேட்டார்கள் என்று எனக்குத் தெரியாது. அப்படி ஏதும் கேட்டு விடாதீர்கள். புலிக்கு முன்னால் வனத்துறை அதிகாரிகள் கடித்துக் குதறி விடுவார்கள்."

(கேட்கவா வேண்டும் சிரிப்புக்கு)

கவிதையே பரிசு

தமிழ்நாடு அரசு அலுவலர் ஒன்றியத்தின் மாநாடு நெல்லையில் சிவ.இளங்கோ தலைமையில் நடைபெற்றது. பொ.ப.துறை அமைச்சராக இருந்த கலைஞர், அம்

மாநாட்டில் சிறப்பு விருந்தினராகக் கலந்து கொண்டார்.

மாநாட்டில் தங்கள் கோரிக்கைகளைக் கவிதை வடிவில் கொடுத்தார்கள். கலைஞர் தனது நிறைவுரையில்:

"இல்லை என்று சொல்வதையும்

இனிமையாகச் சொல்லிவிட்டால்

தொல்லை இல்லை. துயரம் போகா?

எல்லையில்லாத துன்பத்தில் இருக்கின்றீர்கள்

கல்லைப் போல் உள்ளமில்லை.

எங்களுக்கு என்ற

சொல்லைத்தான் வழங்கிடுவேன் இப்போது

நம்பிடுவீர்கள்"

எனக் கவிதை வடிவிலே கோரிக்கைகளுக்குப் பதில் அளித்தார்.

(மாநாடு கலகலத்தது. எழுப்பிய கோரிக்கைகளை மறந்து, அரசுப் பணியாளர்கள் கலைஞரின் கவிதையை ரசித்து மகிழ்ந்தார்களாம்.)

கவிஞர் தெய்வச்சிலை | 375

பதவியின் அளவுகோல் என்ன?

மறைந்த சபாநாயகர் பழனிவேல் ராசன் சகோதரர் பி.டி.ஆர். கமலைத் தியாகராசன் எழுதிய "இசைத்தமிழ் உண்மை வரலாறு" என்ற நூல் வெளியிட்டு விழாவில் கலைஞர் ஆற்றிய சொற்பொழிவில்:-

"எனக்கு இசைத்துறையைப் பற்றி எல்லாம் தெரியும் என்பது போலப் பேசினால், நாகரீகமாக இருக்காது. பெரும் பதவியில் இருப்பதனால் மார்தட்டிக் கொண்டு இசைமேதைகள் முன் நின்று கொண்டு அளக்கக்கூடாது.

சிலருக்குச் சில விஷயங்கள் தெரியும். ஒரு முதல்வர் என்பதால் மருத்துவமனைக்குச் சென்று டாக்டரைப் பார்த்து ஆபரேஷன் எப்படிச் செய்தீர்கள் எனக் கேட்கக்கூடாது. அவர் சொல்வது அவருக்குப் புரியுமா?

நோயாளி சுகமா இருக்கிறாரா? எப்போது குணமடைவார்? என்பதோடு நிறுத்திக் கொள்ள வேண்டும். அமைச்சராக இருக்கிறோம் என்பதற்காக டாக்டரிடம் ஆபரேஷன் பற்றிக் கேட்பது **''அதிகப் பிரசங்கித்தனம் மட்டுமல்ல அது அதிகாரப்**

பிரசங்கித்தனமே.'' தவிர வேறு எதுவும் இல்லை என்றார்.

(சிரிப்பொலியும் கரவொலியும் மண்டபத்தை ஆக்ரமித்திருந்தாலும், முக்கிய பிரமுகர்கள் நெளிந்ததை தலைவர் கவனிக்கத் தவறவில்லை).

எதுவுமே இல்லையென்றால்...

நாட்டிலுள்ள சாமியார்கள் பற்றிய பேச்சு வந்தது. கலைஞருடன் பலரும் பேசிக் கொண்டிருந்தனர். ஒருவர், "நாட்டில் போலிச் சாமியார்கள் நிரம்பி விட்டார்கள்" என்றார்.

உடனே கலைஞர், சாமியாரென்றாலே போலிதான். இதில் அசல் என்ன போலி என்ன? இங்கே ஒரு சுவையான சங்கதி ஒன்று சொன்னார்கள்.

ஒரு குரு தன் சீடரைப் பார்த்து, "இதோ பாருப்பா. நீ இந்த உலகத்திலே எதுக்கும் பிரயோஜனப்பட மாட்டே, பன்றி மேய்க்கக் கூட லாயக்கில்லை'.

'அப்படின்னா ஒண்ணு செய்றேன் சுவாமி' என்றான் அவன், குருவும் "என்ன"வெனக் கேட்டார்.

அவன் சொன்னான், 'நான் உங்களை மாதிரி ஒரு குருவா ஆயிடறேன்'

நாட்டு நடப்பு இப்படித்தான் இருக்கு" என கலைஞர் சொன்னதும் சுற்றுப்புறமே சிரிப்பில் மிதந்தது.

பொறுப்பு எதற்கு?

திருமங்கலம் இடைத்தேர்தலில் கழகம் அபார வெற்றியடைந்த நேரத்தில் அறிவாலயத்தில் நடந்த கூட்டத்திற்குப் பின் செய்தியாளர்களைச் சந்தித்தபோது

ஒரு நிருபர்:

மாபெரும் வெற்றிக்குக் காரணமாய் இருந்தவர் அழகிரிதான் என நாடே சொல்கிறது. அவருக்கு என்ன பொறுப்பு கொடுக்கப் போகிறீர்கள்?

கலைஞர் பதில்:

பொறுப்பானவருக்கு எதற்குப் பொறுப்பு.

(அறிவாலயத்தில் ஏற்பட்ட சிரிப்பொலி யால், அண்ணா சாலையில் சென்ற வண்டிகள் நகர மறுத்தனவாம்).

நட்பு ஆழமானது

திண்டிவனம் அருகே கலைஞர் பயணித்த கார், விபத்தில் சிக்கியது. இதனால் தலைவர், அப்பல்லோ மருத்துவமனையில் சிகிச்சைக் காக அனுமதிக்கப்பட்டார்.

பல்வேறு நிபுணர்களும் கலைஞரைச் சோதனை செய்து உரிய சிகிச்சையும் அளிக் கப்பட்டன. இந்த நாட்களில் டாக்டர்கள் பல்வேறு சுவையான அனுபவங்களை அவரிடமிருந்து சேகரித்து அனுபவித்து வந்துள்ளனர்.

ஒருமுறை டாக்டர் (சுந்தரம்) கலைஞரைப் பரிசோதனை செய்து "நீங்கள் இன்றே வீடு செல்லலாம்" எனத் தெரிவித்தனர். கலைஞர், அவரிடம் "ஒரு நிகழ்வைச் சொல்கிறேன் கேளுங்கள்" என்றார்.

ஒருவர் சொன்னார், "அந்த ஒரு டாக்டர் சின்ன வயசிலிருந்தே என் கூட பழகியவர். நாங்க இரண்டுபேரும் இணைபிரியாமல் இருந்து வருகிறோம். ஆனால், எனக்கு உடம்பு சரியில்லையென்றால், அவர்கிட்ட நான் வைத்தியம் பார்த்ததில்லை" என்றார்.

"ஏன் அப்படி? என அவரிடம் கேட்டபோது, அவர் "எங்க நட்பு கெட்டுடக்

கூடாது.. இல்லையா! அதனால்தான்..." எனச் சொல்லி, உங்க நண்பருடனான நட்பு எப்படி? என, டாக்டரிடம் கலைஞர் கேட்டதும், டாக்டரோடு அவரது உதவியாளர்கள், இதர மருத்துவப் பணியாளர்கள் என அனைவருமே, ராஜாங்க இறுக்கத்தை விலக்கி பலமாகவே சிரித்து விட்டனர்.

பிரார்த்தனை

சொந்த மண்ணுக்கு வந்த கலைஞரைப் பார்க்க உறவுகள், நண்பர்கள், கழகத் தோழர்கள் எனக் கூட்டமாக கூடி வந்திருந்தனர். அப்போது கலைஞரின் துணைவியார், குலதெய்வம் கோயிலுக்கு பிரார்த்தனைக்காக சென்றிருப்பதாகத் தகவல் சொல்லப்பட்டது. உடனே கலைஞர், விளையாட்டாகச் சொல்லப்பட்ட கதை இது. என்னவென்றால்,

ஒரு குழந்தை தன் தகப்பனாரிடம் 'ஏம்ப்பா பிரார்த்தனை பண்ணினா நமக்கு எல்லாம் கிடைக்குமா எனக் கேட்டது. அதற்கு அவர், "ஓ! கிடைக்குமே!" என்றார்.

"நீ வச்சிருக்கியே பேனா அது கூட கிடைக்குமா" எனக் கேட்டது குழந்தை. "நிச்சயம் கிடைக்கும் அதில் என்ன சந்தேகம்" எனச் சொன்னார் தந்தை.

உடனே அப்பையன் "அப்படீன்னா! அப்பா! நீ வச்சிருக்கிற பேனாவை என்னிட்டே கொடுத்துவிட்டு, நீ உட்கார்ந்து பிரார்த்தனை பண்ணி, வேறு நல்ல பேனாவை வாங்கிக்கோ என்று பேனாவை எடுத்துக் கொண்டது குழந்தை.

அவரும் வேறு வழியில்லாமல் கடைக்குப் போய் புதிய பேனா வாங்கி சட்டைப் பையில் சொருகிக் கொண்டார்.

"பாவம் அந்த அப்பா" எனக் கலைஞர் சிரித்தபடி சொன்னதும் அங்கு அமர்ந்திருந்த கூட்டத்தினர் எழுப்பிய சிரிப்பொலி, பிரார்த்தனைக்காகச் சென்ற தயாளு அம்மாவின் காதில் விழுந்தவுடனே அவரும் சிரித்துத்தானே இருப்பார்.

ஆறுமுகத்திற்கு ஜலதோசம்

எப்போதெல்லாம் நேரம் கிடைக்கிறதோ,

அரசு அலுவல்கள், கட்சிப் பணிகள் மத்தியில், தலைவர் கலைஞர் முரசொலி அலுவலகத்திற்கு வருகை புரிவதைப் பெரும் கடமையாகவே வைத்திருந்தார் என்பது உலகறிந்த விஷயம்.

ஒருமுறை கலைஞர் முரசொலி அலுவலகம் வந்து, "ரைசிங் சன்" இதழ் பற்றிய ஆலோசனைகளுக்கிடையில் "அய்யா சின்னக்குத்தூசி வந்து விட்டாரா" என வினவினார்.

"வந்துள்ளார் ஆனால் கடுமையான ஜலதோசம்" என்றனர்.

உடனே கலைஞர், "ஆமாம் ஒரு முகத்திற்கே ஜலதோசம், சென்னை மொழியில் சொல்வதென்றால், 'ஜல்ப்' பிடித்தாலே தாங்க முடியாது. இந்த ஆறுமுகக் கடவுளுக்கு ஜலதோசம் பிடித்தால், என்னாவது" எனப் புன்னகையோடு கேட்டார். முரசொலியின் கீழ்தளம் மட்டுமன்றி, கட்டடம் முழுமைக்கும் இச்செய்தி பரவ, அனைத்துப் பணியாளர்களும் தங்கள் சிரிப்பை அடக்க முடியாமல் தவித்தார்கள்.

சாப்பாடு ஏசி தான்!

கழக முன்னணித் தலைவர்களில் ஒருவரான என்.வி.நடராசன் இல்லத் திருமண விழா சென்னையில் நடைபெற்றது. அதில் கழகத் தலைவர் கலைஞரும் கலந்து கொண்டு சிறப்பித்தார்.

மதிய விருந்து குளிர்சாதன (ஏ.சி.) அறையில், தலைவர் உள்ளிட்ட முக்கியமான வர்களுக்குப் பரிமாறப்பட்டது.

விருந்து முடிந்து வெளியே வந்த கலைஞரிடம், என்.வி. என்.னின் சம்பந்தி, 'சாப்பாடு எப்படி?' என ஆவலோடு கேட்டார்.

சற்றும் தாமதிக்காமல் 'ஏ.சி.சாப்பாடு பிரமாதம்' என்றார் கலைஞர். அதாவது ஏ.சி. அறைச் சாப்பாடு மட்டுமல்ல, ஏ கிளாஸ் சாப்பாடு என்ற புன்சிரிப்போடு அளித்த பதிலைக் கேட்டு, சம்பந்தி மட்டுமல்ல, பந்தியில் அமர்ந்திருந்தவர்களோடு உணவு பரிமாறியவர்கள், சாப்பாடு தயாரித்தவர் கள் என அனைவருமே கலகலப்பில் மிதந்தார்கள்.

ஆம்... சலசலப்பேதான் நிருபர்கள் சந்திப்பு

ஒருமுறை கழகத்தின் செயற்குழு, பொதுக்குழுக் கூட்டம் மிகுந்த பரபரப்புடன் நடந்த நேரம் பத்திரிகையாளர்கள் யாரும் உள்ளே அனுமதிக்கப்படவில்லை. கூட்டம் முடிந்தபின், நிருபர்கள் சந்திப்பு நடந்தது.

ஒருவர்: கூட்டத்தில் சலசலப்பு ஏற்பட்டதாமே.

கலைஞர்: ஆம்

இதைக் கேட்டதும் செய்தி சூடாகவும், சுவையாகவும் இருக்கும் என்ற ஆவலில் நிருபர்கள் குறிப்பெடுக்க ஆயத்தமானார்கள். அங்கு நிலவிய அமைதியை விலக்கி கலைஞர்,

"பொதுக்குழு, செயற்குழுக் கூட்ட வளாகம், தென்னங்கீற்றுகளால் ஆனது. காற்று வேகமாக வீசும் போதெல்லாம், அந்த கீற்றும் இங்கும் அங்கும் ஆடியதால் கொஞ்சம் சலசலப்பு ஏற்பட்டது உண்மைதான்" என்றார் புன்னகையோடு.

(சுவாரஸ்யத்தை எதிர்பார்த்த நிருபர்கள் கலைஞரின் பதிலால் ஏமாற்றமடைந்த

போதிலும், நிலைமையை மிகச் சாமர்த்தியமாக கையாண்டு, எல்லோரையும் சிரிக்க வைத்ததைப் பாராட்டாமலா இருப்பார்கள்.)

நல்லவேளை மாறவில்லை

கோவையில் நடந்த பொ.ப.துறை கழகத் தோழரின் திருமணத்திற்கு அமைச்சர் பொறுப்பில் இருந்த கலைஞர் வந்திருந்தார். அம்மணவிழாவில் பாவலர் முத்துச்சாமியும் வந்திருந்தார்.

முத்துச்சாமியின் உரையில் "மறுபிறப்பில் நான் பெண்ணாகப் பிறந்தால் கருணாநிதியைத்தான் மணந்து கொள்வேன்" என்றார்.

அடுத்து வாழ்த்துரைத்த கலைஞர், "எட்டு மாதங்களுக்கு முன்பும் இப்படித்தான் ஒரு விழாவில் கூறினார். அன்று முதலே அவரை அச்சத்துடனே கூர்ந்து கவனித்து வருகிறேன். அடுத்த பிறவி மீது எனக்கு நம்பிக்கை இல்லை. எனவே பயமில்லை. ஆனால், திடீர் திடீரென்று பெண்கள் ஆண்களாக மாறுவதாகச் செய்திகள்

வருகின்றன. அதேபோல முத்துச்சாமியும் பெண்ணாக மாறி மாலையிட வந்து விடுவாரோ என அஞ்சுகிறேன். நல்லவேளை முத்துச்சாமியின் மீசையை பார்க்கும்போது அவர் மாறவில்லை. எனவே அச்சம் தெளிந்து விடுகிறது'' என முடிப்பதற்குள் மணவிழா மண்டபம் சிரிப்பொலியில் அதிர்ந்து நின்றதாம். மணமகளுக்கு வந்த சிரிப்பு அடங்க வெகு நேரமாயிற்றாம்.

பிரசவ வலி அல்ல!

செங்கற்பட்டு மருத்துவக் கல்லூரி வெள்ளி விழா கொண்டாட்டத்தோடு, கலைஞரின் 67-வது பிறந்த நாள் விழாவும் சேர்ந்து நடைபெற்றது. அவ்விழாவில் கலந்து கொண்டு பேசிய கலைஞர் "எனது பிறந்த நாள் ஜூன்-3 இப்போதெல்லாம் நமது கழக உடன்பிறப்புக்கள், எனது பிறந்த நாளை ஜூன் முதல் தேதியிலிருந்தே கொண்டாடி வருகிறார்கள். பிறந்தது மூன்றாம் தேதி என்றாலும், பேறு கால வலி முதல் தேதியே தொடங்கிவிடும் என்பதால்தானோ அன்றே ஆரம்பித்து விடுகிறார்கள் கொண்டாட்டத்தை.

அதற்குப் பேறுகால வலி நாள் எனப் பெயரிட்டு விட்டார்கள் போலும்" என உரையாற்றும் போதே வெள்ளைச் சீருடை நிறத்து மாந்தர்களின் சிரிப்பொலி அடங்க வெகுநேரம் ஆயிற்றாம்.

மேகம் எங்களிடம்

கழகத்தின் ஆரம்பக்காலம். குடந்தையில் ஏற்பாடு செய்யப்பட்ட பொதுக்கூட்ட மொன்றில் மூத்தவர் கே.கே.நீலமேகம் தலைமையில் பேரறிஞர் அண்ணா சிறப்புரை ஆற்ற வந்திருந்தார். அப்போது இளம் பேச்சாளராக இருந்த கலைஞரை, அங்கே உரையாற்றத் தெரிவித்திருந்தார் அண்ணா.

அந்தக் கூட்டம் நடைபெறுவதற்கு முன்பு அப்பகுதியில் காங்கிரஸ் கூட்டம் ஒன்று நடைபெற்றது. அதில் பேசிய சின்ன அண்ணாமலை, "அவர்களோ "துறை", நானோ "மலை" மலையில் மழை பெய்தால்தான் துறைக்குத் தண்ணீர் வரும். எனவே அண்ணாதுரையை விட அண்ணாமலையே உயர்ந்தது" என்றாராம்.

கலைஞர் முதலில் பேசினார், "இங்கே நடைபெற்றக் கூட்டத்தில் பேசிய

அண்ணாமலை அவர்களுக்குச் சொல்லிக் கொள்வேன். அந்த மலையில் பெய்ய வேண்டிய மழைக்குத் தேவை மேகம். இதோ எங்களிடம் இருக்கிறது அதுதான் கூட்டத் தலைவர் நீலமேகம்" என முடிப்பதற்குள், கூட்டம் எழுப்பிய கரவொலி திருவாரூரிலிருந்த அண்ணாமலைக்கே எட்டியதாம். தனக்கான மேடை வாரிசு கிடைத்து விட்டார் என்று மகிழ்வோடு பேரறிஞரும் சிரித்து மகிழ்ந்தாராம்.

புதுமையான வாழ்த்து

தஞ்சை மாவட்டத்தில் தேர்தல் சுற்றுப் பயணத்தில் கலைஞர் முழுமையாக ஈடுபட்ட நேரம். அப்போது கழகத் தலைவர் ஒருவரின் இல்லத் திருமணத்தில் கலந்து கொள்ள கும்பகோணம் வந்திருந்தார். மணமகன் வீட்டார் பெரும்பாலும் அரசுப் பணியில் இருந்ததை அழைப்பிதழ் மூலமாக தெரிந்து வைத்திருந்தார். தனது வாழ்த்துரையில் கலைஞர், மணமக்கள் இணைபிரியாது இருக்க, வள்ளுவரும் வாசுகி போல எனப் பலவித உதாரணங்களை அடுக்கிக் கொண்டே வந்தவர், சற்று நிறுத்தி, மீண்டும் தனக்கே உரித்த

பாணியில் "என்.ஜி.ஓ.க்களும் கோரிக்கைகளும்" போல இணை பிரியாது இல்லறம் நடத்துவீர் என முடித்தார்.

(கல்யாண மண்டபம் சிரிப்பொலியில் மிதந்தது. அதுவரை ஆங்காங்கே "பொரணி"யில் ஈடுபட்டிருந்தவர்கள் கூட தங்கள் பேச்சை மறந்து கலகலப்பாயினராம்.)

இது "பாரா" முகமே

1984-ல் நடைபெற்ற நாடாளுமன்றத் தேர்தலில், ஜனதா கட்சி சார்பில் வடசென்னைத் தொகுதியில் நிறுத்தப்பட்ட பாராவுக்கு எதிராக தி.மு.க. கூட்டணி சார்பில் கலைஞரின் பிரச்சாரத்தில்

"மதிப்பிற்குரிய நண்பர் பா.ரா. அவர்கள், தனது பெயருக்குப் பொருத்தமாகவே நடப்பவர். அதனால்தான் கடந்தமுறை வெற்றி பெற்ற தொகுதியைத் திரும்பி 'பாரா' உறுப்பினராகவே இருந்து விட்டார். எனவே..." என அவர் கூறி முடிப்பதற்குள் மக்களின் கரவொலி சென்னை துறைமுகத்தையும் கடந்து சென்றதாம்.

வள்ளுவர் வருவாரா?
சட்டப்பேரவை கூட்டம்

காமராஜர் முதல்வர் - **கலைஞர்** எதிர்க்கட்சித் துணைத்தலைவர்

கலைஞர்: குறளை மேற்கோள் காட்ட வேண்டுமானால், இந்த அமைச்சரவைத் தெளிவு பெறுவதற்கு வள்ளுவரையே பேசச் சொல்கிறேன்.

காமராஜ்: ஏன், அவரையே இங்கு கூட்டிக்கிட்டு வாங்களேன்.

கலைஞர்: நாங்கள் எங்கு கூப்பிட்டாலும் வள்ளுவர் வருவார். ஆனால் இங்கு அவர் வரமாட்டார். அதுவும் நீங்கள் இருக்கும் இடத்திற்கு நிச்சயம் வரமாட்டார்)

(இடி ஓசை போன்ற பதிலால் பேரவையும் சிரிப்பொலியில் அதிர்ந்தது).

எல்லை கிடையாது

சட்டப் பேரவையில்
சிங்காரம் காங்.உறுப்பினர்:

தியாகிகளுக்கு வழங்கப்படும் உதவித் தொகை ரூ.250/-லிருந்து ரூ.500 ஆக

உயர்த்தப்படுமா? பென்சன் வழங்கும் திட்டம் ஏதும் உண்டா?

கலைஞர்:

தியாகத்துக்கு எல்லையே கிடையாது. விலையை மதிக்க முடியாது.

(சபையில் சிரிப்பொலி- சிங்காரத்தையும் சேர்த்து)

பம்பரமாய்ச் செயல்படாதே!

1980-ஆம் ஆண்டைய பொதுத் தேர்தல் -கலைஞர் ஓய்வின்றி பிரச்சாரம் செய்தபின், தென்மாவட்டங்களைப் பொறுத்தமட்டில், மதுரையைத் தலைமையிடமாகக் கொண்டு செயல்பட்ட நேரம். அப்போது கலைஞர் பாண்டியன் ஓட்டலில் தங்கியிருந்தார்.

அங்கே தொகுதி நிலவரம் பற்றி கழக முன்னணியினரோடு ஆலோசனை நடத்திக் கொண்டிருந்தார். இராமநாதபுரம் தொகுதி பற்றிய பேச்சு எழுந்தது.

"எப்படி வேலை பார்க்கிறாய்" என

பொறுப்பாளரை பார்த்து கலைஞர் கேட்டார்.

உணர்ச்சிமிகுந்தவராய், 'பம்பரமாய் சுற்றுகிறேன்' என்றார் பொறுப்பாளர்.

"பம்பரம் நின்ற இடத்தில் அல்லவா சுற்றிக் கொண்டிருக்கும் - நீங்களும் அப்படித்தானா? தொகுதி முழுவதும் சுற்றவும்" எனக் கலைஞர் சொன்னதும், அமர்ந்திருந்த அனைவரும் தங்கள் நிலை மறந்து, பயணக் களைப்பையும் கலைந்து, சிரிப்பில் சங்கமமாகினார்கள்.

நீதிமன்றமா? கண் ஆஸ்பத்திரியா?

உளிவீச்சு சம்பந்தமான வழக்கு ஒன்று நெல்லை நீதிமன்றத்தில் நடைபெற்று வந்தது. கலைஞர் சாட்சியம் அளித்தபோது:-

வழக்கறிஞர்: தாங்கள் கருப்புக் கண்ணாடியை எத்தனை ஆண்டுகளாகப் போடுகிறீர்கள்.

கலைஞர்: பத்தாண்டு காலமாக

வழக்கறிஞர்: (ஒரு புத்தகத்தைப் பத்தடி தூரத்திலிருந்து காட்டி) இந்தப் புத்தகத்தின்

பெயர் தெரிகிறதா?

கலைஞர்: 'சாவி'

வழக்கறிஞர்: (மீண்டும் புத்தகத்தைக் காட்டி) சாவி என்ற எழுத்துக்குக் கீழே என்ன இருக்கிறது என்று படிக்க முடிகிறதா?

கலைஞர்: இந்த இடத்திலிருந்து நீங்கள் பார்த்தால் உங்களுக்குக் கூட அந்த எழுத்துப் புரியாது.

வழக்கறிஞர்: (மீண்டும் புத்தகத்தைக் காட்டி) அட்டையில் என்ன படம் இருக்கிறது.

கலைஞர்: நேரு சட்டையில் அணிந்திடும் ரோஜா மலர்.

வழக்கறிஞர்: இன்னும் இந்த முகப்பில் வேறு ஏதாவது படம் தெரிகிறதா?

கலைஞர்: நான் நீதிமன்றத்திற்கு வந்திருக்கிறேனா அல்லது கண் மருத்துவமனைக்கு வந்திருக்கிறேனா?

(கலைஞரின் இந்தக் கேள்வியால் முதன் முறையாக அந்த மன்றம் சிரிப்பொலியால் அதிர்ந்தது. ரொம்ப நேரம் நீதிபதி சிரித்துக் கொண்டே இருந்ததால், அடுத்த சாட்சியை அழைக்க அவர் மறந்து போனாராம்)

நீங்கள் எப்போது?
சட்டப் பேரவைக் கூட்டம்

முதல்வராக பக்தவத்சலம், எதிர்க்கட்சித் தலைவராக கலைஞர்.

செம்மொழியாம் தமிழ்மொழி காக்கத் தன் இன்னுயிரை ஈந்த தியாகி சின்னச்சாமி பற்றியே நாடு முழுவதும் பேசப்பட்டு வந்தது. இதுபற்றிய விவாதம் சட்டப் பேரவையிலும் எதிரொலித்தது. அப்போது

முதல்வர்: அறுபது ரூபாய் கடன் வாங்கி, அதைத் திருப்பித் தரமுடியாமல்தான் அவன் உயிர் விட்டான். அவன் இறப்பதற்குக் கடன் சுமையே தவிர தமிழ்ப்பற்று அல்ல.

கலைஞர்: ஐம்பது, அறுபது ரூபாய் கடனுக்கே ஒருவன் தீக்குளித்தான் என்றால், இந்திய அரசு பல்லாயிரம் கோடி கடன் வாங்கித் தவித்துக் கொண்டிருக்கிறதே. இதற்காக நீங்கள் எப்போது தீக்குளிக்கப் போகிறீர்கள்?

(கலைஞரின் பதிலால் சபை குலுங்கியது என்பதைத் தெரிவிக்கத்தான் வேண்டுமா?)

பற்று நோய்

கேள்வி பதில்

நிருபர்: ஒரு தமிழ்ப் பத்திரிகை உங்களுக்குப் புற்றுநோய் வந்து விட்டதாக செய்தி வெளியிட்டது பற்றி.

பதில்: அவ்வளவு ஆசை அந்தப் பத்திரிகைக்கு. அது கிடக்கட்டும். நான் 'புற்று' நோயால் அவதிப்படவில்லை. பற்று நோயால்தான்... எனது மொழி, எனது இனம், எனது நாடு, என் மக்கள் இவர்கள் மீதான 'பற்று' நோயால்தான் அவதிப்படுகிறேன்.

(தன் மீதான அவதூறு செய்தியைக் கூட வெறுமனே எடுத்துக் கொண்டு, தனது சொல்லாற்றலால் அப்படியே அதை புறந்தள்ளியதோடு, பதிலைச் சுவையாக சொல்லிய கலைஞரை நிருபர்கள் பாராட்டாமலா இருப்பார்கள்).

எதற்கும் தயார்தான்

கோவையில், அண்ணா நூற்றாண்டு நிறைவு நாள் கூட்டத்தில் 16-11-2008 அன்று

கலந்து கொள்ள வந்தபோது கலைஞர் செய்தியாளர்களுடனான சந்திப்பின் போது:

நிருபர்: பாராளுமன்றத் தேர்தலுக்கு தி.மு.க. தயாராகி வருகிறதா?

கலைஞர்: எல்லாவற்றிற்குமே நாங்கள் தயாராகத் தான் உள்ளோம். உங்கள் கேள்விகளுக்குப் பதில் அளிக்கவே நான் தயாராகத்தானே வந்துள்ளேன்.

(நிருபர்கள் சந்திப்பு சுவையாகத் தொடங்கியதில் ஆச்சர்யம் இல்லைதானே).

சென்ட்ரல் ரயில் நிலையம் வரும் நோக்கம்

ஒருமுறை ஈரோட்டுல பயணத்தை முடித்துக் கொண்டு, சென்னைக்குத் திரும்பிய கலைஞரை வரவேற்க, அவைத் தலைவர் செல்வராஜ், நீல நாராயணன் போன்றவர்கள் சென்ட்ரல் ரயில் நிலையம் வந்திருந்தனர். கலைஞரோடு நடந்து செல்லும் போது "எழும்பூர் ரயில் நிலையம் போலல்லாமல் இங்கு வெளியே செல்ல வெகுநேரம் நடக்க வேண்டியதிருக்கு" என நீல நாராயணன் சொன்னார்.

அதற்கு கலைஞர், "ஆமாம் காலையில் கண்டிப்பாக வாக்கிங் போகச் சொல்கிறார்கள் டாக்டர்கள். எனக்கோ நேரமில்லை. எனவே அடிக்கடி இந்த ரயில் நிலையம் வழியாக உள்ள ஊர்களுக்கே பயணத்தை வைத்து வருகிறேன்" என்றார்.

(நடைபாதையில் இருந்தவர்களின் சிரிப்பால், காலையில் புறப்பட வேண்டிய கோவை வண்டி சிக்னல் கொடுத்தும் நகர மறுத்ததாம்).

"வால்"கள் நிரம்பவுண்டு

இடைவிடாத சுற்றுப் பயணத்தால் கலைஞர் சுகவீனப்பட்டார். நரம்பியல் நிபுணர் இராமமூர்த்தி வந்து அவரைச் சோதனை செய்து, உரிய சிகிச்சையளித்து விட்டு, நல்ல ஓய்வை எடுக்கச் சொல்லிவிட்டு அவர் சென்று விட்டார்.

இரண்டு நாட்கள் கழித்து கலைஞரைப் பார்க்க நிபுணர் வந்தார். கலைஞர் மாடியில் உலாவிக் கொண்டிருந்தார். உடல்நலம் பற்றிப் பேசும் போதே, ராமமூர்த்தி அங்கிருந்த

சுவரைக் காட்டி "இதுபோன்ற 'வால்' கீழேயும் இருக்கிறதா" எனக் கேட்டார்.

அதற்குக் கலைஞர்:-

"ஒன்றென்ன, மூன்று வால்கள் இருக்கின்றன" என்றார் சிரித்தபடி.

தனது பிள்ளைகளைத்தான் அப்படி "வால்கள்" எனச் சொல்லிய விதத்தைக் கண்டு நரம்பியல் நிபுணர் நரம்பு புடைக்கச் சிரித்தாராம்.

இலை இரண்டா, இரட்டையா

தமிழகச் சட்டப்பேரவைக்கான தேர்தல் நேரம். கலைஞர் மாநிலம் முழுவதும் தீவிரப் பிரச்சாரத்தில் ஈடுபட்டுக் கொண்டிருந்தார். விருதுநகரில் தேர்தல் பணி ஆற்றிவிட்டு மதிய உணவுக்குத் திருமங்கலம் வந்தார்.

அங்கே கழக முன்னணித் தோழரின் இல்லத்தில் விருந்து. கலைஞருக்கு முன்னால், இரண்டு இலைகள் போடப்பட்டிருந்தன. அதனை ஒரு அன்பர் கலைஞரிடம் சுட்டிக் காட்டினார்.

உடனே கலைஞர், "இரண்டு இலைகள் போட்டதில் பாதகமில்லை. ஆனால் (இரட்டை) இலைக்குத்தான் போடக் கூடாது" என்றார்.

பந்தியில் அமர்ந்தவர்கள் மட்டுமல்ல பரிமாறியவர்கள், வெளியே காத்திருந்த அன்பர்கள் என அனைவருமே விருந்தைச் சுவைப்பதற்கு முன்னால், தலைவரின் நகைச்சுவை விருந்தைச் சுவைத்த பெருமையோடு சிரித்து மகிழ்ந்தார்களாம்.

நான் சொல்லவில்லையே

சமீபத்தில், கலைஞர் அவர்கள் முரசொலி அலுவலகம் வந்து 'ரைசிங் சன்' பத்திரிகை பற்றி ஆய்வு செய்து கொண்டிருந்தார். முரசொலி நிர்வாகிகள், அமைச்சர்கள் அங்கே கூடியிருந்தனர்.

அப்போது நித்யானந்தா பற்றி பேச்சு எழுந்தது. என்னதான் பகுத்தறிவுப் பிரச்சாரம் செய்தாலும் இந்த மக்கள் மாறப் போவதில்லையா. பிரேமானந்தாக்கள், சங்கராச்சாரியார்கள், நித்யானந்தாக்கள் என

நாடு நகரமெங்கிலும் உலா வருகிறார்களே எனச் சொல்லப்பட்டது.

அப்போது கலைஞர், "தந்தை பெரியார் சொன்னது எனக்கு நினைவுக்கு வருகிறது. ஒருமுறை தந்தையிடம் ஒரு நிருபர் பேட்டி எடுத்தார். அப்போது அவர்

"மூடநம்பிக்கைகளைக் கண்டித்து பிரச்சாரம் செய்து வருகிறீர்கள். இங்கிலாந்தில் கூடத்தான் 13-ம் எண்ணை ராசியில்லாத நம்பர் என ஒதுக்கி, '12'-க்கு பிறகு '12-ஏ' எனப் போடுகிறார்களே தவிர, ராசியில்லாத நம்பர் 13 என பயன்படுத்துவதில்லையே" எனக் கேட்டார்.

அதற்குப் பெரியார் அளித்த பதில் என்ன தெரியுமா?

"இங்கிலாந்தில் முட்டாள்களே இல்லையென்று நான் எப்போதாவது சொன்னேனா".

(இப்படிச் சொல்லிவிட்டு கலைஞரும் சிரித்தார். தலைவரின் வருகையால் முரசொலி கட்டிடம் மீண்டும் குதூகலத்தில் மிதந்தது).

எழுத்தையா
நம்பியிருக்கிறாய்?

கலைஞரின் நகைச்சுவை உணர்விற்கு இன்னொரு (உதாரணம்) சம்பவம்.

முரசொலி அலுவலகத்தில், கலைஞர் கலைப்பணிகளில் மும்முரமாக ஈடுபட்டிருந்த நேரம். அவரைப் பார்க்க பலர் வந்திருந்தனர். வேலையை முடித்துக் கொண்டு வெளியே வந்தார்.

கூட்டத்திலிருந்த நடுத்தர வயதுக்காரர் ஒருவர் கலைஞருக்கு வணக்கம் தெரிவித்த போது, அவரை அடையாளங்கண்டு "சவுக் கியமா. இப்ப என்ன செய்துக்கிட்டிருக்கீங்க" எனக் கேட்டார்.

"இப்ப நான் கதை, கட்டுரை, புத்தகம் எல்லாம் போடுகிறேன்" என்றார் அவர்,

"அப்படீன்னா சாப்பாட்டுக்கு என்ன பண்றீங்க" எனக் கலைஞர் கேட்டதும், தாமதமே இல்லாமல் கட்டிடமே பெயரும் அளவுக்கு கூடியிருந்தவர்கள் மட்டுமல்ல, முரசொலி பணியாளர்களும் சிரித்தனராம்.

'வலி'ப்படுத்திய அதிகாரி

கழகப் பொதுக்கூட்டம் தஞ்சைத் திலகர் திடலில் நடந்த சமயம். பல பேச்சாளர்களும் ஒரு சம்பவத்தைப் பற்றியே பேசியிருந்தனர்.

அதாவது, சென்னை விமான நிலையத்தில் பிரதமர் இந்திரா காந்தியை வரவேற்கச் சென்ற கலைஞரின் கரத்தைப் பிடித்து, முறுக்கிய காவல் துறை உயர் அதிகாரியின் செயலைக் கண்டித்துப் பேசினார்கள். அத்துடன் இல்லாமல், அதற்கு என்ன செய்ய வேண்டுமெனத் தலைவர் கட்டளையிட்டால் அதைச் செய்யத் தயாராகவிருப்பதாகவும் பேசினார்கள்.

தனது நிறைவுரையில் கலைஞர், "நான் எங்கே சென்றாலும் என் அன்பு உடன்பிறப்புக்கள் கலைஞரின் கரங்களை வலுப்படுத்துவோம் என முழக்கமிடுவார்கள். அந்த காவல்துறை அதிகாரியும் அதை அடிக்கடி கேட்டிருக்க வேண்டும். அந்த முழக்கம் அவர் காதில் எப்படி விழுந்ததோ தெரியவில்லை?" 'வலுப்படுத்த வேண்டும்' என்பதை 'வலிப்படுத்த வேண்டும்' என்பதாகப் புரிந்து வைத்துச் சரியான சந்தர்ப்பத்தை எதிர்பார்த்து காத்திருந்தது போல், என்

கரத்தை ‘வலிப்’படுத்திவிட்டார் போலும்! என்றார்.

(ஆவேசமான பதிலை எதிர்பார்த்த உடன்பிறப்புகளின் கூட்டம், தலைவரின் சொற்திறனில் சொக்கிப் போய் சிரித்துக் கொண்டே கரவொலி எழுப்பினர்).

இப்பத்தான் பார்த்தேன்...

தி.மு.க.-காங்கிரஸ் தேர்தல் உடன்பாட்டிற்காக பேச்சுவார்த்தை நடந்த நேரம்.

ஒரு ஞாயிறன்று காலை கலைஞர் முரசொலி அலுவலகம் வந்திருந்தார் அங்கே முக்கிய நபர்கள் வருகை தந்திருந்தனர். ஒருவர் “டெல்லியிலே அ.தி.மு.க. முக்கிய நிர்வாகி ஒருவர் காங்கிரஸ் முக்கியப் பிரமுகர்களை சந்தித்து, இந்திரா காந்தியைக் கொலை செய்ய முயன்ற கட்சி; விதவைக்கென்ன மறுவாழ்வா எனப் பேசியவர்தான் கலைஞர் எனச் சொல்லி தடுக்க முயல்கிறார்கள்” என்றார்.

உடனே கலைஞர், “தெருவிலே ஒருவர் ஒரு பையனைப் போட்டு அடித்துக் கொண்டிருந்

தார். நீண்ட நேரமாகியும் அவர் நிற்க வில்லை. அங்கே வந்த ஒருவர் ஏய்யா இப்படி போட்டு அடிக்கிறீங்க எனக் கேட்க இவர், 'என்னைத் தேவாங்கு எனச் சொன்னாங்க' என்றார்.

"எப்பச் சொன்னான்" என அவர் மீண்டும் கேட்க, "போன மாசந்தான்" என்றார் பதிலுக்கு.

வந்தவரோ தயக்கமில்லாமல் 'ஏங்க! போனமாசம் சொன்னதற்கா இந்த மாசம் அடிக்கிறீங்க' எனக் கேட்டார்.

"டவுனுக்குப் போயிருக்கும்போது இப்பத்தான் தேவாங்கைப் பார்த்தேன்" என்றாராம்.

சிரிப்பை அடக்க முடியாமல் பலரும் அறையை விட்டு வெளிவந்து விட்டனராம்.

ரஃப் தான்
நிருபர்கள் சந்திப்பு

நிருபர்: இந்தத் தேர்தலில் (1980-ல்) நீங்கள் இ.காங்கிரசுக்கு அதிக இடங்களை விட்டுக் கொடுக்க சம்மதம் சொல்லியிருப்பதாகச் சொல்லப்படுகிறதே அதுபற்றி.

கலைஞர்: பொறுத்திருந்து பாருங்கள் உண்மை தெரியும்.

நிருபர்: இந்திராகாங்கிரசுக்கு எத்தனை இடங்கள் தி.மு.க.வுக்கு எத்தனை இடங்கள் என 'ரஃப்'பாக (தோராயமாக) சொல்ல முடியுமா?

கலைஞர்: நாங்கள் 'ரப்' (முரட்டுத் தனமாக) ஆக எப்போதுமே இருந்ததில்லை.

(நிருபர்கள் சிரித்தார்கள் எனச் சொன்னால் அதில் ஆச்சரியம் ஏதுமில்லை. ஆனால் ஆங்கிலத்திலும் வார்த்தை ஜாலம் காட்டியதை நினைத்துத்தான் நிருபர்கள் அசந்து நின்றார்கள்).

இதயம் காலி இல்லை
நிருபர்கள் சந்திப்பு

ஒரு நிருபர்: பதவி ஏற்றவுடன் கஜானாவும் காலியாகவுள்ளது. களஞ்சியமும் காலியாக உள்ளது எனச் சொன்னீர்கள். இப்போது டெல்லிக்குச் சென்று திரும்பி யுள்ளீர்கள். தற்போதைய நிலை என்ன?

கலைஞர்: கஜானாவும் காலி,

களஞ்சியமும் காலி எனச் சொன்னது உண்மைதான். ஆனால் மத்தியில் உள்ளவர்களின் இதயம் காலி இல்லை.

(அடுத்த கேள்விக்குப் போகாமல் நிருபர்கள் சிரித்துக் கொண்டே இது போதும் என நகர்ந்தார்களாம்).

எல்லாமே தலைகீழ்தான்
அ.தி.மு.க. துவங்கப்பட்ட நேரம்

பத்திரிகையாளர்களின் சந்திப்பில், அ.தி.மு.க. என்று பெயர் வைத்திருப்பது பற்றி ஒரு நிருபர் வினா எழுப்பினார்.

அதற்கு கலைஞர்

"தமிழில் ஒரு மரபு உண்டு. வார்த்தைகளின் முன்பு 'அ'வைச் சேர்த்து விட்டால், அதன் அர்த்தம் அடியோடு மாறிவிடும். சுத்தம் என்பதற்கு முன்பு 'அ' சேர்த்தால் அசுத்தம், 'நியாயம்' இப்போது 'அ' சேருங்கள் அநியாயம், மங்களம் அ சேர்த்தால், அமங்களம், சிங்கம் அ சேர்த்தால் அசிங்கம்.

"இதுபோலத்தான், தி.மு.க.வோடு 'அ'

சேர்த்திருப்பதும். அதாவது சுயமரியாதை, மொழிப்பற்று, பகுத்தறிவுக் கொள்கை கொண்ட தி.மு.க.வோடு அ சேர்த்தால் அவையெல்லாம் கிடையாது என்பதுதான் பொருளாகும்" என்றார்.

(நிருபர்கள் அடுத்த கேள்விக்குப் போக பல நிமிடங்கள் ஆயிற்றாம், சிரிப்பை அடக்க முடியாமல் தவித்ததால்)

சகிப்புத்தன்மை
எனக்கு நிரம்பவுண்டு

பத்திரிகையாளர்கள் சந்திப்பு நாள் 11-12-98

முதல்வர் கலைஞரின் வெளிநாட்டுப் பயணம் குறித்துச் செய்தியாளர்கள் கேட்டபோது, "சுற்றுலா, நெடுஞ்சாலை மேம்பாடு மட்டுமின்றி மற்ற அம்சங்கள் குறித்தும் மலேசியா, சிங்கப்பூர் பயணத்தின் போது கண்டறிவேன்" என பதிலளித்தார் கலைஞர்.

அப்போது ஒரு நிருபர், "ஊழல் சம்பந்தமாக பிரதமர் சகித்துக் கொள்கிறார்

என்று நீங்கள்தான் கூறினீர்கள் என்று வாஜ்பாய் சொல்லியிருப்பது பற்றி."

கலைஞர்: அவர் சொன்னதை நானும் சகித்துக் கொள்கிறேன்.

(பத்திரிகையாளர்களின் சிரிப்பொலியால் காமராசர் சாலையில் சென்ற வாகனங்கள் கொஞ்சம் தடுமாறியே ஊர்ந்ததாம்).

இங்கேயுமா நடனம்?

கலைஞர் அவர்களின் பிறந்தநாள் விழா, வழக்கம்போல் ஜூன் 3 அன்று கொண்டாடப்பட்டது.

முக்கிய பிரமுகர்களின் வரிசையில் நடிகை சந்திரகாந்தாவும் நின்றிருந்தார். கலைஞருக்கு மாலை அணிவித்து, காலில் விழுந்து வணக்கம் தெரிவித்துவிட்டுத் திரும்பினார். அப்போது காமிராப் பெட்டிக்கான வயர் அவர் காலில் சிக்கிக் கொண்டதால், கால் தடுமாறி, வயரை நீக்க, அவர் இங்கும் அங்கும் கையை அசைத்தார்.

இதைப் பார்த்த கலைஞர், "வந்த

இடத்திலுமா நடனம்?" எனக் கேட்டதும், வரிசையில் நின்றவர்களோடு வெளியில் இருந்தவர்களும் சிரித்த ஒலியில், வெளியே போட்ட வெடிச்சத்தம் அமுங்கிப் போயிற்றாம்.

கோழி வளர்க்கக்கூடாது

1976-ல் மதுரையில் ஓர் இலக்கிய விழா பாவலர் முத்துச்சாமி தலைமையில் நடை பெற்றது. அதில் முதல்வர் கலைஞரும் கலந்து கொண்டார்.

பட்டிமன்றத்தில் வாதிட்ட தமிழன்பன், பாரதிதாசன் பாடியுள்ள கவிதையை எடுத்துக் காட்டி, காதலனுடன் நீண்ட நேரம் காத்திருக்க விரும்பிய காதலி, விடியலை உணர்த்த "கோழி கூவிவிட்டதே" எனக் கோபங்கொண்டு, இனி யாரும் கோழி வளர்க்கக்கூடாது என அரசு சட்டம் கொண்டு வர வேண்டுமென அவர் கேட்டது போல அரசு சட்டம் போடுமா" எனத் தலைவரைப் பார்த்துக் கேட்டார்.

தலைவர் முத்துச்சாமியோ, "உச்ச நீதிமன்றந்தான் இதில் முடிவெடுக்க முடியும்"

என முதல்வரைப் பார்த்துச் சொன்னார்.

கலைஞர் இறுதியுரையில், "கோழிகள் வளர்க்கக்கூடாது" எனச் சட்டம் போட மாட்டோம். கோழிகள் இருந்து கூவினால் தான், அரசின் குடும்பக் கட்டுப்பாட்டுத் திட்டத்திற்கு ஓரளவு உதவியாக இருக்கும்" எனச் சொன்னதும், அவையில் கரவொலியும் சிரிப்பொலியும் அடங்க வெகுநேரமாயிற்று.

இருவருக்கும் 'மாஸ்' உண்டு

கலைஞர் மதுரைச் சுற்றுப் பயணத்தை முடித்துவிட்டு சர்க்யூட் ஹவுசில் தங்கியிருந்தார். அங்கே மதுரை முத்து மற்றும் வெளியூர் தோழர்களும் அமர்ந்திருந்தனர். அங்கே இருந்தவர்களில் ஒருவர் புறப்படுவதாகத் தெரிவித்தார். கலைஞர் உடனே எழுந்து, அவருக்கு வணக்கம் தெரிவித்தார். விடைபெறுவதாகச் சொன்ன நபரோ உட்கார்ந்த நிலையிலே வணக்கம் தெரிவித்துவிட்டு வெளியேறினார்.

இதைப் பார்த்த முத்து கொஞ்சம் கடுப்பாகி "நீங்களோ முதல்வர், எழுந்து நின்று வணக்கம் சொன்னீர்கள். அவர் உட்கார்ந்தே வணக்கம் சொன்னாரே, மதிக்கத் தெரியாத மடையனாக இருப்பார் போலிருக்கு" என்றார்.

உடனே கலைஞர் "இருவருமே 'மாஸ்' உள்ளவர்கள்தான். அதாவது என்னிடமிருப்பது ஆங்கில மாஸ் (மக்கள்) அவரிடமிருப்பதோ தமிழ் மாசு (குறைபுத்தியுள்ளவர்) எனக் குறிப்பிட்டதும், கோபக் கனலோடு கேட்டுக் கொண்டிருந்த முத்து அவர்கள் சாந்தமாகி, மற்றவர்களோடு சிரிப்பலையில் சங்கமமானார்.

பக்தவத்சலம் மாதிரி

மறைமலை அடிகளின் திருவுருவச் சிலை திறப்பு விழா நாகையில் நடந்தது. விழாவில் தலைமையேற்க வந்த கலைஞர், பயணியர் விடுதியில் தங்கினார். காலையில் குளித்துவிட்டு உடையணிந்து கொண்டிருந்தபோது, அங்கு நுழைந்த மன்னையார், கலைஞரின் மேல் துண்டை எடுத்து இரண்டாக மடித்து "இப்படி பக்தவத்சலம் மாதிரி போடுங்களேன்" என்றார்.

குளித்துச் சுறுசுறுப்புடன் இருந்த கலைஞர் கொஞ்சமும் தயக்கமின்றி "நல்லவேளை பக்தவத்சலம் மாதிரி போய்விடுங்களேன்" எனச் சொல்லாமல் விட்டீரே" என்றார்.

(பயணியர் விடுதியில் எழுந்த சிரிப்பொலி மறைமலையாரைத் தொட்டதால், அவரும் சிரித்ததால் அவரை மூடியிருந்த திரையும் கீழே சரிந்ததாம்).

சர்டிபிகேட் நான் கொடுக்கவில்லை

பத்திரிகையாளர்கள் கூட்டம்.
நாள் 19-09-1998

நிருபர்: நாங்கள் மதச்சார்பின்மை உள்ள கட்சி என்று யாரிடமும் சர்டிபிகேட் கேட்க வேண்டிய அவசியம் இல்லையென பிரதமர் வாஜ்பாய் சொல்லியிருக்கிறாரே?

கலைஞர்: நாங்களும் வலியச் சென்று அப்படி ஒரு சர்டிபிகேட் கொடுக்கவில்லை.

(பதில் வேறு விதமாக இருக்கும் என

எதிர்பார்த்த நிருபர்களுக்கு ஏமாற்றமே என்றாலும், முதல்வரின் மின்சாரம் பாய்ந்த பதிலைக் கேட்டு அவர்கள் சிரிக்க மறுக்க வில்லை).

நாஞ்சிலாரைத் தாக்காத புயல்
சட்டப் பேரவையில்

பல்கேரியாவிலிருந்து கப்பல் வாங்கியதில் நான்கு கோடி ரூபாய் பேரம் நடந்துள்ளதென அன்றைய முதல்வர் எம்.ஜி.ஆர். மீது எதிர்க்கட்சித் தலைவராக இருந்த கலைஞர் குற்றம் சாட்டியிருந்தார்.

அன்றைய சட்டப்பேரவையில் அதுபற்றிய விவாதம் நடைபெறவிருந்தது. கலைஞர் தனது இருக்கைக்கு வரும்போது நிறைய ஆதாரங் களுடன் பெருங்கட்டைக் கொண்டு வந்து மேஜையில் வைத்தார். இதைப் பார்த்த நிதியமைச்சர் (மனோகரன்) பரபரப்புடன் எழுந்து "என்ன இன்றைக்குப் புயல் எதுவும் இந்தப் பக்கம் வீசுமோ" எனக் கேட்டார்.

உடனே கலைஞர் "புயல் வீசும். ஆனால் மனோகரனை அது மையம் கொள்ளாது" என்றார்.

(விவாதம் அனல் பறக்கும் என எதிர்நோக்கி அமர்ந்திருந்த உறுப்பினர்களோ கலகலப்பில் மிதந்தார்கள்).

சாப்பிட வேண்டாம்
சட்டப்பேரவை நிகழ்வு

ஒருமுறை சட்டப்பேரவையில் காங்கிரஸ் உறுப்பினர் என்.ஆர்.தியாகராசன் "நிதி நிலை அறிக்கை சக்கரைப் பொங்கலாக இனிக்கிறது" என்றார்.

உடனே கலைஞர் எழுந்து "நாங்கள் எல்லாம் நிதிநிலை அறிக்கையைப் படித்துப் பார்ப்போம். பார்த்துப் படிப்போம். ஆனால் உறுப்பினர் பெருமகனாரோ, சாப்பிட்டே பார்த்துவிட்டார் போன்றிருக்கிறது" என்பதற்குள், பேரவை சிரிப்பொலியில் சிக்கியது.

மீண்டும் கலைஞர் "முழுசா சாப்பிட்டாரா? படிப்பதற்குப் பாக்கி உள்ளதா"வெனக் கேட்டு அமர்ந்தார்.

(இப்போது முதலில் சிரித்தது தேனி தியாகராசன்தான்).

முதல்வர் "மாமி"யான அதிசயம்

கழக ஆட்சி பொறுப்பேற்றதற்குப் பின்னர்தாம் அரசு அலுவலகங்களில் கடிதப் போக்குவரத்துக்களை விலக்களிக்கப்பட்ட இனங்கள் தவிர, தமிழில்தான் பேணப்பட வேண்டும் என ஆணைகள் பிறப்பிக்கப் பட்டிருந்தது. கலைஞர் ஆட்சியில், அதற் கெனத் தனி இயக்கமே உருவாக்கப்பட்டது. தமிழில் அனுப்பப்படும் கோப்புகளில் வரைவுகளும் குறிப்புகளும் சில சமயங்களில் அலங்கோலமாகவும் அமைந்து விடுவதுண்டு.

முதல்வருக்கு அனுப்பிய ஒரு முக்கிய கோப் பில், மா.மி.முதல்வர்" எனக் குறிப்பிடப்பட்டி ருந்தது. அதாவது மாண்புமிகு முதல்வர் என் பதைச் சுருக்கி மா.மி. என எழுதப்பட்டிருந்தது.

அதைப் பார்த்த முதல்வர் "நான் சாதாரண முதல்வராகவே இருக்க விரும்புகிறேன். மாமி முதல்வர் வேண்டாம்" எனக் குறிப்பெழுதி அனுப்பினார். கோப்புகளில் எப்படியெல்லாம் முதல்வர் கவனம் காட்டுகிறார் என்பதை உணர்ந்த அந்தத் துறைச் செயலாளர் சக அலுவலர்களிடம் தெரிவித்து பாராட்டுரை வழங்கினாராம்.

குருவுக்கு மிஞ்சிய சிஷ்யர்

ஆழ்வார்கள் மையம் சார்பில், 12-09-1998 அன்று கலைவாணர் அரங்கில், கலைஞருக்கான இராமானுசர் விருது வழங்கிய விழாவில் கலைஞர் பேசியது:

107-ஆம் ஆண்டு, ஏறத்தாழ 989 ஆண்டுகளுக்கு முன்பு இராமானுசர் திருப்பெரும் புதூரில் பிறந்தார். அவரது குரு யாகவ பிரகாசம். குருவுக்கும் மாணவருக்கும் அடிக்கடி சர்ச்சைகள் எழும். இதில் வேடிக்கை என்ன வென்றால், குருவை மிஞ்சிய சிஷ்யராக இராமானுசர் இருந்தார். அதனால், நாமும் அதுபோல இருந்தால் என்ன? என்று இன்றுள்ள சிஷ்யர்கள் கேட்கக்கூடாது. நானும் ராமானுசர் கதையை மட்டுமே சொல்கிறேன்" எனக் கலைஞர் பேசிக் கொண்டிருக்கும் போதே, அரங்கம் மீண்டும் ஆரவாரம் பெற்றது. தொடர்ந்த கலைஞர் "குருவுக்கு மிஞ்சிய என்றால், குரு போற்றும் அளவுக்கு ராமானுசர் விளங்கினார்" என முடித்தார்.

(அரங்கம் சிரிப்பலையில் சிக்கியபோது மேடையில் அமர்ந்த சிலரும் முன்பாக அமர்ந்திருந்த பலரும் நெளிந்ததைத் தலைவர் பார்த்ததைச் செய்தியாளர்கள் பார்த்துச் சிரித்தனராம்).

அப்போதே சூரியன்

கலைஞருக்கு இராமானுசர் விருது வழங்கிய நிகழ்ச்சி 12.9.98 அன்று சென்னை கலைவாணர் அரங்கில் நடைபெற்றது. அவ்விழாவில் கலைஞர் உரையில்:

"ஒருமுறை தனது குருவான யாகவ பிரகாசருக்கு ராமானுசர் எண்ணெய் தேய்த்துக் கொண்டிருந்தார். இருவருக்குமிடையே விவாதம் ஏற்பட்டது. திடீரென்று குரு யாகவ பிரகாசர், கபியாகம் பண்டரிகாசம் என்ற மந்திரச் சொல்லைத் தெரிவித்து, அதற்கு விளக்கமும் அளித்தார்.

அவர் அளித்த விளக்கம் ராமானுசருக்கு சற்று ஆபாசமாகவே இருந்தது.

"கபி என்றால் குரங்கு, ஆசம் என்றால் பின்பகுதி கோபத்தில் சிவந்த ஆண்டவனின் கண்கள், குரங்கின் பின்புறம் போல் இருந்தது" என்று குறிப்பிட்டார் குரு

இராமானுசர் பொல பொலவென்று கண்ணீர் வடித்தார். அது குருவின் உடலில் பட்டது. அண்ணாந்து பார்த்த குரு "ஏன் அழுகிறாய்?" எனக் கேட்டார்.

இராமானுசர் சொன்னார். கபி என்றால்

சூரியன். அசம் என்றால் தாமரை, சூரியனைக் கண்ட தாமரை மலர்ந்து சிவந்தது போல கோபத்தால் சிவந்து போன ஆண்டவன் கண்கள் இருந்தன என புதிய விளக்கத்தைத் தெரிவித்தாராம்.

(கலைஞர் கூறி முடிப்பதற்குள் ராமானுசர் கதையில் கூட சூரியனைக் கொண்டு வந்த விதத்தோடு ராமானுசர் பெயரிலான விருதுக்கு தான் பொருத்தமானவன் என்பதை நிரூபணம் செய்த கலைஞரின் சொல் நயத்தைக் கேட்டு, அரங்கம் ஆரவாரத்தில் திளைத்தது என்ற செய்தியைக் குறிப்பிட வேண்டிய அவசியமே யில்லைதானே).

கலைஞர் கைராசிக்காரரா?

பல ஆண்டுகளுக்கு முன்னால், கிருஷ்ண கிரி நகரில் ஒரு தனியார் மருத்துவமனை யைத் திறந்து வைக்க கலைஞர் அழைக்கப் பட்டிருந்தார். அவ்விழாவில் பேசிய கலைஞர்,

"எனக்கு முன்பு பேசிய பெரியவர், நான்

ஒரு கைராசிக்காரர், இதே நாளில் நான் திறந்து வைத்த ஜவுளிக்கடை இன்று ஓஹோவென வளர்ந்து நிறைந்த வாடிக்கையாளர்களைக் கொண்டதாய் உள்ளதெனச் சொன்னார். கைராசியாக இருப்பதால் விற்பனை அதிகமாகும் சரிதான். இன்று நான் திறந்து வைத்திருப்பதோ மருத்துவமனை. இதனால் அதிகமான நோய் வரணும், அப்படியே நோயாளிகள் வரணும், அதனால் வருமானம் பெருகணும் என எண்ணி விடக்கூடாது. இங்கே கைராசி என்றால், வந்த நோயாளி அதி விரைவில் குணமாகி வீடு திரும்ப வேண்டும் என்பதாகும் எனக் குறிப்பிட்டார்.

(விழாவைக் காண வந்தவர்கள் அனைவரும் சிரிப்பில் மிதந்தனர். ஆனால் முதலில் கைதட்டி ஆரவாரம் செய்தது மருத்துவமனை நிர்வாகியின் துணைவியார் தானாம்).

மக்கள் மட்டுமல்ல -மழையும் என் பக்கமே!

திருவாரூர் கூட்டமொன்றில் கலந்து கொள்ள வந்த கலைஞர் முதலில் மன்னார்குடி சென்றார். பின் அங்கிருந்து மன்னை

நாராயணசாமியுடன் திருவாரூர் வந்தார்.

பொதுக்கூட்டம் நடைபெற்றுக் கொண்டிருந்தது. கலைஞர் பேச்சைத் துவங்கியதும் மழை கொட்டத் துவங்கியது. வந்திருந்த கூட்டமும் மழையைப் பொருட்படுத்தாமல் தலைவரின் உரையை நனைந்தபடியே கேட்டு ரசித்துக் கொண்டிருந்தது.

மழை ஓயட்டுமே... கொஞ்சம் இடைவெளி விடலாம் என கலைஞர் நினைத்தார். தலைவரின் குறிப்பைக் கண்டு, கூட்டம் ஆர்ப்பரித்து "மழை கிடக்கட்டும். தலைவா பேசுங்கள்" என வேண்டினர்.

மழையும் விட்டபாடில்லை. கூட்டமும் ஒதுங்கிய பாடில்லை. கலைஞர் தொடர்ந்தார்.

"மக்கள் மட்டும் என் பக்கம் அல்ல. மழையும் என் பக்கமே" எனச் சொன்னவுடன், கூடியிருந்த மக்களின் கரவோசையால் வந்த இடியோசையும் அமுங்கிப் போயிற்றாம்.

ஏசுநாதர் மட்டுமல்ல ஏசும் நாதர்

நேஷனல் புக் டிரஸ்ட், புத்தகக் கண்காட்சி ஒன்றைப் பல்கலைக்கழக நூற்றாண்டு விழா மண்டபத்தில் நடத்தியது. அவ்வமயம் கவிஞர் கண்ணதாசன் எழுதிய நூல்களின் வெளியீட்டு விழாவும் கலைஞர் தலைமையில் நடந்தது.

அவ்விழாவில் பேராசிரியர் மெ.சுந்தரம் பேசுகையில் கவிஞர் கண்ணதாசன் இந்த நூற்றாண்டின் ஏசுநாதர். ஆம் அவர் எந்த முகாமில் இருந்தாலும் பிறரை ஏசுவதில் நாதர் எனக் குறிப்பிட்டார்.

நிறைவுரையில் கலைஞர் "வேற்று முகாமில் இருந்து கவிஞர் என்னை ஏசியபோதெல்லாம் ஒரு கன்னத்தில் அடித்தால் மறு கன்னத்தையும் காட்டு என்ற பொன் மொழியை அளித்த அந்த ஏசுநாதராகவே நான் இருக்கிறேன்" என்றார்.

இனி 'பவர்' கட்டாகாது!

பத்திரிகையாளர்கள் கூட்டம் தலைமைச் செயலகத்தில் நடைபெற்ற போது

ஒரு நிருபர்: மூன்று முறையும் ஐந்தாண்டு காலத்தை நீங்கள் கம்ப்ளீட் செய்ததில்லை, இப்போது எப்படி?

(கலைஞர் பதில் சொல்வதற்குள்)

மற்றொரு நிருபர்: அடிக்கடி 'பவர்கட்' ஆகிறதே எனக் கேட்டார்.

கலைஞர்: உங்கள் இருவருக்கும் சேர்த்து எனது பதில். இப்போது "பவர் கட்" ஆகாது.

தனது ஆட்சி (பவர்) போகாது என்பதோடு மின்சாரமும் தடைபடாது என ஒரே வரியில் பதிலுரைத்த முதல்வரின் ஆட்சித்திறனை வியந்து நிருபர்கள் போற்றியதோடு, கண நேரத்தில் மின்னலிட்ட பதிலையும் ரசித்துச் சிரித்தார்களாம்).

கள்ளர் ஓட்டு

தஞ்சை நாடாளுமன்றத்துக்கான இடைத்தேர்தல் நடந்த நேரம். அனல் பறந்த பிரச்சாரம். காங்கிரசை ஆதரித்து எம்.ஜி.ஆரும், தி.மு.க. வேட்பாளரை ஆதரித்து கலைஞரும் தீவிரப் பிரச்சாரத்தில் ஈடுபட்டிருந்தனர்.

ஒரு கூட்டத்தில் எம்.ஜி.ஆர். பேசும்போது "தி.மு.க.வினர் கள்ள ஓட்டுப் போடுவதில் வல்லவர்கள். எனவே, இத்தேர்தலிலும் கள்ள ஓட்டுப் போட முயல்வார்கள்" எனக் குறிப்பிட்டார்.

அவரைத் தொடர்ந்து அங்கு பேசவந்த கலைஞரிடம் இத்தகவல் தெரிவிக்கப்பட்டது. கூட்டத்தில் கலைஞர்,

"உண்மைதான், இத்தொகுதி கள்ளர் சமுதாயம் நிறைந்த தொகுதி. எனவே, கள்ளர் சமுதாயத்தினரின் வாக்கு நமது வேட்பாளர் அன்பிலுக்குத்தான் கிடைக்கும். அதைத்தான் எம்.ஜி.ஆர். சூசகமாகத் தெரிவித்துள்ளார்" எனப் பேசியதும், கூட்டத்தினரின் கரவொலி நிற்கவே இல்லையாம்.

குறிப்புகள்